KB109169

독자의 1초를 아껴주는 정성!

세상이 아무리 바쁘게 돌아가더라도
책까지 아무렇게나 빨리 만들 수는 없습니다.
인스턴트 식품 같은 책보다는
오래 익힌 술이나 장맛이 밴 책을 만들고 싶습니다.

길벗이지톡은 독자 여러분이
우리를 믿는다고 할 때 가장 행복합니다.
나를 아껴주는 어학도서,
길벗이지톡의 책을 만나보십시오.

독자의 1초를 아껴주는
정성을 만나보십시오.

미리 책을 읽고 따라해본 2만 베타테스터 여러분과
무따기 체험단, 길벗스쿨 엄마 2% 기획단,
시나공 평가단, 토익 배틀, 대학생 기자단까지!
믿을 수 있는 책을 함께 만들어주신 독자 여러분께 감사드립니다.

홈페이지의 '독자마당'에 오시면
책을 함께 만들 수 있습니다.

(주)도서출판 길벗 www.gilbut.co.kr
길벗이지톡 www.eztok.co.kr
길벗스쿨 www.gilbutschool.co.kr

mp3 파일 구성과 활용법

음성강의

저자 김효정 선생님의 해설 강의입니다. Unit별로 총 16강의 음성강의를 제공합니다. Unit에서 주요 패턴을 엄선해 사용법, 뉘앙스, 활용 예문을 중심으로 설명했습니다. 재미있게 들으면서 공부하세요! (본 책에 수록된 QR코드로도 간편하게 들으실 수 있습니다.)

OT 및 발음 & 성조 강의

예문 mp3 파일

용도에 맞게 골라 들을 수 있도록 3가지 버전의 mp3 파일을 제공합니다.

1. 베트남어만 듣기용 mp3

책을 보면서 듣는 파일입니다. 〈STEP 1〉은 2번, 〈STEP 2〉는 1번 읽었습니다. 한 문장이 끝날 때마다 따라 읽으며 학습하세요. (본 책에 수록된 QR코드로도 간편하게 들으실 수 있습니다.)

2. 짬짬이 듣기용 mp3

책 없이 공부할 수 있게 구성했습니다. 〈STEP 1〉은 우리말 해석 1번, 베트남어 2번씩 읽고, 〈STEP 2〉는 베트남어만 1번 읽었습니다.

3. 소책자 듣기용 mp3

〈STEP 1〉의 예문을 우리말 해석 1번, 베트남어 2번으로 구성했습니다. 틈틈이 반복해서 듣다 보면 핵심 패턴이 저절로 기억됩니다.

mp3 파일 무료 다운로드

길벗 홈페이지(www.gilbut.co.kr)로 오시면 mp3 파일 및 관련 자료를 다양하게 이용할 수 있습니다.

1단계 도서명 ▼ [   ] 검색 에 찾고자 하는 책 이름을 입력하세요.

2단계 검색한 도서로 이동하여 〈자료실〉 탭을 클릭 하세요.

3단계 mp3 파일 및 다양한 자료를 받으세요.

단어만 갈아 끼우면 회화가 된다!

베트남어 회화

핵심패턴

233

김효정 지음

길벗
이지:톡

베트남어 회화 핵심패턴 233

233 Essential Patterns for Vietnamese Conversation

초판 발행 · 2019년 7월 5일
초판 2쇄 발행 · 2023년 6월 15일

지은이 · 김효정
발행인 · 이종원
발행처 · (주)도서출판 길벗
브랜드 · 길벗이지톡
출판사 등록일 · 1990년 12월 24일
주소 · 서울시 마포구 월드컵로 10길 56(서교동)
대표 전화 · 02)332-0931 | **팩스** · 02)323-0586
홈페이지 · www.gilbut.co.kr | **이메일** · eztok@gilbut.co.kr

기획 및 책임 편집 · 오윤희(tahiti01@gilbut.co.kr) | **표지 디자인** · 최주연 | **제작** · 이준호, 이진혁, 김우식
마케팅 · 이수미, 장봉석, 최소영 | **영업관리** · 김명자, 심선숙 | **독자지원** · 윤정아, 최희창

편집진행 및 교정 · 강미정 | **원어민 감수** · Phạm Tiến Long | **본문 디자인** · 디자인4B | **전산편집** · 강미정
CTP 출력 · 인쇄 · 예림인쇄 | **제본** · 예림바인딩

ISBN 979-11-5924-228-1 03730
(길벗 도서번호 300978)

정가 16,000원

독자의 1초까지 아껴주는 정성 길벗출판사

(주)도서출판 길벗 | IT교육서, IT단행본, 경제경영서, 어학&실용서, 인문교양서, 자녀교육서 www.gilbut.co.kr
길벗스쿨 | 국어학습, 수학학습, 어린이교양, 주니어 어학학습, 학습단행본 www.gilbutschool.co.kr

머리말

베트남 현지에서 원어민과 함께
생활 밀착형 패턴 233개를 뽑았다!

1992년 한국과 베트남이 수교를 맺은 이래로 양국은 경제 성장뿐만 아니라 결혼, 유학, 산업 등 다양한 분야에서 전략적 파트너로 공조하며 발전해 가고 있습니다. 베트남어에 대한 수요도 제가 강의를 처음 시작했던 때와 비교하면 나날이 증가하고 있습니다.

하지만 오랜 기간 동안 베트남어 교육 분야에 종사해 온 전문가로서 늘 느끼는 아쉬움이 있었습니다. 바로 기존의 베트남어 책들은 대부분 문법 위주이기 때문에 외국어 학습의 가장 중요한 부분인 '말하기 실력'을 향상시키기에는 한계가 있다는 점이었죠. 주춤주춤 문법 내용을 일일이 떠올리며 띄엄띄엄 말을 하면 원활한 의사소통에 걸림돌이 될 수밖에 없습니다.

정형화된 문법 학습 수순을 밟지 않고 책 한 권으로 자연스러운 '베트남어 말하기'를 할 수는 없을까? 이런 고민 끝에 문법 공부 없이 패턴만 알면 '베트남어 말하기'가 가능해지는 패턴 회화 책을 집필하게 되었습니다. 시중에 넘쳐 나는 뻔한 문장들이 담긴 책이 아닌 오랜 강의 노하우를 살려 실제로 베트남 사람들이 사용하는 233개의 핵심 패턴을 이 책 한 권에 담을 수 있도록 심혈을 기울여 만들었습니다.

≪베트남어 회화 핵심패턴 233≫이기 때문에 초급자는 패턴에 단어만 바꿔 넣으면 다양한 의미의 문장 만들기가 가능하도록 구성했습니다. 초중급 학습을 마친 분들도 본격 회화문 학습을 하기 위한 교재로 매우 유용합니다.

이 책은 한마디로 '베트남어 말하기를 잘하고 싶은 학습자'를 위한 책이라고 할 수 있습니다.

문법적인 요소를 머릿속으로 떠올려 보는 것은 진정한 말하기가 아닙니다. 원하는 것을 바로바로 물어보고 대답할 수 있어야 합니다. 부디 이 책을 통해 여러분들의 답답했던 속과 입이 뻥 뚫려 한층 즐겁고 성취감 있는 베트남어 학습 경험이 되시길 기원합니다.

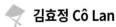 김효정 Cô Lan

이 책의 구성

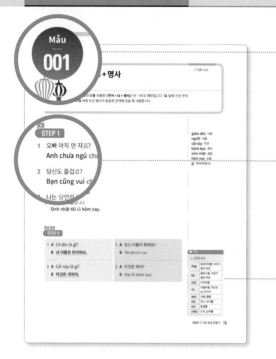

PATTERN

기초부터 중급 단계 회화에서 가장 많이 쓰이는 필수 패턴 233개를 주제별로 4개 Part와 16개 Unit으로 정리했습니다. mp3 파일을 들으면서 학습해 보세요.

STEP 1

패턴을 활용한 기본 문장입니다. 가장 기본적이고 일상적인 표현이기 때문에 단어만 바꾸면 완벽한 일상회화를 구사할 수 있습니다.

Tip

베트남을 이해할 수 있도록 그들의 일상과 문화, 사람에 관한 이야기를 정리했습니다. 또한 문법 설명과 어휘 등을 참고로 넣었습니다.

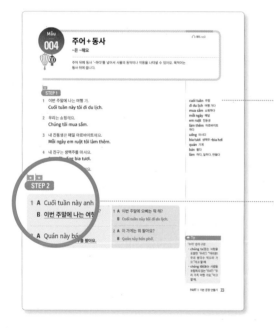

주요 단어

각 문장에 나오는 주요 단어는 사전을 찾지 않고도 바로바로 뜻을 알 수 있도록 자세히 정리했습니다.

STEP 2

패턴의 대표 문장을 이용한 대화문입니다. 실제 회화 속에서 각 패턴이 어떻게 쓰이는지 확인할 수 있습니다. 대화문 중간에 우리말 해석이 들어간 부분에서는 베트남어로 바꿔 말하는 연습을 해보세요.

음성강의 & 예문 듣기

UNIT 01

là 동사

001 주어 + là + 명사
002 주어 + không phải là + 명사
003 주어 + là + 명사, phải không?

☆ 특별 서비스 : 저자 음성 강의

일상적으로 자연스러운 회화체를 좀 더 잘 이해할 수 있도록 저자 '김효정 선생님'의 음성 강의와 네이티브 음성의 mp3 파일을 QR코드로 넣었습니다. 각 UNIT의 QR코드를 찍어서 언제 어디서든지 스마트폰으로 강의를 들으면서 학습하세요. 또한 패턴 1~41까지의 mp3 파일은 초급 패턴이기 때문에 읽기 속도를 느리게 하여 정확한 발음을 익히도록 했습니다. 패턴 42부터는 일상 회화의 속도로 읽었습니다.

☆ 특별부록 : 훈련용 소책자

언제 어디서나 들고 다니면서 학습할 수 있도록 STEP 1의 기본 5문장을 모았습니다. 〈소책자 듣기용 mp3〉 파일을 들으면서 공부하세요. 우리말만 보고도 입에서 베트남어가 바로바로 나올 때까지 반복해서 연습하세요!

〈mp3 활용법〉

용도에 맞게 골라 들을 수 있도록 3가지 버전의 mp3 파일을 제공합니다.
길벗이지톡 홈페이지(www.gilbut.co.kr)에서 무료로 다운로드 받으세요.

베트남어만 듣기용 mp3	짬짬이 듣기용 mp3	소책자 듣기용 mp3
책을 보면서 듣는 파일입니다. 〈STEP 1〉은 2번, 〈STEP 2〉는 1번 읽었습니다. 한 문장이 끝날 때마다 따라 읽으면서 학습하세요.	책 없이 공부할 수 있게 구성했습니다. 〈STEP 1〉은 우리말 해석을 1번, 베트남어를 2번씩 읽고, 〈STEP 2〉는 베트남어만 1번 읽었습니다.	〈STEP 1〉의 예문을 우리말 해석을 1번, 베트남어를 2번으로 구성했습니다. 반복해서 듣다 보면 핵심 패턴이 저절로 기억됩니다.

이 책은 베트남어의 기초를 마치고 본격적으로 회화에 도전하는 학습자를 대상으로 합니다. 자신의 생각대로 의사표현을 하려면 이렇게 활용해 보세요.

1단계 어떤 패턴을 배울지 확인해 봅니다.

목차를 살펴보며 각 Part에서 어떤 표현을 배우는지 확인합니다. 이미 알고 있는 패턴이더라도 그냥 넘어가지 말고 완벽하게 내 것으로 소화시켰는지 입으로 확인하고 넘어가세요.

2단계 책을 보면서 큰 소리로 따라 하세요.

귀에 익숙해질 때까지 mp3 파일을 먼저 들으세요. 어느 정도 익숙해지면 책을 보고 표현을 확인하며 큰 소리로 따라 해 보세요. 훨씬 더 빨리 이해될 겁니다. 책과 함께 공부할 때는 〈베트남어만 듣기용 mp3〉를 들으며 한 문장씩 따라 해 보고, 책 없이 학습할 때는 〈짬짬이 듣기용 mp3〉로 언제 어디서든 연습하세요.

3단계 훈련용 소책자로 반복하세요.

〈훈련용 소책자〉와 〈소책자 듣기용 mp3〉로 시간이 날 때마다 틈틈이 복습하세요. 우리말만 보고도 베트남어로 표현할 수 있도록 반복하세요.

4단계 나만의 베트남어 문장을 만들어 보세요.

학습이 모두 끝나면 다시 처음으로 돌아와 각 패턴별로 단어를 바꿔 나만의 문장을 만들어 보세요. 나만의 표현을 만들어 연습해 두면 실전에서 막힘없이 말할 수 있습니다.

PART 1 | 기본 문장 만들기

PART 2 | 문장 확장하기

Unit 05 명사 수식

PART 3 | 자주 쓰는 표현 및 구문

Unit 13   말뜻을 풍부하게 살리는 주요 패턴

PART 4 | 원어민처럼 말하는 응용 패턴

Unit 14 꼭 한번쯤은 쓰는 필수 주요 패턴

PART 1
기본 문장 만들기

베트남어를 구성하는 가장 기본적인 뼈대는 바로 [주어+술어+보어] 순의 기본 문형입니다. 술어 자리에 형용사, 동사가 올 수 있으며 동사의 경우 'là 동사'와 'là 이외의 동사'로 나뉩니다. 이와 같은 가장 기본적인 평서문, 부정문, 의문문을 Unit 01~02 에서 다룬 후, Unit 03에서는 [주어+동사]의 문장에 6가지 시제 표현을 이용해서 상황과 일이 이루어진 시점을 표현하고, 문장 속에서의 위치를 익힙니다. Unit 04에서는 영어 WH 의문사를 이용해서 의문문을 만들어 볼 거예요. 각 의문사마다 위치나 쓰이는 용법이 다른데, 패턴으로 익히면 문법으로 생각하지 않아도 되겠죠? 자 그럼 이제 Unit 01~04 패턴을 통해 기본 문장 만들기의 고수가 되어 보세요!

음성강의 & 예문 듣기

UNIT 01

là 동사

Mẫu 001

주어 + là + 명사
~은 ~이에요

동사 **là**(이다)를 이용한 [**주어 + là + 명사**](~은 ~이다) 패턴입니다. **là** 앞에 쓰인 주어와 **là** 뒤에 쓰인 명사가 동일한 관계에 있을 때 사용합니다.

STEP 1

1 나는 사장이에요.
Tôi là giám đốc.

2 내 이름은 란이에요.
Tôi tên là Lan.

3 당신은 한국 사람입니다.
Bạn là người Hàn Quốc.

4 이것은 과자야.
Cái này là bánh kẹo.

5 내 생일은 오늘입니다.
Sinh nhật tôi là hôm nay.

giám đốc 사장
người 사람
cái này 이것
bánh kẹo 과자
sinh nhật 생일
hôm nay 오늘
gì 무엇(의문사)

STEP 2

1 **A** Cô tên là gì?
   B 내 이름은 란이에요.

2 **A** Cái này là gì?
   B 이것은 과자야.

1 **A** 당신 이름이 뭐예요?
   B Tôi tên là Lan.

2 **A** 이것은 뭐야?
   B Đây là bánh kẹo.

🔖 Tip

1, 2인칭 단수

ông	할아버지뻘, 지위가 높은 남성
bà	할머니뻘, 지위가 높은 여성
chú	아저씨뻘
cô	아줌마뻘, 여선생님, 아가씨
anh	오빠, 형뻘
chị	언니, 누나뻘
em	동생뻘
cháu	조카, 손주뻘

Mẫu 002

주어 + không phải là + 명사

~은 ~이 아니에요

동사 **là**의 부정형은 [**주어 + không phải là + 명사**](~은 ~이 아니다)로 써서 주어와 명사가 동일한 관계가 아님을 나타냅니다. **phải**가 '옳은'이라는 뜻이므로 '~이 옳지 않다', 즉 '~이 아니다'가 되는 거죠.

STEP 1

1 그는 선생님이 아니에요.
   Anh ấy **không phải là** giáo viên.

2 그녀는 란이 아니에요.
   Chị ấy **không phải là** Lan.

3 그 할아버지는 베트남 사람이 아니야.
   Ông ấy **không phải là** người Việt Nam.

4 그것은 커피가 아닙니다.
   Cái đó **không phải là** cà phê.

5 내일은 휴일이 아니에요.
   Ngày mai **không phải là** ngày nghỉ.

giáo viên 선생님
cái đó 그것
ngày mai 내일
ngày nghỉ 휴일
không 아니요(부정 답변)

STEP 2

1 A Ông ấy là người Việt Nam.
  B Không. <u>그 할아버지는 베트남 사람이 아니야.</u>

2 A Cái đó là cà phê.
  B Không. <u>그것은 커피가 아닙니다.</u>

1 A 그 할아버지는 베트남 사람이야.
  B 아니야. Ông ấy không phải là người Việt Nam.

2 A 그것은 커피예요.
  B 아니에요. Cái đó không phải là cà phê.

💠 Tip

3인칭 단수

ông ấy	할아버지뻘, 지위가 높은 남성
bà ấy	할머니뻘, 지위가 높은 여성
chú ấy	아저씨뻘
cô ấy	아줌마뻘, 여선생님, 아가씨
anh ấy	오빠, 형뻘
chị ấy	언니, 누나뻘
em ấy	동생뻘 (성별 무관)
cháu ấy	조카, 손주뻘

3인칭 '그, 그녀'를 만들기 위해서는 1, 2인칭 뒤에 ấy를 붙여 줘요.

Mẫu 003

주어 + là + 명사, phải không?
~은 ~입니까?

'~은 ~입니까?'라는 의문문으로 바꾸기 위해서 문장 끝에 ~ **phải không?**을 붙여줍니다. **phải không?**은 **là**가 있는 문장을 의문문으로 바꿔줄 때 쓰이며, 뜻은 '맞습니까?, 옳습니까?'예요.

★ STEP 1

1 그 오빠들은 한국 회사원이에요?
Các anh ấy **là** nhân viên công ty Hàn Quốc, **phải không**?

2 병원 이름이 사이공이에요?
Bệnh viện tên **là** Sài Gòn, **phải không**?

3 그들은 아시아 사람이에요?
Họ **là** người châu Á, **phải không**?

4 저것은 빵입니까?
Cái kia **là** bánh mì, **phải không**?

5 오빠 취미는 요리하기야?
Sở thích của anh **là** nấu ăn, **phải không**?

các + 1, 2 ,3인칭
~들(복수)
nhân viên công ty
회사원
bệnh viện 병원
họ 그들(3인칭 복수)
châu Á 아시아
cái kia 저것
bánh mì 빵
sở thích 취미
nấu ăn 요리하다
vâng 네(긍정 답변)
bánh kẹo 과자

★★ STEP 2

1 **A** 그들은 아시아 사람이에요?
B Vâng. Họ là người châu Á.

2 **A** 저것은 빵입니까?
B Không phải. Cái kia là bánh kẹo.

1 **A** Họ là người châu Á, phải không?
B 네. 그들은 아시아 사람이에요.

2 **A** Cái kia là bánh mì, phải không?
B 아니에요. 저것은 과자예요.

◆ Tip

~ phải không?의 용법
~ phải không?은 ~à? /
~ hả? / ~ đúng không?
으로 바꿔 쓸 수 있습니다.

음성강의 & 예문 듣기

UNIT 02

là 이외의 동사

Mẫu 004

주어 + 동사

~은 ~해요

주어 뒤에 동사 '~하다'를 넣어서 사물의 동작이나 작용을 나타낼 수 있어요. 목적어는 동사 뒤에 씁니다.

STEP 1

1 이번 주말에 나는 여행 가.
Cuối tuần này tôi đi du lịch.

2 우리는 쇼핑해요.
Chúng tôi mua sắm.

3 내 친동생은 매일 아르바이트해요.
Mỗi ngày em ruột tôi làm thêm.

4 내 친구는 생맥주를 마셔요.
Bạn tôi uống bia tươi.

5 이 가게는 쌀국수를 팔아요.
Quán này bán phở.

cuối tuần 주말	
đi du lịch 여행 가다	
mua sắm 쇼핑하다	
mỗi ngày 매일	
em ruột 친동생	
làm thêm 아르바이트 하다	
uống 마시다	
bia tươi 생맥주 =bia hơi	
quán 가게	
bán 팔다	
làm 하다, 일하다, 만들다	

STEP 2

1 A Cuối tuần này anh làm gì?
　B 이번 주말에 나는 여행 가.

2 A Quán này bán gì?
　B 이 가게는 쌀국수를 팔아요.

1 A 이번 주말에 오빠는 뭐 해?
　B Cuối tuần này tôi đi du lịch.

2 A 이 가게는 뭐 팔아요?
　B Quán này bán phở.

▶ Tip

'우리' 용어 구분

- **chúng ta**(듣는 사람을 포함한 '우리'): "여러분! 우리 쌀국수 먹으러 가요."라고 할 때.
- **chúng tôi**(듣는 사람을 포함하지 않는 '우리'): "우리 가족 여행 가요."라고 할 때.

주어 + không + 동사

~은 ~하지 않아요

'~하다' 동사 앞에 **không**만 붙여 주면 부정문을 만들 수 있어서, '안 ~해요, ~하지 않아요'라는 뜻이 됩니다.

STEP 1

1 나는 안 먹어요.
Tôi **không** ăn.

2 그 회사는 안 쉬어요.
Công ty đó **không** nghỉ.

3 우리 부부는 액션 영화를 안 봐요.
Vợ chồng tôi **không** xem phim hành động.

4 이제 그들은 더 안 만나요.
Bây giờ họ **không** gặp nhau nữa.

5 요즘 내 여자친구는 화장하지 않아요.
Dạo này bạn gái tôi **không** trang điểm.

nghỉ 쉬다
vợ chồng 부부
xem 보다
bây giờ 지금
gặp nhau 서로 만나다
nữa 더
dạo này 요즘
bạn gái 여자친구
trang điểm 화장하다
kết hôn 결혼하다

STEP 2

1 **A** Anh ăn không?
B 나는 안 먹어요.

1 **A** 오빠는 먹어요?
B Tôi không ăn.

2 **A** Họ kết hôn à?
B 이제 그들은 더 안 만나요.

2 **A** 그들은 결혼하는 게 맞죠?
B Bây giờ họ không gặp nhau nữa.

💬 Tip

영화 장르(Thể loại phim)

- phim hành động
  액션 영화
- phim lãng mạn
  로맨스 영화
- phim kinh dị 공포 영화
- phim hài 코미디 영화
- phim khoa học viễn
  tưởng SF 영화
- phim kỳ ảo
  판타지 영화
- phim thần bí
  미스터리 영화
- phim hoạt hình
  만화 영화
- phim chính kịch
  드라마 영화

Mẫu 006

주어 + 동사 + không?

~은 ~해요?

🎧 006.mp3

동사 '~하다'를 의문문인 '~해요?'로 바꾸기 위해서는 동사 뒤에 **không**을 붙여 주면 됩니다. 베트남어에서 **không**은 3가지 기능을 해요. 술어 앞에 위치하면 부정, 술어 뒤에 위치하면 의문의 뜻이 되며, 숫자 '0'의 뜻도 있으니 참고해 주세요.

STEP 1

1 언니는 이해해요?
Chị hiểu **không**?

2 형은 바다를 좋아해요?
Anh thích biển **không**?

3 오늘 오빠는 야근해요?
Hôm nay anh làm đêm **không**?

4 동생은 고향이 그립니?
Em nhớ quê hương **không**?

5 당신은 주소를 알아요?
Bạn biết địa chỉ **không**?

hiểu 이해하다
thích 좋아하다
biển 바다
làm đêm 야근하다
nhớ 그리워하다, 기억하다
quê hương 고향
biết 알다
địa chỉ 주소
tất nhiên 당연히, 물론

STEP 2

1 **A** 동생은 고향이 그립니?
B Tất nhiên.

2 **A** 당신은 주소를 알아요?
B Biết. Địa chỉ là số 10 Cộng Hòa, Quận Tân Bình.

1 **A** Em nhớ quê hương không?
B 당연하죠.

2 **A** Bạn biết địa chỉ không?
B 알아요. 주소는 떤빈 군, 꽁화 10번지예요.

🔷 **Tip**

주소 표기

베트남의 주소 표기는 한국 주소와는 반대로 번지수, 길(Đường), 동(Phường), 군 / 구(Quận), 시(Thành phố) 순으로 쓰며, 이름은 뒤에 붙여요. 교통수단 이용 시에는 보통 동(Phường)은 빼고 번지수, 길 이름, 군 / 구만 말해도 됩니다.

Mẫu 007

주어 + 형용사

~은 ~해요

'~하는, ~한'라는 형용사가 주어 다음에 쓰이면, 동사처럼 서술어 역할을 할 수 있어요.

★ STEP 1

1 나는 피곤해요.
Tôi mệt.

2 베트남 사람은 친절해요.
Người Việt Nam thân thiện.

3 오토바이는 위험해요.
Xe máy nguy hiểm.

4 분짜는 맛있어요.
Bún chả ngon.

5 이 영화는 재밌어요.
Phim này thú vị.

mệt 피곤한
thân thiện 친절한
xe máy 오토바이
nguy hiểm 위험한
ngon 맛있는
thú vị 재미있는
hôm qua 어제

★★ STEP 2

1 A <u>나는 피곤해요.</u>
B Hôm qua anh làm đêm phải không?

2 A Chị thích người Việt Nam không?
B Vâng. <u>베트남 사람은 친절해요.</u>

1 A Tôi mệt.
B 어제 오빠는 야근한 거 맞죠?

2 A 베트남 사람을 좋아하세요?
B 네. **Người Việt Nam thân thiện.**

◆ Tip

초면에 호칭하는 법
초면에 나이를 모를 때, 상대가 남자일 때는 **anh**(오빠, 형뻘)으로, 여자일 때는 **chị**(언니, 누나뻘)로 불러서 예의를 갖춰 주세요. 만약 성별, 나이 둘 다 모른다면 **bạn**(당신)이라고 부르면 됩니다.

주어 + không + 형용사

~은 ~하지 않아요

동사와 마찬가지로 형용사 앞에 **không**을 붙이면 '안 ~해요, ~하지 않아요'라는 부정 표현이 됩니다.

STEP 1

1 나는 안 슬퍼요.
  Tôi không buồn.

2 내 친한 친구는 이기적이지 않아요.
  Bạn thân tôi không ích kỷ.

3 공원은 안 깨끗해요.
  Công viên không sạch sẽ.

4 베트남어는 안 어려워요.
  Tiếng Việt không khó.

5 이 닭고기는 신선하지 않아.
  Thịt gà này không tươi.

buồn 슬픈	
ích kỷ 이기적인	
công viên 공원	
sạch sẽ 깨끗한	
tiếng Việt 베트남어	
khó 어려운	
thịt 고기	
gà 닭	
tươi 신선한	
thế nào [의문사]어때	
gà rán 치킨	

STEP 2

1 **A** Tiếng Việt thế nào?
  B 베트남어는 안 어려워요.

2 **A** Gà rán này ngon không?
  B Không. 이 닭고기는 신선하지 않아.

1 **A** 베트남어 어때요?
  B Tiếng Việt không khó.

2 **A** 이 치킨 맛있어?
  B 아니. Thịt gà này không tươi.

▼ Tip

tiếng + 국명
· **tiếng Hàn (Quốc)** 한국어
· **tiếng Trung (Quốc)** 중국어
· **tiếng Nhật (Bản)** 일본어
· **tiếng Anh** 영어
(참고) **tiếng Anh**에서 **Anh**은 '영국'이라는 뜻 입니다.

Mẫu 009

주어 + 형용사 + không?

~은 ~해요?

[주어 + 형용사](~은 ~해요) 뒤에 **không**을 붙이면 '~해요?'라는 의문 표현이 됩니다.

⭐ STEP 1

1 언니 건강해요?
   Chị khỏe **không**?

2 요즘 오빠 바쁘세요?
   Dạo này anh bận **không**?

3 그녀 집은 예뻐요?
   Nhà chị ấy đẹp **không**?

4 날씨가 덥습니까?
   Trời nóng **không**?

5 지하철은 편리해요?
   Tàu điện ngầm tiện **không**?

khỏe 건강한
dạo này 요즘
bận 바쁜
đẹp 예쁜
trời 날씨, 하늘
nóng 더운, 뜨거운
tàu điện ngầm 지하철
tiện 편리한
bình thường 보통의, 평상의
khó chịu 참기 힘든

⭐⭐ STEP 2

1 A 요즘 오빠 바쁘세요?
   B Bình thường.

2 A 날씨가 덥습니까?
   B Tôi khó chịu.

1 A Dạo này anh bận không?
   B 보통이야.

2 A Trời nóng không?
   B 나는 참기 힘들어요.

> **💬 Tip**
>
> 안부 인사
> [주어 + khỏe không?]은 직역하면 "건강해요?"라는 뜻이지만, 의역하면 "잘 지내요?"로 가장 대표적인 안부 인사예요. 대답하는 방법은 크게 3가지가 있어요.
>
> • **Tôi khỏe.**
>   잘 지내요.
> • **Tôi bình thường.**
>   그저 그래요.
> • **Tôi không khỏe.**
>   잘 못 지내요.

Mẫu 010

주어 + 동사 + rồi
~은 ~했어요

[주어 + 동사 + rồi]는 과거에 시작한 일이 현재까지 영향을 미치는 경우, 또는 현재에 완료된 경우에 사용하는 표현이에요. 과거 시제 **đã**를 동사 앞에 넣을 수도 있지만 생략할 수 있으며, 과거 시제와는 다른 표현이므로 주의하세요. 〈Mẫu 13〉 참고)

★ STEP 1

1 형은 취했어요.
  Anh say rồi.

2 비가 그쳤어요.
  Mưa tạnh rồi.

3 나는 약을 먹었어요.
  Tôi uống thuốc rồi.

4 오늘 우리는 다 팔았어요.
  Hôm nay chúng ta bán hết rồi.

5 나는 쌀국수를 먹었어요.
  Tôi ăn phở bò rồi.

say 취하다
mưa 비
tạnh 그치다
uống thuốc 약 먹다
(참고) 약은 **ăn**(먹다)이 아
닌 **uống**(마시다) 동사를
사용합니다.
hết 전부
Không sao 괜찮다
đi ra ngoài 밖에 나가다

★★ STEP 2

1 A 형은 취했어요.
  B Không sao. Hôm nay không say không về.

2 A Bây giờ em đi ra ngoài à?
  B Vâng. 비가 그쳤어요.

1 A Anh say rồi.
  B 괜찮아. 오늘 안 취하면 안 가.

2 A 너 지금 밖에 나가려고?
  B 네. Mưa tạnh rồi.

🍺 Tip

술자리 표현
베트남 사람들은 맥주를 즐겨 마십니다. 술자리에서 쓸 수 있는 표현을 살펴볼까요?

• **Không say không về.**
  안 취하면 안 가요.
• **Một hai ba dô!**
  건배! =Cụng ly!
• **Uống một trăm phần trăm!** 원샷하다
  =Uống cạn ly!

Mẫu 011

주어 + chưa + 동사

~은 아직 ~하지 않았어요

[**주어 + chưa + 동사**] 패턴은 과거에 시작한 일이 현재에 아직 완료되지 않는 경우에 사용합니다. **chưa**가 동사 앞에 쓰이면 '아직 ~ 안 했다, 아직 ~하지 않았다'로, 부정과 과거의 의미를 함께 포함하고 있으므로 **đã**나 **không**을 사용하지 않으니 주의하세요.

★ STEP 1

1 우리 가족은 아직 고향에 안 갔어요.
Gia đình tôi **chưa** về quê.

2 나는 아직 그 영화를 안 봤어요.
Tôi **chưa** xem phim đó.

3 내 딸은 아직 숙제를 안 했어요.
Con gái tôi **chưa** làm bài tập.

4 나는 아직 안 자.
Tôi **chưa** ngủ.

5 저희 부장님은 아직 결정하지 않았어요.
Trưởng phòng em **chưa** quyết định.

con gái 딸
làm bài tập 숙제하다
ngủ 자다
trưởng phòng 부장
quyết định 결정하다
quá 매우
biệt đội 부대
siêu anh hùng 슈퍼 영웅
giúp 돕다

★★ STEP 2

1 **A** Phim Biệt Đội Siêu Anh Hùng hay quá! Bạn xem phim này chưa?

B Chưa. <u>나는 아직 그 영화를 안 봤어요.</u>

2 **A** Anh ơi! Anh ngủ chưa? Anh giúp em với.

B Chưa. <u>나는 아직 안 자.</u>

1 **A** 어벤저스 영화 매우 재밌어요! 당신은 그 영화를 봤나요?

B 아직이요. Tôi **chưa** xem phim đó.

2 **A** 오빠! 오빠 잠들었어? 나 좀 도와줘.

B 아직. Tôi **chưa** ngủ.

♦ Tip

외화 제목
베트남에서는 노래나 영화 제목을 영어 그대로 쓰기보다 베트남어로 바꿔서 사용합니다. '어벤저스'를 Biệt Đội Siêu Anh Hùng이라는 제목으로 개봉했는데, 직역하면 '슈퍼 영웅 부대'라는 뜻이에요.

Mẫu 012

주어 + (đã) + 동사 + chưa?
~은 ~했어요?

[주어 + (đã) + 동사 + chưa?]는 과거에 시작한 일이 현재 완료가 됐는지 여부를 묻는 의문 표현이며 **đã**는 생략 가능합니다. 긍정 답변은 〈Mẫu 10〉, 부정 답변은 〈Mẫu 11〉로 답할 수 있습니다.

⚐ STEP 1

1 언니는 아침 먹었어요?
Chị ăn sáng chưa?

2 당신 아들은 결혼했어요?
Con trai bạn kết hôn chưa?

3 형은 준비가 끝났어요?
Anh chuẩn bị xong chưa?

4 우리 부모님이 도착하셨습니까?
Bố mẹ tôi đến chưa?

5 아기가 일어났어요?
Em bé dậy chưa?

ăn sáng 아침을 먹다
con trai 아들
chuẩn bị 준비하다
동사 + xong ~하는 것이
끝나다
bố mẹ 부모
đến 도착하다, 오다
em bé 아기
dậy 일어나다

⚐⚐ STEP 2

1 A 형은 준비 끝났어요?
　　B Rồi. Tôi chuẩn bị xong rồi.

2 A 우리 부모님이 도착하셨습니까?
　　B Chưa. Họ chưa đến.

1 A Anh chuẩn bị xong chưa?
　　B 네. 나는 준비 끝났어요.

2 A Bố mẹ tôi đến chưa?
　　B 아직이요. 그들은 아직 안 오셨어요.

◆ Tip

아침 식사

베트남 사람들은 보통 집에서 아침을 먹기보다 밖에서 간단히 사 먹습니다. 아침 메뉴로는 **phở**(쌀국수), **bánh mì**(바게트 샌드위치) 등이 있으며 시간이 촉박한 경우 테이크 아웃을 해서 직장이나 학교에서 먹기도 합니다.

음성강의 & 예문 듣기

UNIT 03

시제

Mẫu 013

주어 + đã + 동사

~은 ~했어요

〈Unit 3〉에서는 시제에 대해 학습하겠습니다. **đã**는 과거 시제로 **[đã + 동사]**는 과거에 '~했다'는 표현이에요. 시제는 동사 바로 앞에 쓰이며 '예전에, 2년 전'과 같이 시점을 알 수 있을 때는 시제를 생략할 수 있습니다. (〈Step 1〉의 3번 예문)

STEP 1

1 오빠는 담배 폈어요?
Anh **đã** hút thuốc phải không?

2 이 공장은 식품 공장이었어요.
Nhà máy này **đã** là nhà máy thực phẩm.

3 예전에 그는 이 일에 관심이 없었어요.
Trước đây anh ấy (**đã**) không quan tâm đến việc này.

4 그 배우는 운전기사였죠?
Diễn viên đó **đã** là tài xế phải không?

5 그들은 나의 가족을 초대했어요.
Họ **đã** mời gia đình tôi.

hút thuốc (lá) 담배를 피우다
nhà máy 공장
thực phẩm 식품
trước đây 예전에
quan tâm đến ~ ~에 관심을 갖다
=quan tâm về ~
việc 일
diễn viên 배우
tài xế 운전기사
mời 초대하다
nổi tiếng 유명한

STEP 2

1 A Nhà máy này đã là nhà máy gì?
B 이 공장은 식품 공장이었어요.

2 A 그 배우는 운전기사였죠?
B Phải. Trước đây anh ấy đã là tài xế của ca sĩ nổi tiếng.

1 A 이 공장은 무슨 공장이었어요?
B Nhà máy này đã là nhà máy thực phẩm.

2 A Diễn viên đó đã là tài xế phải không?
B 맞아요. 예전에 그는 유명한 가수의 운전기사였어요.

◆ **Tip**

방문 시에는 선물 준비
베트남은 정(tình cảm)을 중시하는 문화이기 때문에 가정이나 회사에 방문하는 경우 간단한 선물이나 기념품을 가져가는 것이 예의입니다. 고가가 아니어도 정성과 따뜻한 마음이 들어 있으면 충분하며, 포장지를 사용하는 경우 복을 부르는 의미의 빨간색이나 금색이 좋습니다.

Mẫu 014

주어 + mới + 동사

~은 막 ~했어요

mới는 근접 과거 시제로 [**mới + 동사**]는 '방금 ~했다, 막 ~했다'는 뜻을 나타냅니다.
완료의 의미인 **rồi**와 함께 써서 [**주어 + mới + 동사 + rồi**]로 쓸 수도 있습니다.

STEP 1

1　우리는 막 도착했어요.
　Chúng tôi mới đến.

2　나는 방금 돈을 지불했어요.
　Tôi mới trả tiền rồi.

3　이 휴대폰은 방금 배터리가 다 됐어요.
　Cái điện thoại này mới hết pin rồi.

4　너네들은 방금 쌀국수 먹었지?
　Các em mới ăn phở rồi à?

5　직원들은 방금 퇴근했어요.
　Các nhân viên mới tan làm.

trả tiền (돈을) 지불하다
cái điện thoại 휴대폰
hết pin 배터리가 다 되다
tan làm 퇴근하다
đợi 기다리다
lâu 오래, 오랫동안

STEP 2

1　A Các bạn đợi lâu rồi phải
　　　không?
　　B Không. 우리는 막 도착했어요.

2　A Anh trả tiền chưa?
　　B Rồi. 나는 방금 돈을 지불했어요.

1　A 여러분 많이 기다리셨죠?
　　B 아니요. *Chúng tôi mới đến.*

2　A 형은 돈 냈어요?
　　B 네. *Tôi mới trả tiền rồi.*

> **Tip**
>
> 베트남 쌀국수
> 베트남 쌀국수 phở는 **phở bò**(소고기 쌀국수)와 **phở gà**(닭고기 쌀국수) 두 종류가 있어요. 소고기 쌀국수는 고기를 익힌 정도에 따라 **phở chín**(완숙)과 **phở tái**(반숙)으로 나뉩니다.

34

주어 + đang + 동사

🎧 015.mp3

~은 ~하는 중이에요

đang은 진행을 나타내는 시제로, [đang + 동사]는 '~하는 중이에요'라는 뜻을 나타냅니다.

STEP 1

1 나는 음악을 듣는 중이에요.
   Tôi đang nghe nhạc.

2 초인종이 울리는 중이에요.
   Chuông cửa đang reo.

3 물이 끓고 있는 중이야.
   Nước đang sôi.

4 개가 짖고 있는 중이에요.
   Con chó đang sủa.

5 당신은 운전 중이죠?
   Bạn đang lái xe phải không?

nghe nhạc 음악을 듣다
chuông cửa 초인종
reo 울리다
nước 물
sôi 끓다
sủa 짖다
lái xe 운전하다
pha cà phê 커피 타다

STEP 2

1 A Anh đang làm gì?
   B **나는 음악을 듣는 중이에요.**

2 A Chị pha cà phê chưa?
   B Chưa. **물이 끓고 있는 중이야.**

1 A 오빠 뭐 하는 중이에요?
   B Tôi đang nghe nhạc.

2 A 언니는 커피 타 났어요?
   B 아직. Nước đang sôi.

🔷 Tip

수돗물
베트남의 수돗물에는 석회질이 많아 끓여 먹어도 안전하지 않아요. 그래서 라면이나 커피 물을 끓일 때도 생수로 끓여 먹어야 합니다.

Mẫu 016

주어 + sắp + 동사

~은 곧 ~할 거예요

[sắp + 동사](곧 ~할 것이다, 곧 ~하다)는 가까운 미래를 나타내는 패턴이에요. 미래 시제지만 미래 완료의 의미로 **rồi**와 함께 쓸 수 있어요.(〈Step 1〉의 3, 4번 예문)

STEP 1

1 나는 곧 끝날 거예요.
Tôi sắp xong.

2 비행기가 곧 이륙해요.
Máy bay sắp cất cánh.

3 곧 비가 내리겠어요.
Trời sắp mưa rồi.

4 오빠, 다 왔죠? (=오빠, 곧 도착하죠?)
Anh sắp đến rồi phải không?

5 기차가 곧 출발해요.
Tàu hỏa sắp khởi hành.

máy bay 비행기
cất cánh 이륙하다
mưa 비
tàu hỏa 기차(북부)
xe lửa 기차(남부)
khởi hành 출발하다
nhìn 보다
bầu trời 하늘
동사 + đi ~해라, ~하자
Xin lỗi 죄송합니다, 실례합니다
bị tắc đường 교통 체증에 걸리다

STEP 2

1 **A** Nhìn bầu trời đi!
B 곧 비가 내리겠어요.

1 **A** 하늘 봐봐!
B Trời sắp mưa rồi.

2 **A** 오빠 다 왔죠?
B Xin lỗi. Tôi bị tắc đường.

2 **A** Anh sắp đến rồi phải không?
B 미안해. 나 교통 체증에 걸렸어.

◆ Tip

건기와 우기
베트남 남부의 기후는 건기(11~4월), 우기(5~10월)로 나뉘며, 우기에는 하루에 한 번 정도는 꼭 비가 내립니다. 먹구름이 끼면 오토바이를 타던 사람들은 도로변에 정차한 후 오토바이 안장에 넣어둔 비옷으로 갈아입습니다.

Mẫu 017

주어 + sẽ + 동사

~는 ~할 거예요

sẽ는 미래 시제로, [**sẽ + 동사**]는 '~할 것이다'라는 뜻이에요.

★ STEP 1

1 누나는 미국에 갈 거예요?
Chị **sẽ** đi Mỹ không?

2 식당이 개업할 거예요.
Nhà hàng **sẽ** khai trương.

3 비서가 지사에 연락할 거예요.
Thư ký **sẽ** liên lạc với chi nhánh.

4 오빠는 운동하러 갈 거예요?
Anh **sẽ** đi tập thể dục không?

5 주말에 나는 공연 보러 갈 거예요.
Cuối tuần tôi **sẽ** đi xem biểu diễn.

đi + 장소 ~에 가다
Mỹ 미국
khai trương 개업하다
thư ký 비서
liên lạc với~ ~와 연락
하다
chi nhánh 지사
tập thể dục 운동하다
biểu diễn 공연

★★ STEP 2

1 A <u>누나는 미국에 갈 거예요?</u>
  B Tôi chưa biết.

2 A Cuối tuần anh sẽ đi xem phim
     phải không?
  B Không. **주말에 나는 공연 보러 갈**
     거예요.

1 A Chị sẽ đi Mỹ không?
  B 아직 몰라요.

2 A 주말에 오빠는 영화 보러 갈 거죠?
  B 아니요. Cuối tuần tôi sẽ đi xem
     biểu diễn.

◆ **Tip**

운동 종목(Môn thể thao)
bóng đá 축구
bóng chày 야구
bóng bàn 탁구
bóng rổ 농구
bóng chuyền 배구
cầu lông 배드민턴
quần vợt 테니스
bơi 수영하다
chạy bộ 조깅
gôn 골프
yoga 요가

Mẫu 018

주어 + định + 동사

~은 ~할 예정이에요

🎧 018.mp3

[**định + 동사**] (~할 예정이다)는 미래의 계획이나 예정, 의지를 표현할 때 사용합니다.

⭐ STEP 1

1 다음 주에 나는 출장 갈 예정이에요.
Tuần sau tôi định đi công tác.

2 2년 후 그는 귀국할 예정이죠?
2 năm sau anh ấy định về nước phải không?

3 우리는 이사할 예정이에요.
Chúng tôi định chuyển nhà.

4 우리 팀은 대회에 참가할 예정이에요.
Đội chúng tôi định tham gia đại hội.

5 두 회사는 계약을 체결할 예정이에요.
2 công ty định ký hợp đồng.

tuần sau 다음 주
công tác 출장
(숫자) + năm sau ~년 후
về nước 귀국하다
chuyển nhà 이사하다
đội 팀
tham gia 참가하다
đại hội 대회
ký hợp đồng 계약을 체결
하다
ẩm 습한

⭐⭐ STEP 2

1 A 2년 후 그는 귀국할 예정이죠?
  B Không phải là 2 năm sau.

2 A Nhà này ẩm quá!
  B Đúng rồi.
   우리는 이사할 예정이에요.

1 A 2 năm sau anh ấy định về nước
   phải không?
  B 2년 후가 아니에요.

2 A 이 집은 너무 습해요!
  B 맞아요.
   Chúng tôi định chuyển nhà.

🔷 **Tip**

숫자

1	2	3	4
một	hai	ba	bốn
5	6	7	8
năm	sáu	bảy	tám
9	10		
chín	mười		

• 15~99 사이 일의 자리의
5는 **lăm**
• 20 이상부터는 십 자리의
성조가 없어져서 **mươi**
• 21~99 사이 일의 자리의
1은 **mốt**

음성강의 & 예문 듣기

UNIT 04

의문사 패턴

Mẫu 019

주어 + là + gì?

~은 뭐예요?

là(~이다)와 의문사 gì(무엇)를 써서 [주어 + là + gì?] 형식은 주어가 무엇인지 물어볼 때 쓰는 패턴입니다.

★ STEP 1

1 호텔 이름이 뭐예요?
Khách sạn tên là gì?

2 이것은 뭐예요?
Cái này là gì?

3 동생 취미는 무엇입니까?
Sở thích em là gì?

4 가게 전화번호가 뭐예요?
Số điện thoại cửa hàng là gì?

5 그의 의견이 뭐예요?
Ý kiến anh ấy là gì?

khách sạn 호텔
sở thích 취미
số điện thoại 전화번호
cửa hàng 가게
ý kiến 의견
cũng 또한
gọi 걸다
-nhé ~하세요
(참고) 문장 끝에 붙어 가벼운 명령, 제안할 때 사용합니다.

★★ STEP 2

1 A 호텔 이름이 뭐예요?
B Khách sạn tên là New world.

2 A 가게 전화번호가 뭐예요?
B Số điện thoại cửa hàng là 832 …. Tôi cũng không nhớ. Anh gọi số 1080 nhé.

1 A Khách sạn tên là gì?
B 호텔 이름은 뉴월드예요.

2 A Số điện thoại cửa hàng là gì?
B 가게 전화번호는 832 …. 나도 기억이 안 나요. 1080번으로 전화해 봐요.

◆ Tip

1080 교환대에 무엇이든 물어보세요!
무엇인가 궁금한 것이 있으면 1080번으로 전화를 걸어 물어보세요. 의료, 법률, 경제, 컴퓨터, 전자, 교육, 심리, 스포츠 외에 다양한 분야에 대해 1분에 3000동(약 150원)으로 해결됩니다.

Mẫu 020

주어 + 동사 + gì?
~은 무엇을 ~해요?

'~하다' 동사가 **gì**와 합쳐지면 '무엇을 ~해요?'라는 표현이 됩니다. 앞에서 배웠던 시제와 같이 쓸 수도 있겠죠.

STEP 1

1 당신은 무엇을 보내요?
Bạn gửi gì?

2 오빠는 무엇을 좋아해요?
Anh thích gì?

3 언니는 뭘 먹어요?
Chị ăn gì?

4 그녀가 뭐라고 하나요?
Chị ấy nói gì?

5 당신은 무엇을 배워요?
Bạn học gì?

gửi 보내다
nói 말하다
học 공부하다
chơi gôn 골프 치다

STEP 2

1 A 당신은 무엇을 보내요?
　B Tôi gửi thư cho bạn.

2 A 당신은 무엇을 배워요?
　B Tôi học chơi gôn. Bạn thích chơi gôn không?

1 A Bạn gửi gì?
　B 나는 친구에게 편지를 보내요.

2 A Bạn học gì?
　B 나는 골프를 배워요. 당신은 골프 치는 것을 좋아해요?

◆ **Tip**

골프
베트남에서도 골프는 주로 부유층이 즐기는 스포츠이며 주로 비즈니스 목적으로 치는 경우가 많습니다.

Mẫu
021

주어 + là + ai?

~은 누구예요?

의문사 **ai**가 동사 뒤에 쓰이는 경우 '누구'의 뜻이며, 동사 **là**(~이다)와 함께 쓰면 '~은 누구예요?'라는 뜻이 됩니다.

★ STEP 1

1 저사람은 누구예요?
Người kia là ai?

2 한국 사람은 누구예요?
Người Hàn Quốc là ai?

3 언니 애인이 누구예요?
Người yêu chị là ai?

4 관리자가 어느 분이세요?
Người quản lý là ai?

5 다음 분은 어느 분이세요?
Người tiếp theo là ai?

người yêu 애인
người quản lý 관리자
tiếp theo 다음의
giáo sư 교수

★★ STEP 2

1 **A** 저사람은 누구예요?
  B Kia là giáo sư.

2 **A** 관리자가 어느 분이세요?
  B Anh Kim là người quản lý.

1 **A** Kia là ai?
  B 저사람은 교수님이야.

2 **A** Người quản lý là ai?
  B 김 씨가 관리자예요.

🔷 Tip

지시대명사 및 지시형용사

지시대명사	뜻	명사 + 지시형용사
đây	이분	người này
	이것	cái này
	이곳	nơi này
đó =đấy	그분	người đó
	그것	cái đó
	그곳	nơi đó
kia	저분	người kia
	저것	cái kia
	저곳	nơi kia

đó와 **kia**는 지시대명사, 지시형용사 두 가지 용법이 있어요.

Mẫu 022

주어 + 동사 + ai?

~은 누구를 ~해요?

'~하다' 동사와 의문사 **ai**(누구)가 합쳐져서, '~은 누구를 ~해요?'라는 뜻을 나타냅니다.

STEP 1

1 오빠는 누구를 싫어해요?
Anh ghét ai?

2 동생은 누구를 만나고 싶어요?
Em muốn gặp ai?

3 사장님은 누구를 데려가요?
Giám đốc đưa ai?

4 당신은 누구를 선택했어요?
Bạn đã chọn ai?

5 이번에 오빠는 누구를 채용할 거예요?
Lần này anh sẽ tuyển ai?

ghét 싫어하는
muốn 원하다
đưa ~ ~을 데려가다
chọn 선택하다, 고르다
lần này 이번
tuyển 채용하다
ích kỷ 이기적인
thực sự 사실
trong ~ ~ 안에, ~ 내에
tuần này 이번 주
quyết định 결정하다

STEP 2

1 A <u>오빠는 누구를 싫어해요?</u>
  B Tôi không ghét ai. À! Tôi ghét người ích kỷ.

2 A <u>이번에 오빠는 누구를 채용할 거예요?</u>
  B Thực sự, tôi chưa biết. Tôi sẽ quyết định trong tuần này.

1 A Anh ghét ai?
  B 나는 누구를 싫어하지 않아(아무도 안 싫어해). 아! 나는 이기적인 사람 싫어해.

2 A Lần này anh sẽ tuyển ai?
  B 사실 나는 아직 몰라요. 나는 이번 주 내로 결정할 거예요.

◆ Tip

성격 표현
nóng tính 성급한
vui vẻ 쾌활한, 즐거운
nhiệt tình 열정적인
hướng ngoại 외향적인
hướng nội 내향적인
hài hước 유머러스한
hiền 착한
tử tế 친절한

Ai là ~?

누가 ~입니까?

의문사 **ai**가 동사 앞에 쓰이는 경우 '누가'라는 뜻이며, 동사 **là**(~이다)와 함께 쓰면 '누가 ~입니까?'라는 뜻을 나타냅니다.

STEP 1

1 누가 멋쟁이입니까?

Ai là soái ca?

2 누가 백만장자예요?

Ai là triệu phú?

3 누가 이 신발의 주인입니까?

Ai là chủ của đôi giày này?

4 누가 매국노야?

Ai là kẻ bán nước?

5 누가 비상장 회사 법에 따른 대표인가요?

Ai là người đại diện theo pháp luật doanh nghiệp tư nhân?

soái ca 멋쟁이
triệu phú 백만장자
chủ 주인
đôi giày 신발
kẻ bán nước 매국노
người đại diện 대표
pháp luật 법률
doanh nghiệp 업체, 기업
tư nhân 사립, 민영
cô bé Lọ Lem 신데렐라

STEP 2

1 **A** 누가 이 신발의 주인입니까?

　　B Cô bé Lọ Lem là chủ của đôi giày này.

2 **A** 누가 비상장 회사 법에 따른 대표인가요?

　　B Anh trai tôi là người đại diện.

1 **A** Ai là chủ của đôi giày này?

　　B 신데렐라가 이 신발의 주인이에요.

2 **A** Ai là người đại diện theo pháp luật doanh nghiệp tư nhân?

　　B 제 형이 대표입니다.

◆ Tip

회사 형태

• công ty TNHH(Trách Nhiệm Hữu Hạn) 1 thành viên
1인 책임유한회사

• công ty TNHH 2 thành viên trở lên
2인 이상 책임유한회사

• công ty cổ phần
주식회사

• doanh nghiệp tư nhân 비상장 회사

• công ty hợp danh
합명회사

Mẫu 024

Ai + 동사?

누가 ~해요?

'~하다' 동사와 의문사 **ai**(누구)가 합쳐져서, '누가 ~해요?'라는 뜻을 나타냅니다.

STEP 1

1 누가 안 오죠?
Ai không đến?

2 누가 주차해요?
Ai đỗ xe?

3 누가 베트남어 해요?
Ai nói tiếng Việt?

4 방금 전 누가 전화했어?
Hồi nãy **ai** đã gọi điện?

5 그러면 누가 이 일을 담당합니까?
Thế thì **ai** phụ trách việc này?

đỗ xe 주차하다
hồi nãy 방금 전, 좀 전
gọi điện 전화하다
thế thì 그러면
phụ trách 담당하다
người quen 지인

STEP 2

1 A 누가 안 오죠?
　B Anh Kim không đến. Anh ấy nói hôm nay bận.

2 A 방금 전 누가 전화했어?
　B Người quen em. Sao ạ?

1 A Ai không đến?
　B 김 씨가 안 와요. 그가 말하길 오늘 바쁘대요.

2 A Hồi nãy ai đã gọi điện?
　B 제 지인이요. 왜요?

> **Tip**
>
> Ai đấy?(누구세요?)
> 누군가 방문을 노크하거나 전화 통화할 때 **Ai đấy?**라고 합니다. **đấy**는 **đó**와 같은 뜻으로 '거기'라는 뜻입니다.

Ai + 형용사?

누가 ~해요?

형용사가 술어 역할을 하기 때문에 동사와 마찬가지로 **[ai + 형용사]**는 '누가 ~해요?'라는 뜻으로 씁니다.

🎧 025.mp3

STEP 1

1 누가 잘해요?
   Ai giỏi?

2 누가 귀여워요?
   Ai dễ thương?

3 누가 근면하지 않아요?
   Ai không siêng năng?

4 누가 날씬해요?
   Ai thon thả?

5 누가 제일 잘생겼어요?
   Ai đẹp trai nhất?

giỏi 잘하는
dễ thương 귀여운
siêng năng 근면한
thon thả 날씬한
đẹp trai 잘생긴
형용사 + nhất 제일 ~한,
가장 ~한(최상급)
nói thật 솔직히 말해서

STEP 2

1 **A** 누가 근면하지 않아요?
   B Anh Kim không siêng năng.

2 **A** 누가 제일 잘생겼어요?
   B Nói thật, tôi đẹp trai nhất.

1 **A** Ai không siêng năng?
   B 김 씨가 성실하지 않아요.

2 **A** Ai đẹp trai nhất?
   B 솔직히 말해서, 내가 제일 잘생겼어요.

◆ Tip

외모 표현
gầy 마른 =**ốm**
thon thả 날씬한
cân đối 균형 잡힌
chắc nịch 다부진
tròn trĩnh 포동포동한
béo 뚱뚱한

주어 + là + 명사 + nào?

~은 어느 ~입니까?

🎧 026.mp3

의문사 **nào**(어느)가 [**là + 명사**] 뒤에 쓰여 '어느 ~입니까?'라는 뜻을 나타냅니다.

STEP 1

1 당신(형)은 어느 나라 사람이에요?
Anh là người nước nào?

2 더블룸이 어느 방이에요?
Phòng đôi là phòng nào?

3 신상품이 어느 거예요?
Sản phẩm mới là cái nào?

4 동쪽이 어느 쪽이에요?
Phía đông là phía nào?

5 쌀국수가 어느 음식이에요?
Món phở là món nào?

phòng đôi 더블룸
sản phẩm 상품
mới 새로운
phía 쪽
đông ①동쪽의 ②붐비는
③겨울
món 음식

STEP 2

1 A 당신은 어느 나라 사람이에요?
　B Tôi là người Hàn Quốc.

2 A <u>신상품이 어느 거예요?</u>
　B Cái này.

1 A Anh là người nước nào?
　B 나는 한국 사람이에요.

2 A Sản phẩm mới là cái nào?
　B 이것이요.

🔷 **Tip**

국가명

한국	Hàn Quốc
베트남	Việt Nam
중국	Trung Quốc
일본	Nhật Bản
프랑스	Pháp
미국	Mỹ
라오스	Lào
태국	Thái Lan

국가명이 2음절로 된 경우
첫 글자는 대문자로 씁니다.

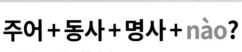

Mẫu 027

주어 + 동사 + 명사 + nào?

~은 어느 ~을 ~합니까?

🎧 027.mp3

의문사 **nào**(어느)는 명사 뒤에 쓰이며 **[주어 + 동사(~하다) + 명사 + nào?]** 패턴은
'~은 어느 ~을 ~해요?'라는 뜻을 나타냅니다.

★ STEP 1

1 오빠는 어떤 음악 장르를 좋아해요?
   Anh thích loại nhạc nào?

2 당신은 어느 것을 입고 싶어요?
   Bạn muốn mặc cái nào?

3 언니는 어느 팀을 응원해요?
   Chị cổ vũ đội nào?

4 사장님은 어떤 조건을 거절했어요?
   Giám đốc đã từ chối điều kiện nào?

5 당신은 어떤 색을 원해요?
   Bạn muốn màu nào?

---

loại 장르, 종류
nhạc 음악
(참고) **âm nhạc**의 줄임말
mặc 입다
cổ vũ 응원하다
đội 팀
từ chối 거절하다
điều kiện 조건
màu 색

★★ STEP 2

1 **A** 당신은 어떤 색을 원해요?
   B Màu trắng.

2 **A** 언니는 어느 팀을 응원해요?
   B Tôi cổ vũ đội Hàn Quốc.

1 **A** Bạn muốn màu nào?
   B 흰색이요.

2 **A** Chị cổ vũ đội nào?
   B 나는 한국 팀을 응원해요.

◆ Tip

색깔(Màu sắc)

màu đen 검은색
màu trắng 흰색
màu vàng 노랑색
màu hồng 분홍색
màu cam 주황색
màu đỏ 빨간색
màu xanh nước biển
파란색
màu xanh da trời
하늘색
màu xanh lá cây
초록색
màu tím 보라색
màu bạc 은색
màu vàng óng 금색

Mẫu
028

명사 + ở + đâu?
~은 어디에 있어요?

ở(~에 있다, ~에 위치해 있다)와 의문사 **đâu**가 합쳐져서 [**명사 + ở + đâu?**]는 주어의
위치를 물어볼 때 사용하는 표현입니다.

STEP 1

1 화장실은 어디 있어요?
Nhà vệ sinh ở đâu?

2 버스 정류장은 어디에 있어요?
Trạm xe buýt ở đâu?

3 발표 자료는 어디에 있어요?
Tài liệu phát biểu ở đâu?

4 전자기기 매장은 어디에 있어요?
Cửa hàng máy điện tử ở đâu?

5 오빠 지금 어디예요?
Bây giờ anh đang ở đâu?

nhà vệ sinh 화장실
trạm xe buýt
버스 정류장
tài liệu 자료
phát biểu 발표하다
cửa hàng 가게, 상점
máy điện tử 전자기기
trạm xăng 주유소

STEP 2

1 **A** 화장실은 어디 있어요?
　　B Ở đằng kia.

1 **A** Nhà vệ sinh ở đâu?
　　B 저쪽에요.

2 **A** 오빠 지금 어디예요?
　　B Tôi đang ở trạm xăng.

2 **A** Bây giờ anh đang ở đâu?
　　B 나 주유소에 있어.

◆ Tip

trạm
trạm은 길가에 있는 장소
를 나타내는 말입니다.

• trạm + xe búyt
　버스 정류장
• trạm + xăng 주유소
• trạm + nghỉ 휴게소

Mẫu 029

동사 + ở + đâu?

어디에서 ~해요?

ở는 '~에 있다'는 뜻 외에 전치사 '~에서'라는 뜻이 있습니다. 의문사 **đâu**(어디)와 합쳐진 **ở đâu**가 동사 뒤에 쓰인 [**동사 + ở đâu?**]는 특정 행위가 일어나는 장소를 묻는 표현입니다.

★ STEP 1

1 오빠는 어디에서 환전해요?
   Anh đổi tiền ở đâu?

2 오빠는 오토바이 렌트를 어디에서 하나요?
   Anh thuê xe máy ở đâu?

3 형은 어디에서 신청해요?
   Anh đăng ký ở đâu?

4 나는 어디에서 버스를 타야 합니까?
   Tôi lên xe buýt ở đâu?

5 나는 그것을 어디에서 가져와야 해요?
   Tôi lấy cái đó ở đâu?

đổi tiền 환전하다	
thuê 대여하다	
đăng ký 신청하다	
lên 오르다, 탑승하다	
lấy 갖다, 받다	
tiệm 가게, 상점	
vàng 금	
sân thượng 옥상	

★★ STEP 2

1 A 오빠는 어디에서 환전해요?
  B Ở tiệm vàng.

2 A 나는 그것을 어디에서 가져와야
    해요?
  B Anh lấy cái đó ở sân thượng.

1 A Anh đổi tiền ở đâu?
  B 귀금속 가게에서요.

2 A Tôi lấy cái đó ở đâu?
  B 옥상에서 그것을 가져와요.

◆ Tip

환전
환전할 때는 공항이나 은행보다 사설 환전소나 귀금속 매장에서 하는 것이 더 이득입니다.

• 환전소가 어디 있어요?
  Địa điểm đổi tiền ở đâu?

• 귀금속점이 어디 있어요?
  Tiệm vàng ở đâu?

Mẫu 030

명사 + thế nào?

~은 어때요?

의문사 **thế nào** 앞에 명사가 쓰인 경우, **thế nào**는 '어때'라는 뜻을 나타내며 상태를 묻는 표현이 됩니다.

★ STEP 1

1 오늘 날씨 어때요?
Thời tiết hôm nay thế nào?

2 요즘 오빠 건강 어때요?
Dạo này sức khỏe anh thế nào?

3 음식 맛이 어때요?
Hương vị món ăn thế nào?

4 이 스타일 어때요?
Kiểu này thế nào?

5 이번 주 토요일 어때요?
Thứ bảy tuần này thế nào?

thời tiết 날씨
sức khỏe 건강
hương vị 맛
món ăn 음식
kiểu 스타일
hơi + 형용사 약간 ~한
nhưng 그러나
được 되다, 가능하다

★★ STEP 2

1 A 오늘 날씨 어때요?
 B Thời tiết nóng quá!

2 A 음식 맛이 어때요?
 B Hơi mặn nhưng cũng được.

1 A Thời tiết hôm nay thế nào?
 B 날씨가 너무 더워요!

2 A Hương vị món ăn thế nào?
 B 약간 짜지만 먹을 만해요.

🔊 Tip

날씨(Thời tiết) 표현
nóng 더운
rét 추운 =lạnh
ấm 따뜻한
ẩm 습한
có gió 바람 부는
mát mẻ 시원한
trời mưa 비 내리다
tuyết rơi 눈 내리다

Mẫu 031

동사 + thế nào?
어떻게 ~해요?

🎧 031.mp3

의문사 **thế nào**의 앞에 동사가 쓰인 경우, **thế nào**는 '어떻게'라는 뜻을 나타내며 방법을 묻는 표현이 됩니다.

STEP 1

1 언니는 이 일을 어떻게 생각해?
   Chị thấy điều này thế nào?

2 지금 어떻게 해야 하지?
   Bây giờ phải làm thế nào?

3 이거 어떻게 먹어요?
   Cái này ăn thế nào?

4 오빠는 어떻게 갈 거야?
   Anh sẽ đi thế nào?

5 우리 어떻게 결제할 거야?
   Chúng ta sẽ thanh toán thế nào?

thấy 느끼다, 생각하다
bây giờ 지금
phải + 동사 ~해야 한다
(의무)
thanh toán 결제하다
vô lý 불합리한, 부조리한
trả tiền 지불하다
riêng 따로
-nhé ~하세요
(참고) 문장 끝에 붙어 가벼운 명령이나 제안을 할 때 사용합니다.

STEP 2

1 A 언니는 이 일을 어떻게 생각해?
  B Vô lý!

1 A Chị thấy điều này thế nào?
  B 말도 안되지!

2 A 우리 어떻게 결제할 거야?
  B Chúng ta trả tiền riêng nhé!

2 A Chúng ta sẽ thanh toán thế nào?
  B 우리 더치페이 하자!

🔹 **Tip**

모임을 제안한 사람이 계산
베트남에서는 남자나 연장자, 또는 먼저 식사나 모임 자리를 제안한 사람이 계산하는 편입니다. 반면에 자주 만나는 사이이거나 학생 신분인 경우에는 주로 더치페이를 합니다.

Mẫu 032

mấy + 명사?

몇 ~이에요?

mấy(몇)와 bao nhiêu(얼마)는 명사 앞에 붙어 수량을 묻는 의문사입니다. 10 이하의 수량에 대해서는 mấy, 10 이상이거나 수량을 가늠할 수 없는 경우에는 bao nhiêu를 사용합니다. 단, 가격을 물을 때는 bao nhiêu만 사용할 수 있습니다.

STEP 1

1 올해 언니는 몇 살이에요?
Năm nay chị bao nhiêu tuổi?

2 한국에 온 지 몇 년 됐어요?
Anh đến Hàn Quốc mấy năm rồi?

3 몇 시에 수업이 시작해요?
Mấy giờ lớp học bắt đầu?

4 1개에 얼마예요?
Một cái bao nhiêu tiền?

5 오빠는 몇 명의 자녀가 있나요?
Anh có mấy con?

tuổi 나이
lớp học 수업, 교실
bắt đầu 시작하다
tiền 돈
có + 명사 ~이 있다
con 자식, 자녀

STEP 2

1 **A** <u>올해 언니는 몇 살이에요?</u>
B 35 tuổi.

1 **A** Năm nay chị bao nhiêu tuổi?
B 35살이에요.

2 **A** <u>1개에 얼마예요?</u>
B Hai mươi lăm nghìn đồng.

2 **A** Một cái bao nhiêu tiền?
B 25,000동이요.

◆ Tip

화폐 단위 읽기
• 백 단위: **trăm**
   천 단위: **nghìn =ngàn**
• 뒤부터 숫자 영(0) 3자리를 끊어서 **nghìn**(천)이라고 읽습니다.

Tại sao ~?

왜 ~해요?

🎧 033.mp3

이유를 묻는 의문사 **Tại sao / Vì sao / Sao**(왜)는 모두 단독으로 쓸 수 있으며, 문장 시작 부분에 써서 '왜 ~해요?'라는 표현을 만듭니다.

⭐
STEP 1

1 왜 울어요?
Sao bạn khóc?

2 왜 늦었어요?
Tại sao anh đến muộn?

3 왜 안 먹어요?
Tại sao không ăn?

4 왜 여기에 아무도 없어요?
Vì sao không có ai ở đây?

5 왜 많은 한국 대기업이 베트남에 투자를 해요?
Tại sao nhiều công ty lớn Hàn đầu tư vào Việt Nam?

---

khóc 울다
đến muộn 늦게 도착하다
nhiều 많이, 많은
lớn 큰
đầu tư vào ~에 투자하다 =**đầu tư ở**
vì ~ ~하기 때문에, 왜냐하면 ~
khả năng 가능성
phát triển 발전하다

⭐⭐
STEP 2

1 A 왜 늦었어요?
  B Vì tắc đường.

2 A 왜 많은 한국 대기업이 베트남에 투자를 해요?
  B Vì ở Việt Nam có khả năng phát triển.

1 A Tại sao anh đến muộn?
  B 교통 체증 때문이에요.

2 A Tại sao nhiều công ty lớn Hàn đầu tư vào Việt Nam?
  B 왜냐하면 베트남에는 발전 가능성이 있기 때문이에요.

🔖 **Tip**

남북의 언어 차이
베트남은 남북으로 길게 뻗어 있는(약 1,700km) 지리적 특성 때문에 성조, 단어, 발음면에서 남북이 서로 다른 경우가 있습니다.

(1) 늦은, 늦게

북부	남부
muộn	trễ

(2) 교통 체증

북부	남부
tắc đường	kẹt xe

Bao giờ ~?
언제 ~할 거예요?(미래)

🎧 034.mp3

때를 묻는 의문사 **Bao giờ / Khi nào / Chừng nào**(언제)는 모두 단독으로 쓸 수 있습니다. 문장 시작 부분에 쓰이면 '언제 ~할 거예요?, 언제 ~해요?'라는 미래를 묻는 표현으로, 문장 위치만으로 미래 시제를 나타내므로, 시제 **sẽ**(~할 것이다)는 생략 가능합니다.

STEP 1

1 언제 일이 끝나요?
   Bao giờ anh làm xong?

2 언제 시험 봐요?
   Bao giờ anh thi?

3 언제 생일 파티를 열어요?
   Khi nào chị mở tiệc sinh nhật?

4 언제 졸업해?
   Khi nào em tốt nghiệp?

5 언제 가게가 문을 닫아요?
   Chừng nào cửa hàng đóng cửa?

thi 시험, 시험을 보다
mở tiệc 파티를 열다
tốt nghiệp 졸업하다
=**ra trường**
cửa hàng 상점, 가게
đóng cửa 문 닫다
thức đêm
밤새우다 =**thức khuya**

STEP 2

1 **A** 언제 일이 끝나요?
  B Tôi phải thức đêm.

2 **A** 언제 가게가 문을 닫아요?
  B 9 giờ tối.

1 **A** Bao giờ anh làm xong?
  B 나는 밤새워야 해요.

2 **A** Chừng nào cửa hàng đóng cửa?
  B 저녁 9시요.

🔷 **Tip**

시간대 표현

아침 (01:00~10:59)	buổi sáng
점심 (11:00~12:59)	buổi trưa
오후 (13:00~18:59)	buổi chiều
저녁 (19:00~22:59)	buổi tối
밤 (23:00~24:59)	ban đêm

시간 표현

작은 단위부터 앞에 쓰며 시간대를 나누는 단위인 **buổi**와 **ban**은 생략한다.

• 오전 6시:
  6 giờ sáng
• 점심 12시 30분:
  12 giờ 30 phút trưa

Mẫu 035

~ bao giờ?

언제 ~했어요?(과거)

🎧 035.mp3

〈Mẫu 34〉의 미래형 의문사 **bao giờ / khi nào**가 문장 뒤에 쓰일 경우, '언제 ~했어요?'라는 과거 표현이 됩니다. 이외에 **hồi nào**도 과거 때에 대해서만 묻는 표현입니다. 이 패턴은 위치만으로 과거 시제가 결정되므로, 시제 **đã**(~했다)는 생략할 수 있습니다.

STEP 1

1 언제 검사했어요?
Bạn kiểm tra **khi nào**?

2 언제 이메일 확인했어요?
Anh xác nhận email **khi nào**?

3 언제 입학했어요?
Em nhập học **bao giờ**?

4 언제 외국 지사에서 회의했어요?
Anh họp ở chi nhánh nước ngoài **khi nào**?

5 언제 서류를 냈어요?
Chị nộp hồ sơ **hồi nào**?

kiểm tra 검사하다
xác nhận 확인하다
nhập học 입학하다
họp 회의하다
chi nhánh 지사
nước ngoài 외국
nộp 내다
hồ sơ 서류

STEP 2

1 A 언제 입학했어요?
B 3 năm trước.

2 A 언제 서류를 냈어요?
B Tôi nộp hồ sơ 2 tuần trước.

1 A Em nhập học bao giờ?
B 3년 전에요.

2 A Chị nộp hồ sơ hồi nào?
B 나는 2주 전에 서류를 냈어요.

🔷 **Tip**

기간 표현

숫자	tiếng 시간	trước 전 sau 후
	ngày 일	
	tuần 주	
	tháng 개월	
	năm 년	

1 tiếng sau 1시간 후
2 ngày trước 2일 전
3 tuần sau 3주 후
4 tháng trước 4개월 전
5 năm sau 5년 후

Mẫu 036

đã + 동사 + bao giờ chưa?

~한 적 있어요?(경험 묻기)

경험에 대해 묻기 위해 [đã + 동사 + bao giờ chưa?] 또는 [đã + 동사 + lần nào chưa?] 표현을 사용해요. 과거 내용이기 때문에 시제 đã는 생략할 수 없으며 bao giờ 자리에 khi nào를 쓸 수 없습니다.

STEP 1

1 수상 인형극 본 적 있어요?
   Bạn đã xem múa rối nước bao giờ chưa?

2 애완동물 길러 본 적 있어요?
   Anh đã nuôi thú cưng bao giờ chưa?

3 베트남 영화 본 적 있어?
   Em đã xem phim Việt Nam bao giờ chưa?

4 혼자 여행 가 본 적 있어요?
   Anh đã đi du lịch một mình lần nào chưa?

5 베트남 사람과 대화해 본 적 있어요?
   Chị đã nói chuyện với người Việt Nam lần nào chưa?

múa rối nước
수상 인형극
nuôi 기르다
thú cưng 애완동물
một mình 혼자
nói chuyện với ~
~과 대화하다

STEP 2

1 **A 수상 인형극 본 적 있어요?**
   B Rồi. Tôi đã xem ở Hà Nội 1 lần rồi.

2 **A 베트남 영화 본 적 있어?**
   B Chưa. Tôi chưa bao giờ xem phim Việt Nam.

1 **A Bạn đã xem múa rối nước bao giờ chưa?**
   B 네. 하노이에서 한 번 봤어요.

2 **A Em đã xem phim Việt Nam bao giờ chưa?**
   B 아직요. 나는 아직 베트남 영화를 본 적 없어요.

◆ Tip

경험 유무에 대해 간단히 답하기

(1) 질문
   đã + 동사 + bao giờ chưa?

(2) 단답형
   · Rồi. 예.
   · Chưa. 아니요.

(3) 문장형
   · Tôi đã + 동사 + (숫자 lần) + rồi
   (몇 번) ~해 본 적 있다
   · Tôi chưa bao giờ + 동사
   아직 ~해 본 적 없다

Mẫu 037

đã + 동사 + bao lâu rồi?

얼마나 ~했어요?

> **bao lâu**(얼마나 오래)는 기간에 대해 묻는 의문사입니다. 과거 시제 **đã**와 함께 쓰면 과거에 '얼마나 ~했었는지' 기간을 묻는 표현이 되며, 주로 **rồi**(완료)를 문장 끝에 붙여 사용합니다.

★ STEP 1

1 중국에 얼마나 머물렀어요?
   Anh đã ở lại Trung Quốc bao lâu rồi?

2 전 남자친구와 얼마나 사귀었어?
   Em đã làm quen với bạn trai cũ bao lâu rồi?

3 예전 회사에서 얼마나 일했어요?
   Bạn đã làm ở công ty cũ bao lâu rồi?

4 미국에서 얼마나 유학 생활 했어요?
   Anh đã du học ở Mỹ bao lâu rồi?

5 정전이 얼마나 됐어요?
   Bị mất điện bao lâu rồi?

ở lại 머물다
làm quen với ~
~와 사귀다
bạn trai cũ 전 남자친구
công ty cũ 전 회사
du học 유학하다
bị mất điện 정전되다
rõ 정확한, 정확히

★★ STEP 2

1 A 중국에 얼마나 머물렀어요?
   B Không nhớ rõ.

2 A 예전 회사에서 얼마나 일했어요?
   B Khoảng 4 năm rồi.

1 A Anh đã ở lại Trung Quốc bao lâu rồi?
   B 잘 기억이 안 나요.

2 A Bạn đã làm ở công ty cũ bao lâu rồi?
   B 약 4년이요.

◆ Tip

기간 묻기
bao lâu(얼마나 오래) 부분에 다른 시간 의문사를 넣어서 질문할 수 있어요.

얼마나 일했어요?

Anh đã làm bao lâu rồi?
mấy tiếng 몇 시간
mấy ngày 며칠
mấy tuần 몇 주
mấy tháng 몇 달
mấy năm 몇 년

Mẫu 038

sẽ + 동사 + bao lâu (nữa)?
얼마나 ~할 거예요?

bao lâu(얼마나 오래)는 기간에 대해 묻는 의문사입니다. 미래 시제 **sẽ**와 함께 쓰면 미래에 '얼마나 ~할 것인지'를 묻는 표현이고, **nữa**(더)를 끝에 붙일 수도 있는데, 이때는 '얼마나 더 ~할 것인지'를 묻는 표현이 됩니다.

STEP 1

1 당신은 얼마나 참을 수 있어?
Bạn **sẽ chịu được bao lâu**?

2 얼마나 더 금식할 거예요?
Bạn **sẽ ăn kiêng bao lâu nữa**?

3 얼마나 더 기다릴 거예요?
Anh **sẽ chờ bao lâu nữa**?

4 올해 봄이 얼마나 남아 있을까요?
Mùa xuân năm nay **sẽ còn lại bao lâu**?

5 이 집에서 얼마나 살 거예요?
Anh **sẽ sống ở nhà này bao lâu**?

chịu 참다, 견디다
ăn kiêng 금식하다
chờ 기다리다
mùa xuân 봄
còn lại 남아 있다

STEP 2

1 A 얼마나 더 금식할 거예요?
　　B 1 tuần nữa.

2 A 이 집에서 얼마나 살 거예요?
　　B 3 năm.

1 A Bạn sẽ ăn kiêng bao lâu nữa?
　　B 1주 더요.

2 A Anh sẽ sống ở nhà này bao lâu?
　　B 3년이요.

▶ Tip

베트남의 계절

북부(miền Bắc)	
봄	mùa xuân
여름	mùa hè (=mùa hạ)
가을	mùa thu
겨울	mùa đông
남부(miền Nam)	
건기	mùa khô
우기	mùa mưa

베트남 북부 하노이와 베트남 남부 호찌민 시의 기후는 다릅니다. 하노이는 4계절이 존재하지만 뚜렷하지 않고, 호찌민 시는 1년 내내 더운 열대몬순 기후로 비가 내리는 우기와 비가 오지 않는 건기로 나뉩니다.

~ bao xa?

🎧 039.mp3

~ 얼마나 멀어요?

bao xa 앞에 주로 [A + cách + B] 또는 [từ(~부터) + A(장소) + đến(~까지) + B(장소)]를 사용하여 'A가 B에서 얼마나 떨어져 있어요(멀어요)?'라는 뜻을 나타냅니다.

⭐ STEP 1

1 오빠 집은 서울에서 얼마나 멀어요?
Nhà anh cách Seoul bao xa?

2 그 회사는 여기서부터 얼마나 떨어져 있어요?
Công ty đó cách đây bao xa?

3 호찌민 시에서부터 하노이까지 얼마나 멀어요?
Từ Thành phố Hồ Chí Minh đến Hà Nội bao xa?

4 지하철 역에서 버스 정류장까지 얼마나 멀어요?
Từ ga tàu điện ngầm đến trạm xe buýt bao xa?

5 공항이 여기서부터 얼마나 떨어져 있나요?
Sân bay cách đây bao xa?

cách 떨어져 있는
ga 역
tàu điện ngầm 지하철
sân bay 공항
xa 먼

⭐⭐ STEP 2

1 **A** 호찌민 시에서부터 하노이까지 얼마나 멀어요?
B Khoảng 2000km.

2 **A** 지하철 역에서 버스 정류장까지 얼마나 멀어요?
B Tôi cũng không biết rõ.

1 **A** Từ Thành phố Hồ Chí Minh đến Hà Nội bao xa?
B 약 2000km요.

2 **A** Từ ga tàu điện ngầm đến trạm xe buýt bao xa?
B 나도 잘 몰라요.

💬 **Tip**

베트남의 1차 행정구역
베트남의 1차 행정구역은 5개 중앙직할시(Thành phố trực thuộc trung ương): Hà Nội, Thành phố Hồ Chí Minh, Hải Phòng, Đà Nẵng, Cần Thơ)와 58개 성(Tỉnh)으로 구성됩니다. Thành phố Hồ Chí Minh에만 유일하게 Thành phố(시)를 붙여요. 그 이유는 바로 베트남의 영웅인 Hồ Chí Minh과 구분하기 위한 것이죠.

Mẫu 040

~ hay ~?

~이에요 아니면 ~이에요?

〈Mẫu 47〉의 **hay**는 접속사로 쓰이는 경우이고, 이 패턴에서는 선택의문사로 쓰인 **hay** 입니다. **hay** 자체가 의문사이므로 다른 의문사와 함께 쓰지 않습니다.

STEP 1

1 형은 한국인이에요 아니면 베트남인이에요?
Anh là người Hàn Quốc **hay** người Việt Nam?

2 오빠는 베트남 북부에 가고 싶어요 아니면 남부에 가고 싶어요?
Anh muốn đi miền Bắc Việt Nam **hay** miền Nam Việt Nam?

3 베트남어는 어려워요 아니면 쉬워요?
Tiếng Việt khó **hay** dễ?

4 당신은 베트남에 여행 가요 아니면 출장 가요?
Bạn đi Việt Nam để du lịch **hay** đi công tác?

5 당신은 소고기 쌀국수를 먹어요 아니면 닭고기 쌀국수를 먹어요?
Bạn ăn phở bò **hay** phở gà?

miền Nam 남부
miền Bắc 북부
công tác 출장

STEP 2

1 A 베트남어는 어려워요 아니면 쉬워요?
　B Rất dễ.

1 A Tiếng Việt khó hay dễ?
　B 매우 쉬워요.

2 A 당신은 소고기 쌀국수를 먹어요 아니면 닭고기 쌀국수를 먹어요?
　B Phở gà.

2 A Bạn ăn phở bò hay phở gà?
　B 닭고기 쌀국수요.

Tip

소고기 쌀국수와 닭고기 쌀국수
베트남 쌀국수는 소고기 쌀국수인 phở bò가 많이 알려져 있지만 베트남에서는 닭고기 쌀국수인 phở gà도 많이 즐겨 먹습니다.

Mẫu 041

~ hay sao?

~한단 말이에요?

~ **hay sao?**를 문장 끝에 써서 '~한단 말이에요?'라고 놀람을 나타냅니다.

STEP 1

1 기억 안 난단 말이야?
Bạn không nhớ hay sao?

2 많이 아프단 말이야?
Con bị bệnh nặng hay sao?

3 걔를 모른단 말이에요?
Anh không biết nó hay sao?

4 사과 한마디가 어렵단 말이에요?
Một lời xin lỗi khó hay sao?

5 이것이 모조품이란 말이에요?
Cái này là cái giả hay sao?

nhớ 기억하다
bị bệnh nặng
큰 병에 걸리다
nó 걔(3인칭)
lời xin lỗi 사과
giả 가짜의

STEP 2

1 **A** Hôm nay là ngày gì?
   B 기억 안 난단 말이에요?

2 **A** Đó là ai?
   B 걔를 모른단 말이에요?

1 **A** 오늘이 무슨 날이에요?
   B Bạn không nhớ hay sao?

2 **A** 그게 누구예요?
   B Anh không biết nó hay sao?

◆ Tip

말과 관련된 명사 만들기
말과 관련된 동사를
명사로 만들기 위해 **lời**를 앞에 붙
입니다.

lời xin lỗi	사과
lời cảm ơn	감사
lời khen	칭찬
lời nói dối	거짓말
lời khuyên	조언
lời chửi	모욕

PART 2

문장 확장하기

PART 1에서 '기본 문장 만들기'를 했다면 PART 2에서는 기본 문장에 살을 조금씩 붙여 단문이 아닌 복문 형태로 문장을 확장시켜 보겠습니다. 명사 수식 및 다양한 주요 접속사, 조사를 사용하고 주요 부사 및 술어를 활용하여 밋밋한 단문이 아닌 생동감 넘치는 표현으로 만들어 줄 패턴을 학습하겠습니다.

음성강의 & 예문 듣기

UNIT 05

명사 수식

Mẫu 042

명사 + (của) + 명사
~의 ~

베트남어로 '한국 회사'는 '회사 한국' 식으로 거꾸로 배치해야 해요. 명사 간의 소유 관계를 나타낼 때는 **của**(~의)를 써서 **[A của B]**(B의 A)라고 표현합니다. 누구나 알 수 있는 소유나 소속을 말할 때는 **của**를 생략할 수 있어요.

STEP 1

1 오빠 국적은 뭐예요?
Quốc tịch anh là gì?

2 동생(의) 고향은 어디야?
Quê hương (của) em ở đâu?

3 와이파이 비밀번호를 알아요?
Bạn biết mật khẩu wifi không?

4 당신의 가족은 어때요?
Gia đình của bạn thế nào?

5 이것은 나의 방 열쇠가 아니에요.
Đây không phải là chìa khóa phòng của tôi.

quốc tịch 국적
mật khẩu 비밀번호
chìa khóa 열쇠
phòng 방
đến từ ~ ~ 출신이다
miền Bắc 북부
vẫn 여전히

STEP 2

1 A 동생 고향은 어디야?
B Tôi đến từ miền Bắc.

2 A Tại sao em vẫn chưa vào
phòng?
B 이것은 나의 방 열쇠가 아니에요.

1 A Quê hương (của) em ở đâu?
B 나는 북부에서 왔어요.

2 A 왜 아직 방에 안 들어갔어?
B Đây không phải là chìa khóa
phòng của tôi.

◆ Tip

고향(quê hương)
도시화, 현대화에 따라 학업과 취직을 위해 대도시인 하노이나 호찌민 시로 베트남 북부(**miền Bắc**), 중부(**miền Trung**), 남부(**miền Nam**) 각 지방 사람들이 이동하기 때문에 베트남 사람들은 처음 만나는 경우 어느 지역 출신인지, 어느 지방 사람인지 고향에 대해 묻습니다.

Mẫu 043

명사 + 형용사

~한 ~

명사를 수식하는 대부분의 형용사는 명사 뒤에 쓰입니다.

★ STEP 1

1 여기에서 맛있는 음식이 뭐예요?
Ở đây món ăn ngon là gì?

2 그는 나를 위해 예쁜 꽃을 준비했어요.
Anh ấy đã chuẩn bị hoa đẹp cho tôi.

3 내 여자친구는 착한 사람이에요.
Bạn gái tôi là người hiền.

4 새로운 계획에 대해 어떻게 생각해요?
Bạn nghĩ thế nào về kế hoạch mới?

5 왜 슬픈 얼굴이에요?
Tại sao nhìn mặt buồn?

hoa 꽃
hiền 착한
nghĩ 생각하다
về ~ ~에 대해
kế hoạch 계획
mặt 얼굴
tặng quà 선물 주다
bạn trai 남자친구

★★ STEP 2

1 A Bạn trai chị đã tặng quà gì?
B 그는 나를 위해 예쁜 꽃을 준비했어요.

2 A Bạn gái anh là người như thế nào?
B 내 여자친구는 착한 사람이에요.

1 A 남자친구가 무슨 선물 줬어요?
B Anh ấy đã chuẩn bị hoa đẹp cho tôi.

2 A 당신의 여자친구는 어떤 사람이에요?
B Bạn gái tôi là người hiền.

◆ Tip

'보다' 동사

(1) xem
집중해서 뚫어지게 보는 경우, 영어의 watch에 해당합니다.

(2) nhìn
어느 정도 의식하고 신경을 쓰는 '보다'로, 영어의 look에 해당합니다.

(3) thấy
별로 주의하지 않고 눈에 보이니까 쳐다보는 '보다'로, 영어의 see에 해당합니다.

66

Mẫu 044

명사 + (주어) + 동사
~하는 ~

명사 뒤에 [**주어 + 동사**]가 쓰이면 문장 전체가 형용사처럼 수식이 가능합니다. 경우에 따라서는 주어는 생략하기도 합니다.

STEP 1

1 내가 좋아하는 연예인은 BTS예요.
Nghệ sĩ tôi thích là BTS.

2 사직한 이유를 알아요?
Bạn biết lý do thôi việc không?

3 내가 부른 택시가 기다리는 중입니다.
Tắc xi tôi đã gọi đang chờ.

4 이사 온 사람은 누구예요?
Người chuyển đến là ai?

5 그가 방금 읽은 책은 뭐예요?
Quyển sách anh ấy mới đọc là gì?

nghệ sĩ 연예인
lý do 이유
thôi việc 사직하다
gọi 부르다
chuyển đến 이사 오다
quyển sách 책
đọc 읽다
đồng nghiệp 동료

STEP 2

1 A <u>내가 좋아하는</u> 연예인은 BTS예요.
　B Lý do tại sao?

1 A Nghệ sĩ tôi thích là BTS.
　B 왜요?

2 A <u>이사 온</u> 사람이 누구예요?
　B Đồng nghiệp công ty tôi.

2 A Người chuyển đến là ai?
　B 우리 회사 동료예요.

◆ Tip

택시 타기
베트남에서 가장 신용이 높은 택시 회사는 **Mai Linh**과 **Vinasun** 택시인데요. 이 두 회사 택시의 디자인이나 콜 번호를 교묘한 방법으로 모방한 불법 택시들이 있으니 주의하세요. 기사님이 유니폼을 입고 있는지, 외부에 써 있는 콜택시 번호 중 하나가 바뀌어 있지 않은지 잘 확인하고 타세요.

UNIT 06

접속사, 조사

🎧 045.mp3

~ và ~

~과 / 와 ~

và는 앞뒤의 내용을 나열해 주는 접속사입니다.

1 나는 한국인이고 변호사예요.
Tôi là người Hàn Quốc và là luật sư.

2 나는 신선한 야채와 과일을 많이 먹어요.
Tôi ăn rau và hoa quả tươi nhiều.

3 당신은 샴푸와 린스가 필요하죠?
Bạn cần dầu gội đầu và dầu xả à?

4 토요일과 일요일에 당신은 뭐 할 거예요?
Thứ bảy và chủ nhật, bạn sẽ làm gì?

5 이 건물은 높고 현대적이에요.
Tòa nhà này cao và hiện đại.

luật sư 변호사
rau 야채, 채소
hoa quả 과일
cần 필요하다
dầu gội đầu 샴푸
dầu xả 린스
thứ bảy 토요일
chủ nhật 일요일
tòa nhà 건물, 빌딩
hiện đại 현대, 현대적인
phương pháp 방법
giữ gìn 지키다, 유지하다
sức khỏe 건강

1 A Phương pháp giữ gìn sức khỏe là gì?
B 나는 신선한 야채와 과일을 많이 먹어요.

2 A 토요일과 일요일에 당신은 뭐 할 거예요?
B Tôi sẽ xem tivi và nghỉ ở nhà.

1 A 건강을 유지하는 방법이 뭐예요?
B Tôi ăn rau và hoa quả tươi nhiều.

2 A Thứ bảy và chủ nhật, bạn sẽ làm gì?
B 나는 집에서 티브이 보고 쉴 거예요.

◆ Tip

요일

일요일	chủ nhật
월요일	thứ hai
화요일	thứ ba
수요일	thứ tư
목요일	thứ năm
금요일	thứ sáu
토요일	thứ bảy

일요일을 제외한 요일에 서수(**thứ** + 숫자)를 사용하여 월요일은 두 번째, 화요일은 세 번째 순이 됩니다. 참고로 서수 첫 번째와 네 번째는 예외로 각각 **thứ nhất**과 **thứ tư**입니다.

~ (cho) nên ~

~해서 ~

🎧 046.mp3

어떤 일의 원인과 결과를 나타낼 때 ~ **nên** ~ 또는 ~ **cho nên** ~으로 앞뒤를 연결하는 패턴입니다.

STEP 1

1 나는 외동이라서 외로워요.

Tôi là con một nên cô đơn.

2 고기가 질겨서 이가 아파요.

Thịt dai cho nên đau răng.

3 내용이 지루해서 졸고 있어요.

Nội dung nhàm chán nên tôi đang ngủ gật.

4 그들은 서로 맞지 않아 헤어졌어요.

Họ không hợp nhau nên chia tay rồi.

5 오늘 쉬어서 아이들과 놀아요.

Hôm nay nghỉ nên tôi chơi với các con.

con một 외동
cô đơn 외로운
thịt 고기
dai 질긴
đau răng 이가 아프다
nội dung 내용
nhàm chán 지루한
ngủ gật 졸다
hợp nhau 서로 맞다
chia tay 헤어지다
ghen tỵ 부럽다

STEP 2

1 **A** Tôi có 2 anh trai. Tôi là con út.

B Ghen tỵ. <u>나는 외동이라 외로워요.</u>

1 **A** 나는 형 2명 있어요. 나는 막내예요.

B 부러워요. *Tôi là con một nên cô đơn.*

2 **A** Tại sao họ không gặp nhau?

B <u>그들은 서로 맞지 않아 헤어졌어요.</u>

2 **A** 그들은 왜 서로 안 만나요?

B *Họ không hợp nhau nên chia tay rồi.*

🔖 Tip

'아프다' 표현

đau(아픈) 뒤에 신체 부위를 넣어 표현합니다.

đau bụng	배가 아프다
đau đầu	머리가 아프다
đau lưng	허리가 아프다
đau chân	발이 아프다

Mẫu 047

~ hay ~

~ 또는 ~

 047.mp3

둘 중 하나를 고르거나 행동을 할 때 쓰는 말입니다. '또는'이라는 뜻으로 **hay** 또는 **hoặc**을 쓸 수 있습니다.

STEP 1

1 나는 빵 또는 밥을 먹어요.
Tôi ăn bánh mì **hoặc** cơm.

2 나는 맵거나 짠 음식을 안 좋아해요.
Tôi không thích món cay **hoặc** món mặn.

3 오후에 나는 축구나 농구를 하러 갈 거예요.
Buổi chiều tôi sẽ đi chơi bóng đá **hay** bóng rổ.

4 내일은 흐리거나 비가 오겠습니다.
Ngày mai sẽ âm u **hoặc** có mưa.

5 기쁠 때 나는 노래하거나 춤춰요.
Khi vui, tôi hát **hay** nhảy.

bánh mì	빵
cay	매운
mặn	짠
bóng đá	축구
bóng rổ	농구
âm u	흐린
có mưa	비가 오다
khi ~	~할 때
hát	노래하다
nhảy	춤추다

STEP 2

1 **A** Tại sao anh không thích ăn Kimchi?
 B 나는 맵거나 짠 음식을 안 좋아해요.

2 **A** Thời tiết ngày mai thế nào?
 B 내일은 흐리거나 비가 오겠습니다.

1 **A** 왜 김치 먹는 것을 안 좋아해요?
 B Tôi không thích món cay hoặc món mặn.

2 **A** 내일 날씨가 어때요?
 B Ngày mai sẽ âm u hoặc có mưa.

◆ Tip

chơi(놀다)의 쓰임
영어의 **play**와 용법이 거의 같습니다.

(1) **đi chơi**: 놀러 가다

(2) **chơi + 악기**: 악기를 연주하다
 chơi piano
 피아노를 치다

(3) **chơi + 운동 종목**: 운동 종목을 하다
 chơi gôn 골프를 치다

Mẫu 048

~ nhưng ~
~이지만 ~

 048.mp3

앞뒤에 상반되는 내용을 나타낼 때 **nhưng** 또는 **nhưng mà**를 써서 표현합니다.

STEP 1

1 그녀는 예쁘지만 사나워요.
Cô ấy đẹp **nhưng** dữ.

2 베트남어는 재밌지만 어려워요.
Tiếng Việt thú vị **nhưng mà** khó.

3 나는 부유하지 않지만 행복해요.
Tôi không giàu **nhưng** hạnh phúc.

4 여행 가고 싶지만 시간이 없어요.
Tôi muốn đi du lịch **nhưng** không có thời gian.

5 배부르지만 더 먹을 거예요.
No **nhưng mà** tôi sẽ ăn nữa.

dữ 사나운
giàu 부유한
hạnh phúc 행복한
thời gian 시간
no 배부르다

STEP 2

1 A Bạn thấy tiếng Việt thế nào?
　B 베트남어는 재밌지만 어려워요.

2 A Khi nào bạn đi du lịch?
　B Tôi chưa biết. 여행 가고 싶지만 시간이 없어요.

1 A 베트남어 어떻게 생각해요?
　B Tiếng Việt thú vị nhưng mà khó.

2 A 언제 여행 가세요?
　B 아직 몰라요. Tôi muốn đi du lịch nhưng không có thời gian.

◆ Tip

행복 지수가 높은 베트남
아시아에서 행복 지수 1위를 차지할 만큼 베트남 사람들의 생활 만족도는 GDP 지수가 높은 한국에 비해 높게 나타났습니다. 물론 개인차가 있겠지만, 미래에 대한 투자나 걱정보다는 지금 현재를 즐기며 살아가는 생활 방식이 삶에 대한 만족 지수를 높이는 하나의 요인이 된 것 같습니다.

🎧 049.mp3

~ mà ~

~한데 ~

mà(~한데, ~인데)는 화제를 앞의 내용과 관련시키면서 다른 방향으로 이끌 때 쓰는 접속사입니다.

STEP 1

1 오빠는 바쁜데 여전히 올 수 있으세요?
   Anh bận **mà** vẫn đến được à?

2 나는 한국인인데 한글을 몰라요.
   Tôi là người Hàn **mà** không biết tiếng Hàn.

3 오늘은 휴일인데 안 놀러 가세요?
   Hôm nay là ngày nghỉ **mà** anh không đi chơi à?

4 그녀는 결혼했는데 아직 자식이 없어요.
   Chị ấy kết hôn rồi **mà** chưa có con.

5 비싼데 왜 사요?
   Đắt **mà** tại sao mua?

bận 바쁜	
vẫn 여전히	
hôm nay 오늘	
ngày nghỉ 휴일	
đi chơi 놀러 가다	
con 자식	
đắt 비싼	
hẹn hò 데이트하다	
chất lượng 품질	

STEP 2

1 **A** <u>오늘은 휴일인데 안 놀러 가세요?</u>
   B Tôi đi hẹn hò.

2 **A** <u>비싼데 왜 사요?</u>
   B Đắt nhưng chất lượng tốt.

1 **A** <u>Hôm nay là ngày nghỉ mà anh không đi chơi à?</u>
   B 데이트하러 가요.

2 **A** <u>Đắt mà tại sao mua?</u>
   B 비싸지만 품질이 좋아요.

🔷 Tip

가족 호칭

외조부 / 외조모	ông ngoại / bà ngoại
친조부 / 친조모	ông nội / bà nội
아버지 / 어머니	bố(ba:남부) / mẹ(má:남부)
시아버지 / 시어머니	bố chồng / mẹ chồng
장인 / 장모	bố vợ / mẹ vợ
백부 / 숙부 / 삼촌	bác / chú / cậu
고모 / 이모	cô / dì
오빠, 형 / 남동생	anh trai / em trai
언니, 누나 / 여동생	chị gái / em gái
남편 / 아내	chồng / vợ
아들 / 딸	con trai / con gái
사위 / 며느리	con rể / con dâu

Mẫu 050

Vì ~

~하기 때문에

🎧 050.mp3

원인이나 이유에 대해 설명할 때 **vì / bởi vì / tại vì**를 사용해요. 앞에서 배운 **nên**(그 래서)과 함께 **[Vì / Bởi vì / Tại vì + A + nên + B] [B + vì / bởi vì / tại vì + A]** 패턴 으로 사용합니다. **tại vì**는 주로 부정적인 상황에 사용합니다.

STEP 1

1 친구가 와서 나는 기뻐요.
Vì bạn tôi đến nên tôi vui.

2 교통 체증 때문에 늦었어요.
Tại vì bị tắc đường nên đến muộn.

3 베트남에서 일할 것이기 때문에 베트남어를 공부해요.
Tôi học tiếng Việt **bởi vì** sẽ làm ở Việt Nam.

4 나는 성격이 좋기 때문에 인기가 많아요.
Vì tôi có tính cách tốt nên được nhiều người mến mộ.

5 주말에 친척이 오기 때문에 청소해야 해요.
Vì cuối tuần họ hàng đến nhà tôi nên phải dọn dẹp.

được mến mộ 인기 있는
họ hàng 친척
dọn dẹp 청소하다
ưu điểm 장점

STEP 2

1 A Tại sao bạn học tiếng Việt?
B 베트남에서 일할 것이기 때문에 베트남어를 공부해요.

1 A 왜 베트남어 공부해요?
B Tôi học tiếng Việt bởi vì sẽ làm ở Việt Nam.

2 A Ưu điểm của bạn là gì?
B 나는 성격이 좋기 때문에 인기가 많아요.

2 A 당신의 장점은 뭐예요?
B Vì tôi có tính cách tốt nên được nhiều người mến mộ.

📢 Tip

교통 체증
베트남 사람의 90퍼센트 이 상이 1인당 1대의 오토바이 를 소유하고 있습니다. 그래 서 러시아워에는 교통 체증 이 심각해서 시간을 잘 못 맞출 수도 있으니, 미리 출 발하는 편이 좋습니다.

Mẫu
051

từ ~ đến ~
~부터 ~까지

từ(부터)와 **đến**(까지)이 함께 쓰이면 '~부터 ~까지'의 뜻이며, 따로 사용할 수도 있습니다. 장소, 범위, 시간에 모두 사용할 수 있는 패턴입니다.

STEP 1

1 아침부터 저녁까지 일할 거예요.
Tôi sẽ làm việc **từ** sáng **đến** tối.

2 여기부터 저기까지 청소했어요?
Bạn đã dọn dẹp **từ** đây **đến** kia chưa?

3 무슨 요일부터 무슨 요일까지 공부해요?
Từ thứ mấy **đến** thứ mấy bạn học?

4 5층부터 사무실이에요.
Từ tầng 5 là văn phòng.

5 우리는 매일 1시까지 점심을 먹어요.
Hàng ngày chúng tôi ăn trưa **đến** 1 giờ.

tầng 층
văn phòng 사무실
hàng ngày 매일

STEP 2

1 **A** Anh sẽ làm từ khi nào đến khi nào?
B 아침부터 저녁까지 일할 거예요.

2 **A** Từ tầng mấy là văn phòng?
B 5층부터 사무실이에요.

1 **A** 언제부터 언제까지 일할 거예요?
B Tôi sẽ làm việc từ sáng đến tối.

2 **A** 몇 층부터 사무실이에요?
B Từ tầng 5 là văn phòng.

◆ Tip

건물 층수 표현

	북부	남부
1층	tầng 1	tầng trệt
2층	tầng 2	lầu 1
3층	tầng 3	lầu 2
4층	tầng 4	lầu 3

Mẫu

052

~ nhỉ

~ 하네요

nhỉ(~하네요, ~하지 않니)는 문장 끝에 쓰여 상대에게 가볍게 동의를 표하거나 동의를 구하는 표현입니다.

STEP 1

1 오늘 날씨가 덥네요.
   Hôm nay trời nóng nhỉ.

2 이 영화 매우 재밌지 않니!
   Phim này hay quá nhỉ!

3 그는 베트남어를 매우 잘하지 않니.
   Anh ấy nói tiếng Việt giỏi quá nhỉ.

4 이 술은 세네요.
   Rượu này mạnh nhỉ.

5 이 방법이 더 쉽네요.
   Phương pháp này dễ hơn nhỉ.

giỏi 잘하는
rượu 술
mạnh 강한
người nước ngoài 외국인
đắng (맛이) 쓴

STEP 2

1 A Anh ấy là người nước ngoài mà nói tiếng Việt à?
  B Ừ. 그는 베트남어를 매우 잘하지 않니.

2 A Rượu này đắng quá! Tôi không thể uống được.
  B 이 술은 세네요.

1 A 그는 외국인인데 베트남어를 해요?
  B 응. Anh ấy nói tiếng Việt giỏi quá nhỉ.

2 A 이 술은 너무 써요. 나는 못 먹겠어요.
  B Rượu này mạnh nhỉ.

◆ Tip

베트남에서는 베트남어를 사용

베트남에서 외국인이 베트남어를 사용하면 호감도를 높여 주기 때문에 유창한 영어보다는 서툴더라도 베트남어를 사용하는 것이 더 좋습니다.

Mẫu 053

~ mà
~하잖아요

mà(~하잖아요, ~한데요)는 문장 끝에 쓰여, 문장 전체 의미를 강조합니다.

STEP 1

1 내가 말했잖아요.
Tôi nói rồi mà.

2 오늘은 춥잖아요.
Hôm nay trời lạnh mà.

3 그녀는 예쁜데요.
Chị ấy đẹp mà.

4 잠깐이면 끝나는데요.
Một chốc là xong mà.

5 그녀는 신혼여행 갔잖아요.
Chị ấy đi tuần trăng mật rồi mà.

một chốc 잠깐
=một chút
tuần trăng mật
신혼여행
sợ 무서운
tiêm 주사하다
thấy 보이다

STEP 2

1 A Tôi sợ tiêm quá!
B 잠깐이면 끝나는데요.

1 A 주사가 너무 무서워요!
B Một chốc là xong mà.

2 A Sao dạo này không thấy chị Kim?
B 그녀는 신혼여행 갔잖아요.

2 A 왜 요즘 김 씨가 안 보여요?
B Chị ấy đi tuần trăng mật rồi mà.

Tip

베트남의 신혼여행지
Đà Lạt(달랏)은 시원한 날씨 및 꽃이 많은 곳으로 베트남 사람에게 인기가 좋은 신혼여행지입니다.

Mẫu 054

~ chứ?

(당연히) ~하죠?

문장 끝에 **~ chứ**를 붙여 물으면 '당연히 ~하죠?'라는 뜻입니다. 질문에 대해 상대가 긍정으로 답하길 바라는 의도가 담겨 있어요. 평서문으로 **~ chứ**(당연히 ~하죠)로도 사용할 수 있습니다.

STEP 1

vẫn	여전히
bữa sáng	아침 식사
chuẩn bị	준비하다

1 오빠 아직 안 자죠?
Anh chưa ngủ chứ?

2 당신도 즐겁죠?
Bạn cũng vui chứ?

3 나는 당연히 베트남어를 할 수 있죠.
Tôi nói được tiếng Việt chứ.

4 당신은 여전히 잘 지내죠?
Bạn vẫn khỏe chứ?

5 아침 식사가 있죠?
Có bữa sáng chứ?

STEP 2

1 A 오빠 아직 안 자죠?
B Bây giờ tôi đang chuẩn bị đi ngủ.

1 A Anh chưa ngủ chứ?
B 지금 잘 준비중이에요.

2 A 당신은 여전히 잘 지내죠?
B Cảm ơn. Tôi vẫn rất khỏe.

2 A Bạn vẫn khỏe chứ?
B 고마워요. 나는 여전히 매우 잘 지내요.

Tip

phải không?과 chứ?
한국어로 둘 다 '~하죠?'의 뜻이지만 뉘앙스 차이가 있습니다.

- **Anh học phải không?**
  공부하죠?(공부하고 있는지 사실 확인)
- **Anh học chứ?**
  공부하죠?(공부하기를 바라는 마음에서 질문)

음성강의 & 예문 듣기

UNIT 07

부사를 활용한 패턴

Mẫu 055

rất + 형용사

매우 ~해요

🎧 055.mp3

형용사의 정도 강조 부사 **[rất + 형용사]** 대신 **[형용사 + quá, quá + 형용사] [형용사 + lắm]**으로도 쓸 수 있는데, **rất**은 문어체, **quá**와 **lắm**은 구어체에서 주로 사용합니다.

★ STEP 1

1 만나서 반가워요.
   Rất vui được gặp.

2 오랜만이에요!
   Lâu **quá** không gặp!

3 이 커피는 너무 써!
   Cà phê này đắng **quá**!

4 그녀는 매우 사랑스러워, 맞지?
   Chị ấy đáng yêu **lắm**, phải không?

5 두 그릇 먹어서 너무 배불러!
   Tôi ăn 2 bát rồi nên no **quá**!

đáng yêu 사랑스러운
no 배부른
nụ cười 미소
bát 그릇

★★ STEP 2

1 A 그녀는 너무 사랑스러워, 맞지?
   B Ừ. Đặc biệt nụ cười của chị ấy đáng yêu.

2 A Bạn ăn nữa không?
   B Không. 두 그릇 먹어서 너무 배불러!

1 A Chị ấy đáng yêu lắm, phải không?
   B 응. 특히 그녀의 미소가 사랑스러워.

2 A 더 먹을 거야?
   B 아니. Tôi ăn 2 bát rồi nên no quá!

🔖 **Tip**

맛(Mùi vị) 표현

mặn	짠
cay	매운
ngọt	단
chua	신
đắng	쓴
nhạt	싱거운
béo	느끼한

Mẫu 056

không + 형용사 + lắm

별로 ~하지 않아요

[không + 형용사 + lắm](별로 ~하지 않아요, 별로 안 ~해요) 패턴에서는 **lắm** 대신 **quá**나 **rất**을 사용할 수 없습니다.

STEP 1

1 별로 안 피곤해요.
   Em **không** mệt **lắm.**

2 별로 안 좋아요!
   Không tốt **lắm!**

3 나의 머리카락은 별로 짧지 않아요.
   Tóc của tôi **không** ngắn **lắm.**

4 베트남어 문법은 별로 안 어려워요.
   Ngữ pháp tiếng Việt **không** khó **lắm.**

5 여기서부터 거기까지 별로 안 멀죠?
   Từ đây đến đó **không** xa **lắm,** phải không?

tóc 머리카락
ngắn 짧은
ngữ pháp 문법
thức khuya 밤새우다

STEP 2

1 A Đêm qua em thức khuya à?
     Em có sao không?
   B Không sao. <u>별로 안 피곤해요.</u>

2 A <u>여기서부터 거기까지 별로 안 멀죠?</u>
   B Không xa lắm.
     Cách đây khoảng 1 km.

1 A 어제 너 밤샜지? 괜찮아?
   B 괜찮아요. **Em không mệt lắm.**

2 A Từ đây đến đó không xa lắm,
     phải không?
   B 별로 안 멀어요.
     1km 정도 떨어져 있어요.

◆ Tip

'미안해요' 대신 '괜찮아요'
베트남은 전쟁에서 패배한 역사가 없는 나라로 베트남 사람들의 애국심, 자존심 또한 굉장히 높습니다. 그래서 사과할 일이 생겼을 때 Xin lỗi.(죄송합니다.)라고 직접적으로 말하지 않고 오히려 Không sao.(괜찮아.)라고 말하거나 Xin thông cảm.(양해 바랍니다.)라고 미안한 마음을 전합니다.

Mẫu 057

không + 동사 / 형용사 + đâu
절대 ~하지 않아요

[không + 형용사 + đâu] [không + 동사 + đâu]는 어떤 사실에 대해 설득이나 반박할 때 사용하여 절대 부정의 뜻을 나타냅니다.

STEP 1

1 절대 아니에요!
Không phải đâu!

2 절대 안 비싸요!
Không đắt đâu!

3 완전 이해 안 가요!
Không hiểu đâu!

4 절대 몰라요!
Không biết đâu!

5 절대 안 돼요!
Không được đâu!

phải 옳은
đắt 비싼

STEP 2

1 A Cái này đắt quá! Anh giảm giá
một chút được không?
B 절대 안 비싸요!

2 A Mẹ ơi! Con mua điện thoại mới
được không ạ?
B 절대 안 돼!

1 A 이거 너무 비싸요! 조금 깎아 줄 수
있어요?
B Không đắt đâu!

2 A 엄마! 나 새 휴대폰 사도 돼요?
B Không được đâu!

Tip

con
자식이 부모에게 말할 때는
'저'가 아닌 con(자식)을 주
어로 사용해요.

Mẫu 058

khá + 형용사

꽤 ~한

〈Mẫu 55〉에서 형용사의 정도를 나타내는 **rất / quá / lắm**(매우, 너무)을 다루었는데요. 이것보다 조금 정도가 약한 부사로 **khá**(꽤 ~한)와 **hơi**(약간 ~한)가 있습니다. **hơi**는 주로 부정적인 상황에서 사용해요.

STEP 1

1 그 광고는 꽤 눈을 사로잡아요.
 Quảng cáo đó khá bắt mắt.

2 이 호텔은 꽤 고급스럽네요.
 Khách sạn này khá sang trọng.

3 내 코는 약간 낮아요.
 Mũi tôi hơi thấp.

4 이 음식은 약간 식었어요.
 Món này hơi nguội rồi.

5 바깥이 약간 시끄러워요.
 Bên ngoài hơi ồn ào.

quảng cáo 광고
bắt mắt 눈을 사로잡는
sang trọng 고급스러운
mũi 코
thấp 낮은
nguội 식은
bên ngoài 바깥
ồn ào 시끄러운

STEP 2

1 A Khách sạn này thế nào?
 B 이 호텔은 꽤 고급스럽네요.

2 A Tại sao em chưa ngủ?
 B 바깥이 약간 시끄럽기 때문이에요.

1 A 이 호텔은 어때요?
 B Khách sạn này khá sang trọng.

2 A 왜 아직 안 자?
 B Vì bên ngoài hơi ồn ào.

Tip

머리와 얼굴(Đầu và mặt) 용어

머리카락	tóc
이마	trán
눈썹	lông mày
눈	mắt
코	mũi
콧구멍	lỗ mũi
입	miệng
입술	môi
혀	lưỡi
이	răng
볼	má
턱	cằm

Mẫu
059

형용사 + bằng
~만큼 ~한

'~만큼 ~한'이라는 뜻을 나타내는 **bằng**과 **như**는 앞에 올 수 있는 형용사가 다른데, **bằng**의 앞에는 셀 수 있거나 측정 가능한 형용사(**dài** / **thấp** / **nóng**), **như**의 앞에는 셀 수 없고 측정이 불가능한 형용사(**xấu** / **vui**)를 쓸 수 있습니다.

STEP 1

1 여동생이 오빠만큼 키가 커요.
Em gái cao bằng anh trai.

2 그녀는 배우처럼 예뻐요.
Chị ấy đẹp như diễn viên.

3 일본어는 프랑스어만큼 어렵지 않아요.
Tiếng Nhật không khó bằng tiếng Pháp.

4 이 의자는 저것만큼 커요.
Cái ghế này to bằng cái kia.

5 나는 소처럼 열심히 일했어요.
Tôi đã làm chăm chỉ như con bò.

tiếng Pháp 프랑스어
cái ghế 의자
to 큰
chăm chỉ 열심히
con bò 소
kiệt sức 기운이 빠지는, 지친

STEP 2

1 A Trời ơi! Tôi kiệt sức rồi.
B Tại sao vậy?
A 나는 소처럼 열심히 일했기 때문이에요.

1 A 아이고! 나는 기운이 쭉 빠졌어요.
B 왜요?
A Vì tôi đã làm chăm chỉ như con bò.

◆ Tip

소와 물소
베트남에는 **con bò**(소) 외에 **con trâu**(물소)도 흔한 동물입니다. 12간지가 존재하는 베트남에서는 **con bò**띠(소띠) 대신 **con trâu**띠(물소띠)가 있습니다.

형용사 + hơn

~보다 (더) ~한

🎧 060.mp3

우등 비교인 '~보다 (더) ~한'은 **[형용사 + hơn + 비교 대상]** 패턴으로 표현합니다.
muốn과 **thích**은 동사지만 기호와 관련된 동사이기 때문에 비교급과 함께 사용할 수 있습니다.

STEP 1

1 오늘이 어제보다 더 행복해요.
Hôm nay hạnh phúc hơn hôm qua.

2 사탕수수 주스가 차보다 더 맛있어요.
Nước mía ngon hơn trà.

3 나는 생선보다 고기를 더 좋아해요.
Tôi thích thịt hơn cá.

4 건강이 돈보다 더 중요해요.
Sức khỏe quan trọng hơn tiền bạc.

5 어느 것을 더 원해요?
Anh muốn cái nào hơn?

nước mía
사탕수수 주스
trà 차(茶)
cá 생선
tiền bạc 돈(돈의 총칭)

STEP 2

1 **A 어느 것을 더 원해요?**
B Tôi thích thịt hơn.
A Thế à? Tôi cũng thích thịt hơn cá.

1 **A** Anh muốn cái nào hơn?
B 나는 고기를 더 좋아해요.
A 그래요? 나도 생선보다 고기를 더 좋아해요.

🔹 **Tip**

사탕수수 주스(nước mía)
사탕수수의 즙을 짜내어 주스로 마시는 **nước mía**는 베트남에 가면 한 번쯤 마셔볼 만한 음료입니다. 각종 비타민과 식이 섬유가 풍부해서 피로 회복과 노화 방지에 좋답니다.

Mẫu 061 형용사 + nhất

가장 ~한

🎧 061.mp3

[형용사 + nhất]은 '가장 ~한'이라는 최상급 비교 표현으로 **trong**(~ 중에서)이나 **ở**(~에서)와 같이 범위를 표현하는 전치사와 함께 사용할 수 있습니다.

STEP 1

1 4월부터 5월이 제일 더워요.
Từ tháng 4 đến tháng 5 nóng nhất.

2 여기서 그것이 가장 싸요.
Ở đây cái đó rẻ nhất.

3 월요일이 일주일 중에 가장 바빠요.
Ngày thứ hai bận nhất trong tuần.

4 학교에서 누가 제일 예뻐요?
Ai đẹp nhất trong trường?

5 이 식당에서 분짜가 가장 맛있어요.
Bún chả ngon nhất ở nhà hàng này.

rẻ 싼, 저렴한
trường 학교
may 행운인 =may mắn

STEP 2

1 A Ở Thành phố Hồ Chí Minh, khi nào nóng nhất?
B 4월부터 5월이 제일 더워요.
A Tôi đi vào tháng 12 nên may quá!

1 A 호찌민 시에서 언제가 가장 더워요?
B Từ tháng 4 đến tháng 5 nóng nhất.
A 나는 12월에 가서 다행이에요!

Tip

베트남에서 영어가 통할까? 대학교를 졸업한 대부분의 사람들은 영어로 기본적인 대화가 가능합니다. 그렇지만 모국어는 베트남어이기 때문에, 영어를 할 줄 아는 사람에게도 베트남어를 사용해야 더 긴밀한 유대 관계를 형성할 수 있습니다.

Mẫu
062

동사 + lại
다시 ~해요

어떤 행위를 다시 한 번 반복할 때 동사 뒤에 **lại**를 붙여 사용하는 표현입니다.

STEP 1

1 나는 다시 켜는 중이에요.
Tôi đang bật lại.

2 아오자이 치수를 다시 재요.
Tôi đo lại số đo áo dài.

3 다시 설명해 줄 수 있어요?
Anh giải thích lại được không?

4 어디서부터 어디까지 다시 하고 싶어?
Từ đâu đến đâu em muốn làm lại?

5 비밀번호를 잊어버려서 다시 찾아야 해요.
Tôi đã quên mật khẩu nên phải tìm lại.

bật 켜다
đo 측정하다
số đo 치수
giải thích 설명하다
quên 잊다, 까먹다
viết (글을) 쓰다
bình luận 평론, 코멘트 하다
trang web 웹페이지, 홈페이지
đăng nhập 로그인 하다
mật khẩu 비밀번호

STEP 2

1 A Bạn đã viết bình luận trên trang web đó chưa?

B Chưa. Tôi không đăng nhập được.

A Tại sao?

B 비밀번호를 잊어버려서 다시 찾아야 하거든요.

1 A 그 홈페이지에 댓글 썼어요?

B 아직이요. 나는 로그인 할 수 없어요.

A 왜요?

B Vì tôi đã quên mật khẩu nên phải tìm lại.

🔶 Tip

베트남의 전통 의상

전통 의상 아오자이(**áo dài**)에서 áo는 '윗옷', dài는 '긴'이라는 뜻으로, 즉 '긴 윗옷'이에요. 아오자이는 긴 윗옷에 바지 차림인데 일상복으로도 잘 입는 편입니다. 나이에 따라 아오자이의 색상이 달라지는데요. 보통 고교 여학생은 흰색, 20~30대 여자는 파스텔 계열, 40대 이상의 여성은 어두운 계열의 색을 입습니다.

Mẫu 063

동사 + thử

한번 ~해보다

 063.mp3

어떤 행위를 한번 시도해 보는 경우, 동사 뒤에 **thử**를 붙여 사용합니다.

STEP 1

1 한번 맛보고 싶어요.

Tôi muốn nếm thử.

2 아오자이를 입어 봐도 돼요?

Tôi mặc thử áo dài được không?

3 한번 사용해 봤는데 별로 안 좋아.

Tôi đã dùng thử rồi nhưng không tốt lắm.

4 이것을 한번 마셔 봐도 돼요?

Tôi uống thử cái này được không?

5 그의 제안에 대해 한번 생각해 봤어?

Bạn nghĩ thử về đề nghị của anh ấy chưa?

nếm 맛보다
dùng 사용하다
đề nghị 제안, 제의하다
rượu 술
truyền thống 전통

STEP 2

1 A Cái này là gì?

B Cái này là rượu truyền thống Việt Nam, Nếp Mới.

A 이것을 한번 마셔 봐도 돼요?

B Được.

1 A 이게 뭐예요?

B 이것은 베트남의 전통주인 넵머이입니다.

A Tôi uống thử cái này được không?

B 돼요.

Tip

베트남의 대표 찹쌀주 '넵머이'

넵머이(Nếp mới)는 대표적인 찹쌀주 상표로, 많은 베트남 사람에게 사랑 받고 있는 술입니다. 알코올 농도가 30~40도로 높은 편이지만, 찹쌀을 발효시킨 술이기 때문에 맛이 쓰지 않고 부드럽습니다.

Mẫu 064

동사 + mãi

계속 ~ 해요

mãi(계속)는 어떤 행동이 멈추지 않고 계속 이어질 때 동사 뒤에 쓰입니다.

⭐ STEP 1

1 그들은 계속 걸었어요.
Họ đã đi bộ mãi.

2 나는 밤까지 계속 기다릴 거예요.
Tôi sẽ đợi mãi đến đêm.

3 쉬는 날에 나는 계속 누워 있어요.
Ngày nghỉ, tôi nằm mãi.

4 과거에 대해 계속 생각하지 마세요.
Đừng nghĩ mãi về quá khứ.

5 맛있는 것은 오래 기억하고, 아픈 말은 계속 기억한다.
Miếng ngon nhớ lâu, lời đau nhớ mãi.

đi bộ 걷다	
đợi 기다리다	
nghỉ 쉬다	
nằm 눕다	
miếng ①먹을 것 ②조각	
nhớ ①기억하다 ②그립다	
lời đau 아픈 말	
bạn gái cũ 전 여자친구	

⭐⭐ STEP 2

1 A Ngày nghỉ, bạn thường làm gì?
B <u>쉬는 날에 나는 계속 누워 있어요.</u>

1 A 쉬는 날에 주로 뭐 하세요?
B Ngày nghỉ, tôi nằm mãi.

2 A Tôi không quên được bạn gái cũ. Nhớ quá!
B <u>과거에 대해 계속 생각하지 말아요.</u>

2 A 전 여자친구를 잊을 수 없어요. 너무 보고 싶어요!
B Đừng nghĩ mãi về quá khứ.

> **🔹 Tip**
>
> 베트남 속담:
> Miếng ngon nhớ lâu, lời đau nhớ mãi.
>
> 이 속담은 '좋은 일, 좋은 말은 오래 기억하고 나쁜 일은 배로 들어온다', 즉 '몸속으로 깊게 들어온다'는 뜻이에요. 즐겁고 불행한 모든 것은 평생 다 기억한다는 의미로 씁니다.

Mẫu 065

동사 + hết

다 ~해요

동사 뒤에 **hết**(전부, 다)을 써서 '다 ~해요'라는 뜻을 나타냅니다.

STEP 1

1 나는 다 이해했어요.
Tôi hiểu hết rồi.

2 오늘 다 팔았어요.
Hôm nay chúng tôi bán hết rồi.

3 나는 다 말할 거예요.
Tôi sẽ nói hết.

4 당신은 전부 고를 수 있어요.
Bạn có thể chọn hết.

5 저는 10만동 전부 다 썼어요.
Con tiêu hết 100 nghìn đồng rồi.

bán	팔다
chọn	고르다, 선택하다
tiêu	쓰다, 소비하다
nghìn	1000 단위
còn	남다

STEP 2

1 A Cô ơi! Còn bánh mì không?
　B <u>오늘 다 팔았어요.</u>

2 A Con ơi! Tiền ở đâu rồi?
　B <u>저는 10만동 전부 다 썼어요.</u>

1 A 아줌마! 반미 남았어요?
　B Hôm nay chúng tôi bán hết rồi.

2 A 얘야! 돈 어디에 있어?
　B Con tiêu hết 100 nghìn đồng rồi.

🔊 Tip

바게트 샌드위치, 반미 (**bánh mì**)

겉은 바삭하고 속은 촉촉한 바게트 빵을 갈라 닭 간, 야채, 삶은 돼지고기, 야채(절임무, 절임당근, 오이)를 소스와 곁들여 먹는 바게트 샌드위치 **bánh mì**는 아침식사 대용 및 간식으로 먹기에 좋습니다. 계란 프라이와 치즈를 추가할 수도 있으니 입맛에 따라 즐기세요.

Mẫu 066

không + 동사 + rõ

잘 ~하지 않아요

rõ는 '정확한, 정확히'라는 뜻으로, [không + 동사 + rõ] 패턴으로 쓰면 '잘 ~하지 않아요, 잘 ~ 안 해요'라는 뜻을 나타냅니다.

STEP 1

1 나는 이해가 잘 안 가요.
Tôi **không** hiểu rõ.

2 잘 안 들려요.
Tôi **không** nghe rõ.

3 나도 잘 몰라요.
Tôi cũng **không** biết rõ.

4 나는 잘 기억이 안 나요.
Tôi **không** nhớ rõ.

5 멀리 있는 글자가 잘 안 보여요.
Tôi **không** thấy rõ chữ ở xa.

chữ 글자
quận 군, 구

STEP 2

1 **A** A lô. Anh nghe rõ không?
B 잘 안 들려요.
Chị nói lại được không?

2 **A** Nhà anh ấy ở quận mấy?
B 나도 잘 몰라요.

1 **A** 여보세요. 잘 들려요?
B Tôi không nghe rõ.
다시 말해 줄 수 있어요?

2 **A** 그의 집이 몇 군에 있어요?
B Tôi cũng không biết rõ.

◆ Tip

간단한 전화 표현
• 여보세요?
A-lô.
• 란입니다.
Lan nghe đây.
• 누구세요?
Ai đó?
• 나중에 전화할게요.
Tôi sẽ gọi lại sau.

Mẫu 067

để + 동사
~하기 위해

[để + 동사]는 '~하기 위해, ~하려고'라는 뜻으로, 목적이나 의도를 나타냅니다.

★ STEP 1

1 나는 일하기 위해 공부해요.
Tôi học để làm.

2 나는 돈을 벌기 위해 베트남에 가요.
Tôi đi Việt Nam để kiếm tiền.

3 건강을 유지하기 위해 운동을 해요.
Tôi tập thể dục để giữ gìn sức khỏe.

4 가장 높은 점수를 받기 위해 노력하고 있어요.
Tôi đang cố gắng để nhận điểm cao nhất.

5 뭐 하려고 차를 대여했어요?
Bạn đã thuê xe để làm gì?

kiếm tiền 돈 벌다
cố gắng 노력하다
nhận 받다
điểm 점수
thuê 대여하다
xe 차(차의 총칭)
đi đón 마중 가다

★★ STEP 2

1 A Anh đi Việt Nam để làm gì?
B <u>Tôi là돈을 벌기 위해 베트남에 가요.</u>

2 A 뭐 하려고 차를 대여했어요?
B Tôi đã thuê xe để đi đón bà Hoa ở sân bay.

1 A 베트남에 뭐 하기 위해 가요?
B Tôi đi Việt Nam để kiếm tiền.

2 A Bạn đã thuê xe để làm gì?
B 나는 호아 씨를 공항에 마중 가려고 빌렸어요.

Tip
금보다 비싼 자동차

차를 생산하지 않는 베트남에서는 국산 소형차만 해도 한국 대비 2~3배 비싸기 때문에 차를 렌트하는 경우가 많아요. 베트남에서는 운전 베테랑도 오토바이 무법지대인 베트남 도로에서는 위험할 수 있으니 운전기사까지 같이 고용하기를 추천합니다.

~ đã

일단 ~해요

🎧 068.mp3

문장 끝에 **đã**를 붙이면 '일단 ~해요'라는 뜻으로, 뒤의 행위를 하기 전에 앞의 행위를 먼저 할 때 사용합니다.

STEP 1

1 일단 먹고요.
Tôi ăn đã.

2 일단 생각해 보고요.
Tôi suy nghĩ đã.

3 일단 결정하고요.
Tôi quyết định đã.

4 일단 숙제 끝내고요.
Tôi làm bài tập xong đã.

5 일단 그에게 전화하고요.
Tôi gọi điện cho anh ấy đã.

suy nghĩ 생각하다
quyết định 결정하다
bài tập 숙제

STEP 2

1 **A** Anh mua cái này chứ?
   B 일단 생각해 보고요.

2 **A** Con ơi! Ăn cơm đi!
   B Dạ, vâng. 일단 숙제 끝내고요.

1 **A** 이거 살 거죠?
   B Tôi suy nghĩ đã.

2 **A** 얘야! 밥 먹어라!
   B 네. Con làm bài tập xong đã.

◆ **Tip**

바가지 요금에 당하지 않으려면
베트남에서 물건을 구매할 때 바가지를 쓰지 않으려면 마음에 든다고 덥석 사는 것보다는 살지 말지 고민하는 듯이 행동해 보세요. 그러면 상인 쪽에서 먼저 흥정을 걸어 오거든요.

Mẫu 069

luôn (luôn) + 동사

항상 ~해요

〈Mẫu 69~73〉의 빈도 부사는 동사 바로 앞에 쓰입니다. **[luôn (luôn) + 동사]**(항상 ~해요)라고 하면 백퍼센트의 빈도를 표현합니다.

STEP 1

1 나는 항상 웃어요.
Tôi **luôn luôn** cười.

2 나는 항상 언니를 지지해요.
Tôi **luôn luôn** ủng hộ chị.

3 그는 항상 경청해요.
Anh ấy **luôn luôn** lắng nghe.

4 항상 의사의 조언에 따르세요.
Luôn luôn làm theo lời khuyên từ bác sĩ.

5 항상 제 옆에 있어 줘서 고마워요.
Cám ơn anh đã **luôn** ở cạnh em.

cười	웃다
ủng hộ	옹호하다, 지지하다
lắng nghe	경청하다
theo ~	~에 따라
lời khuyên	조언
cạnh	옆
bực mình	짜증 난
sai	틀린, 잘못
mà ~	~인데
sếp	상사
mắng	꾸짖다, 혼내다

STEP 2

1 **A** Bực mình quá! Tôi không làm gì sai mà sếp của tôi luôn luôn mắng tôi.

 B Cố lên! 나는 항상 언니를 지지해요.

 A 항상 언니 옆에 있어 줘서 고마워.

1 **A** 너무 짜증 나! 잘못한 것이 없는데 상사는 항상 나를 혼내.

 B 파이팅! Tôi luôn luôn ủng hộ chị.

 A Cám ơn em đã luôn ở cạnh chị.

Tip

Cố lên!파이팅!
누군가를 응원하고 격려
할 때 **Cố lên!**(파이팅!)이
라는 표현을 사용하며 **[Cố
lên + 상대편]**과 같이 대상
이 되는 말을 뒤에 넣을 수
있습니다.

• 오빠 파이팅!
(=오빠 파이팅 해요!)
Cố lên anh!

Mẫu 070

hay + 동사

자주 ~해요

hay 대신에 **thường xuyên** 또는 **thường**을 쓸 수 있습니다. [**thường + 동사**]는 '보통 ~해요'라는 뜻으로도 사용합니다.

STEP 1

1 나는 자주 캠핑 가요.
Tôi **hay** đi cắm trại.

2 나는 자주 땀이 나요.
Tôi **thường xuyên** đổ mồ hôi.

3 당신은 자주 파티를 여세요?
Bạn **hay** tổ chức tiệc không?

4 당신은 보통 몇 시에 집에 와요?
Mấy giờ bạn **thường** về đến nhà?

5 당신은 보통 어디서 공부해요?
Bạn **thường** học ở đâu?

cắm trại 캠핑, 야영
đổ mồ hôi 땀 흘리다
tổ chức 열다, 개최하다
tiệc 파티
về đến nhà 집에 오다
hoặc 혹은, 또는

STEP 2

1 A Bạn hay đi cắm trại không?
B 나는 자주 캠핑 가요.

2 A 당신은 보통 어디서 공부해요?
B Tôi thường học ở quán cà phê hoặc thư viện.

1 A 당신은 자주 캠핑 가요?
B Tôi hay đi cắm trại.

2 A Bạn thường học ở đâu?
B 나는 보통 카페나 도서관에서 공부해요.

♦ Tip

주요 파티, 행사

결혼식	tiệc cưới
환송회	tiệc chia tay
송년회	tiệc tất niên
집들이	tiệc tân gia
생일파티	tiệc sinh nhật
돌잔치	tiệc thôi nôi

Mẫu 071

thỉnh thoảng + 동사

가끔 ~해요

50퍼센트 정도의 빈도를 표현할 때 사용하며 **thỉnh thoảng** 대신에 **đôi khi**를 쓸 수 있습니다. **thỉnh thoảng**은 단독으로 써서 '가끔'의 뜻으로도 사용할 수 있습니다.

STEP 1

1 나는 가끔 와인을 마셔요.
Tôi thỉnh thoảng uống rượu vang.

2 슬플 때, 나는 가끔 울어요.
Khi buồn, tôi thỉnh thoảng khóc.

3 나는 때때로 혼자 영화관에 가요.
Tôi đôi khi đi rạp chiếu phim một mình.

4 그녀는 때때로 체중 감량을 위해 금식해요.
Cô ấy đôi khi nhịn ăn để giảm cân.

5 나는 가끔 숨 쉬기 힘들어요.
Tôi thỉnh thoảng khó thở.

rượu vang 와인
nhịn ăn 금식하다
thở 숨 쉬다

STEP 2

1 A Bạn hay khóc không?
B **슬플 때, 나는 가끔 울어요.**

2 A Bạn thường xem phim ở đâu?
B Tôi thường xem phim ở nhà.
__그러나 나는 때때로 혼자 영화관에__
__가요.__

1 A 당신은 자주 울어요?
B Khi buồn, tôi thỉnh thoảng khóc.

2 A 보통 어디에서 영화 봐요?
B 나는 보통 집에서 봐요.
Nhưng tôi đôi khi đi rạp chiếu
phim một mình.

> 💎 **Tip**
>
> 베트남 와인 생산지 달랏
> (Đà Lạt)
> 고원 지대에 위치한 **Đà Lạt**
> 은 풍부한 과일 재배가 가능
> 한 지형입니다. 특히 포도가
> 많이 나서 와인을 생산해요.
> **Đà Lạt** 와인(rượu vang)
> 은 가격 대비 맛도 좋기 때
> 문에 인기가 좋습니다.

96

Mẫu 072

ít khi + 동사

거의 ~하지 않아요

[**ít khi + 동사**](거의 ~하지 않아요)는 20~30퍼센트의 빈도를 표현할 때 사용하며
hiếm khi와 바꿔 사용할 수 있습니다.

STEP 1

1 나는 거의 의견을 내지 않아요.
Tôi ít khi lên tiếng.

2 왜 그는 거의 웃지 않아요?
Tại sao anh ấy ít khi cười?

3 나는 친척을 거의 방문하지 않아요.
Tôi ít khi thăm họ hàng.

4 젊은 사람은 노인에게 거의 의자를 양보하지 않아요.
Người trẻ ít khi nhường ghế cho người già.

5 나는 귀찮아서 거의 SNS를 안 해요.
Tôi ít khi sử dụng SNS vì phiền hà.

---

lên tiếng 의견을 내다, 목소리를 높이다
thăm 방문하다
họ hàng 친척
trẻ 젊은
nhường 양보하다
ghế 의자
già 늙은
phiền hà 귀찮은
dấu hiệu 신호
sự ngu ngốc 무식, 바보스러움

STEP 2

1 A 왜 그는 거의 웃지 않아요?
  B Vì anh ấy nghĩ đó là dấu hiệu
   của sự ngu ngốc.

2 A Bạn hay sử dụng SNS không?
  B Không. 나는 귀찮아서 거의 SNS를
   안 해요.

1 A Tại sao anh ấy ít khi cười?
  B 왜냐하면 그는 그것이 무식의 신호
   라고 생각하기 때문이에요.

2 A SNS 자주 사용해요?
  B 아니요. Tôi ít khi sử dụng SNS
   vì phiền hà.

◆ Tip

SNS
SNS는 베트남어로 **mạng xã hội**, **mạng**(네트워크) **xã hội**(사회), 즉 사회 네트워크입니다. 베트남 사람들은 페이스북 SNS를 주로 사용하는 편이며, 많은 사람들이 이 SNS를 통해 정보를 공유하고 일상을 공유합니다.

Mẫu 073

không bao giờ + 동사

전혀 ~하지 않아요

빈도가 0에 가까운 사실을 표현할 때, **[không bao giờ + 동사]**를 씁니다. **Không bao giờ.**는 단독으로 써서 "전혀요."라는 의미로 쓸 수도 있습니다.

STEP 1

1 나는 향채를 전혀 안 먹어요.
Tôi không bao giờ ăn rau thơm.

2 나는 담배를 전혀 안 피워요.
Tôi không bao giờ hút thuốc lá.

3 태양이 결코 지지 않는 제국.
Đế quốc mặt trời không bao giờ lặn.

4 나는 그들의 의견에 결코 동의하지 않을 거예요.
Tôi sẽ không bao giờ đồng ý với ý kiến của họ.

5 나는 노처녀가 결코 두렵지 않아요.
Tôi không bao giờ sợ ế chồng.

rau thơm 향채
hút thuốc 담배를 피우다
đế quốc 제국
mặt trời 태양
lặn (해가) 지다
ế chồng 노처녀인
rốt cuộc 도대체

STEP 2

1 **A** Bạn ăn rau thơm không?
B 나는 향채를 전혀 안 먹어요.

1 **A** 향채를 먹어요?
B Tôi không bao giờ ăn rau thơm.

2 **A** Rốt cuộc khi nào cô kết hôn?
B 나는 노처녀가 결코 두렵지 않아요.

2 **A** 도대체 언제 결혼할 거예요?
B Tôi không bao giờ sợ ế chồng.

◆ Tip

노처녀, 노총각
베트남 사람은 아직까지는 평균적으로 20대에 결혼을 하는 편으로 30대가 넘어서도 미혼인 경우 노처녀 또는 노총각으로 생각합니다. 노처녀, 노총각을 **ế chồng, ế vợ**라고 하는데, **ế**는 '잘 안 팔리는'이라는 뜻이며 **chồng**과 **vợ**는 각각 '남편과 부인'의 뜻입니다.

sau khi + (주어) + 동사

~한 후에

🎧 074.mp3

sau(후)와 **khi**(~할 때)가 합쳐진 표현으로, [sau khi A, B.]는 'A 한 후에 B 하다'라는 뜻으로, [B sau khi A.]와 같이 A, B의 위치를 바꿔 쓸 수도 있습니다. 주어가 같을 경우 주어를 하나만 쓰면 됩니다.

STEP 1

1 밥 먹은 후에 항상 커피를 마셔요.
   Sau khi ăn cơm, tôi luôn uống cà phê.

2 일어난 후에 보통 뭐 하세요?
   Sau khi thức dậy, bạn thường làm gì?

3 집에 도착한 후에 항상 저녁을 먹어요.
   Sau khi về đến nhà, tôi luôn luôn ăn tối.

4 일 끝나고 우리는 맥주 마시러 갈 거예요.
   Sau khi làm xong, chúng tôi sẽ đi uống bia.

5 출산한 후에 그녀는 휴가를 냈어요.
   Sau khi sinh con, chị ấy xin nghỉ phép rồi.

ăn tối 저녁을 먹다
sinh con 출산하다
xin nghỉ phép
휴가를 내다
cốc 잔 =ly

STEP 2

1 **A** <u>일어난 후에 보통 뭐 하세요?</u>
   B Tôi thường uống 1 cốc nước.

2 **A** Dạo này tại sao không thấy chị Kim vậy?
   B <u>출산한 후에 그녀는 휴가를 냈어요.</u>

1 **A** Sau khi thức dậy, bạn thường làm gì?
   B 나는 보통 물 한 잔을 마셔요.

2 **A** 요즘 왜 김 씨가 안 보여요?
   B Sau khi sinh con, chị ấy xin nghỉ phép rồi.

🔷 **Tip**

dậy와 **thức dậy**의 차이
dậy와 **thức dậy** 두 단어 모두 '일어나다'라는 뜻이지만 **dậy**는 몸은 누워 있으나 정신이 깬 상태, **thức dậy**는 몸까지 일으킨 상황에 사용합니다.

Mẫu 075

trước khi + (주어) + 동사
~하기 전에

trước(전)과 khi(~할 때)가 합쳐진 표현으로, [trước khi A, B.]는 'A 하기 전에 B 하다'라는 뜻으로, [B trước khi A.]와 같이 A, B의 위치를 바꿔 쓸 수도 있습니다. 주어가 같을 경우 주어를 하나만 쓰면 됩니다.

STEP 1

1 자기 전에 나는 책을 봐요.
Trước khi ngủ, tôi đọc sách.

2 인쇄하기 전에 확인했어요?
Trước khi in, bạn kiểm tra chưa?

3 들어오기 전에 노크를 해야 돼요.
Trước khi vào, bạn phải gõ cửa.

4 사용하기 전에 나는 가이드를 꼼꼼히 읽어요.
Tôi đọc kỹ hướng dẫn **trước khi** dùng.

5 베트남에서 일을 찾기 전에 뭘 준비해요?
Ở Việt Nam chuẩn bị gì **trước khi** tìm việc?

in 인쇄하다
gõ cửa 노크하다
kỹ 꼼꼼히, 신중히
hướng dẫn 안내하다, 안내
dùng 사용하다

STEP 2

1 A Trước khi ngủ, bạn thường làm gì?
B 자기 전에 나는 책을 봐요.

1 A 자기 전에 보통 뭐해요?
B Trước khi ngủ, tôi đọc sách.

2 A 베트남에서 일을 찾기 전에 뭘 준비해요?
B Thường chuẩn bị CV.

2 A Ở Việt Nam chuẩn bị gì trước khi tìm việc?
B 보통 CV를 준비해요.

> **Tip**
>
> CV란?
> **CV**는 Curriculum Vitae의 약자로 베트남어로는 sơ yếu lý lịch(이력서)를 뜻합니다. 비즈니스에서는 보통 **CV**로 줄여 많이 사용합니다.

Mẫu 076

trừ ~
~을 빼고

 076.mp3

trừ는 동사 '빼다'라는 뜻 외에 부사로 쓰면 '~을 제외하고, ~을 빼고'라는 뜻이 있습니다.

STEP 1

1 나는 일요일을 빼고 항상 일해요.
Tôi luôn làm việc **trừ** ngày chủ nhật.

2 나 빼고 모두 밥 먹으러 갔어요.
Tất cả đi ăn cơm rồi **trừ** tôi.

3 나는 우유 제품을 제외한 모든 것을 먹을 수 있어요.
Tôi ăn được tất cả **trừ** sản phẩm sữa.

4 모든 사람은 그 파티를 좋아했어요, 충분히 못 먹은 거 빼고.
Mọi người thích bữa tiệc đó, **trừ** việc không đủ ăn.

5 그는 앉아서 티브이 보는 것 빼고 아무것도 안 해요.
Anh ấy không làm gì cả **trừ** việc ngồi và xem tivi.

sản phẩm 상품, 제품	
sữa 우유	
bữa tiệc 파티	
đủ 충분한, 충분히	
ngồi 앉다	
vắng lạnh 썰렁한	

STEP 2

1 A Sao phòng vắng lạnh thế?
B 나 빼고 모두 밥 먹으러 갔어요.

2 A Bữa tiệc sinh nhật đó thế nào rồi?
B 모든 사람은 그 파티를 좋아했어요, 충분히 못 먹은 거 빼고.

1 A 왜 이리 방이 썰렁해요?
B Tất cả đi ăn cơm rồi trừ tôi.

2 A 그 생일 파티는 어땠어요?
B Mọi người thích bữa tiệc đó, trừ việc không đủ ăn.

Tip

근무 시간

관공서, 은행은 주5일 근무제(월~금), 일반 기업체들은 대부분 토요일까지 근무합니다. 관공서의 근무시간은 07:30~16:30이며, 일반 기업체는 08:00~17:00까지입니다. 점심시간은 대개 11:30~13:00인데, 점심시간이 긴 이유는 점심을 먹은 뒤 오침을 하기 때문입니다.

음성강의 & 예문 듣기

UNIT 08

주요 술어를 활용한 패턴

muốn ~
~을 원해요

 077.mp3

동사 **muốn**은 '원하다, 하고 싶다'는 뜻을 나타냅니다.

STEP 1

1 나는 이것을 원해요.
Tôi muốn **cái này.**

2 형은 뭘 더 원해요?
Anh muốn **gì nữa?**

3 나는 오빠를 돕고 싶어요.
Tôi muốn **giúp anh.**

4 그는 어디서 데이트하기를 원해요?
Anh ấy muốn **hẹn hò ở đâu?**

5 나는 더 높은 급여를 받기를 원해요.
Tôi muốn **nhận lương cao hơn.**

hẹn hò 데이트하다
nhận 받다
lương 월급, 급여
công viên vui chơi
놀이공원

STEP 2

1 A Anh muốn gì?
　B <u>나는 이것을 원해요.</u>

2 A <u>그는 어디서 데이트하기를 원해요?</u>
　B Anh ấy muốn đi công viên vui chơi.

1 A 당신은 뭘 원해요?
　B Tôi muốn cái này.

2 A Anh ấy muốn hẹn hò ở đâu?
　B 그는 놀이공원에 가고 싶어 해요.

◆ Tip
데이트 장소
베트남 연인들은 데이트하는 날에 한 대의 오토바이로 이동합니다. 주로 공원, 호수, 카페에서 데이트를 즐기며, 요즘에는 대형 쇼핑센터나 영화관에서도 데이트를 합니다.

🎧 078.mp3

không muốn ~

~을 원하지 않아요

muốn(원하다) 앞에 **không**을 붙이면 부정의 의미가 됩니다. **không muốn**은 '원하지 않다, 안 원하다, 안 하고 싶다'는 뜻으로 씁니다.

STEP 1

1 이번 주말 나는 일하고 싶지 않아요.
Cuối tuần này tôi **không muốn** làm.

2 나는 한 장소에서 살고 싶지 않아요.
Tôi **không muốn** sống ở một nơi.

3 저는 배부를 때 먹고 싶지 않아요.
Em **không muốn** ăn khi no.

4 미국은 이란과의 전쟁을 원하지 않아요.
Mỹ **không muốn** chiến tranh với Iran.

5 나는 오빠에게 불편을 끼치고 싶지 않아요.
Tôi **không muốn** gây bất tiện cho anh.

nơi 장소
Mỹ 미국
chiến tranh 전쟁
với ~ ~과, ~와
gây 야기하다, 끼치다
bất tiện 불편한
cho ~ ~에, ~에게
hoa quả 과일(북부)
trái cây 과일(남부)
thế thì 그러면

STEP 2

1 A Món này ngon lắm! Em muốn ăn nữa không?

 B Không! Em no rồi. **저는 배부를 때 먹고 싶지 않아요.**

 A Thế thì chúng ta ăn hoa quả thế nào?

1 A 이 음식 너무 맛있다! 너 더 먹고 싶어?

 B 아니요! 저 이미 배불러요. **Em không muốn ăn khi no.**

 A 그럼 우리 과일 먹는 거 어때?

🔷 Tip

베트남 과일(hoa quả)

토마토	cà chua
바나나	chuối
사과	táo
파인애플	dứa
망고	xoài
오렌지	cam
금귤	quýt
용과	thanh long
자몽	bưởi
망고스틴	măng cụt
아보카도	bơ

Mẫu 079

muốn ~ không?
~을 원해요?

muốn이 들어간 문장 뒤에 **không**을 붙여 '~을 원해요?, ~하고 싶어요?'라는 뜻을 나타냅니다.

STEP 1

1 베트남 가고 싶어요?
Bạn **muốn** đi Việt Nam **không**?

2 사업하고 싶으세요?
Anh **muốn** kinh doanh **không**?

3 제 전화를 사용하길 원하세요?
Anh **muốn** sử dụng điện thoại của em **không**?

4 본사에서 일하길 원해요?
Em **muốn** làm ở trụ sở chính **không**?

5 한잔 더 마시고 싶어요?
Bạn **muốn** uống 1 cốc nữa **không**?

kinh doanh 사업하다
trụ sở chính 본사

STEP 2

1 A 베트남 가고 싶어요?
B Vâng. Tôi rất muốn đi Việt Nam.
A Tại sao bạn muốn đi Việt Nam?
B Vì tôi muốn kinh doanh ở Việt Nam.

1 A Bạn muốn đi Việt Nam không?
B 네. 저는 베트남에 매우 가고 싶어요.
A 왜 당신은 베트남에 가고 싶어요?
B 왜냐하면 베트남에서 사업하고 싶어서요.

◆ Tip

'잔' 표현
'한 잔, 두 잔' 할 때의 '잔'은 북부에서는 cốc, 남부에서는 ly를 사용합니다.

chỉ muốn ~

단지 ~을 원해요

🎧 080.mp3

muốn 앞에 **chỉ**(단지)가 붙어서 '단지 ~을 원해요, 단지 ~하고 싶어요'라는 뜻을 나타냅니다.

STEP 1

1 저는 단지 친구를 만들고 싶어요.
Em **chỉ muốn** làm bạn.

2 나는 단지 한국에서 살고 싶어요.
Tôi **chỉ muốn** sống ở Hàn Quốc.

3 선생님은 단지 학생이 열심히 공부하기를 원해요.
Giáo viên **chỉ muốn** học sinh học chăm chỉ.

4 단지 너의 웃음을 보고 싶어.
Anh **chỉ muốn** nhìn thấy nụ cười của em.

5 나는 단지 잃어버린 돈을 다시 찾고 싶어요.
Tôi **chỉ muốn** tìm lại tiền đã mất.

làm bạn 친구를 만들다
nhìn thấy 보다
mất 잃다
túi xách 가방

STEP 2

1 **A** Bạn đang khóc à? Có chuyện gì?
B Tôi mất túi xách rồi.
A Trời ơi!
B 나는 단지 잃어버린 돈을 다시 찾고 싶어요.

1 **A** 울고 있는 중이에요? 무슨 일 있어요?
B 나는 가방을 잃어버렸어요.
A 맙소사!
B Tôi chỉ muốn tìm lại tiền đã mất.

◆ Tip

날치기 주의!
베트남의 치안은 좋은 편이나 오토바이가 많은 환경 때문에 오토바이 날치기 범죄가 자주 발생합니다. 길에서는 휴대폰이나 귀중품을 꺼내지 않는 것이 좋고, 가방도 어깨나 손으로 매는 가방보다는 백팩이 안전합니다.

🎧 081.mp3

thích ~

~을 좋아해요

thích은 뒤에 오는 행위나 대상을 '좋아한다'고 표현할 때 사용합니다.

STEP 1

1 나는 꽃을 좋아해.
   Tôi thích hoa.

2 나는 흰색을 매우 좋아해요.
   Tôi rất thích màu trắng.

3 나는 바다보다 산을 좋아해.
   Tôi thích núi hơn biển.

4 그 오빠는 배드민턴 치는 것을 좋아해요.
   Anh ấy thích chơi cầu lông.

5 나는 티브이 시청을 가장 좋아해요.
   Tôi thích xem TV nhất.

núi 산
biển 바다
chơi + 운동 종목
(운동을) 하다
cầu lông 배드민턴
kỳ nghỉ 휴가
lần này 이번

STEP 2

1 **A** Kỳ nghỉ lần này, anh muốn đi đâu?

   B Tôi muốn đi núi. **나는 바다보다 산을 좋아해.**

   A Ở miền Nam có núi không?

   B Có núi Bà Đen.

1 **A** 이번 휴가에 어디 가고 싶어요?

   B 나는 산에 가고 싶어요. **Tôi thích núi hơn biển.**

   A 남부에 산이 있어요?

   B 바덴 산이 있어요.

◆ Tip

바덴 산(Núi Bà Đen)
베트남 산지는 대부분 북부와 중부 지방에 뻗어 있으므로 남부에서 산을 보기가 쉽지 않은데요. 호찌민 시에서 불과 몇 시간 거리에 떨어져 있는 곳에 **Bà Đen** 산이 있습니다. **Bà Đen** 산은 986m 높이로 남부에서 가장 높은 산입니다. 케이블카도 있기 때문에 쉽게 오르내릴 수 있답니다.

Mẫu
082

không thích ~

~을 좋아하지 않아요

 082.mp3

thích(좋아하다) 앞에 부정의 **không**이 붙은 표현입니다. '~을 좋아하지 않다, ~을 안 좋아하다'는 뜻으로 씁니다.

STEP 1

1 나는 수학을 안 좋아해.
   Tôi **không thích** toán.

2 나는 겨울에 걷는 것을 안 좋아해.
   Tôi **không thích** đi bộ vào mùa đông.

3 나는 혼자 밥 먹는 것을 안 좋아해요.
   Tôi **không thích** ăn cơm một mình.

4 나는 공포 영화를 안 좋아해.
   Tôi **không thích** phim kinh dị.

5 그는 'No'라고 말하는 것을 안 좋아해요.
   Anh ấy **không thích** nói 'không'.

toán 수학
phim kinh dị 공포 영화
~ mà ~한데, ~인데
Ủa (놀랐을 때) 어

STEP 2

1 A Bạn ăn cơm chưa?

  B Chưa.

  A Ủa? Bây giờ là 2 giờ rồi mà vẫn chưa ăn cơm à?

  B 나는 혼자 밥 먹는 것을 안 좋아해요.

---

1 A 식사하셨어요?

  B 아직이요.

  A 어? 지금 2시가 됐는데 여전히 아직도 안 먹었어요?

  B Tôi không thích ăn cơm một mình.

Tip

직접 화법보다는 돌려 말하기

베트남 사람들은 부정적이거나 안 좋은 이야기를 할 때 직접적으로 표현하기보다는 '~하지 않다'로 돌려 말합니다. '싫다(ghét)' 대신 '안 좋아(không thích), '나빠, 못생겼어(xấu)' 대신 '안 좋아(không tốt)', '안 예뻐(không đẹp)' 등으로 표현합니다.

Mẫu 083

thích ~ không?
~을 좋아해요?

thích ~ 뒤에 không을 붙이면 '~을 좋아해요?, ~하는 것을 좋아해요?'라는 뜻입니다.

STEP 1

1 당신은 동물을 좋아해요?
Bạn **thích** động vật **không**?

2 오빠는 스포츠를 좋아해요?
Anh **thích** thể thao **không**?

3 아이스크림을 좋아하니?
Cháu **thích** kem **không**?

4 당신은 베트남어 공부하는 것을 좋아해요?
Bạn **thích** học tiếng Việt **không**?

5 당신은 시골에 사는 것을 좋아합니까?
Bạn **thích** sống ở miền quê **không**?

động vật 동물
kem 아이스크림
miền quê 시골, 지방

STEP 2

1 **A** 당신은 베트남어 공부하는 것을 좋아해요?
  B Tôi rất thích học tiếng Việt. Học tiếng Việt rất thú vị.
  A Tôi đồng ý.

1 **A** Bạn thích học tiếng Việt không?
  B 나는 베트남어 공부하기를 매우 좋아해요. 베트남어 공부는 매우 재밌어요.
  A 동의해요.

♦ Tip

동물(động vật)

개	con chó
고양이	con mèo
말	con ngựa
소	con bò
돼지	con lợn(북부) con heo(남부)
닭	con gà
염소	con dê

Mẫu 084

có + 명사

~이 있어요

có 뒤에 명사가 쓰이는 경우, **có**는 동사의 뜻으로 '~이 있다, ~을 가지고 있다'는 소유의 의미를 나타냅니다. 영어 **have**와 같은 의미로 보면 되겠죠? **có**는 '있다'는 뜻으로 단독 사용할 수 있습니다.

★
STEP 1

1 나는 남자친구가 생겼어요.
Tôi có bạn trai rồi.

2 책은 3챕터가 있어요.
Sách có ba chương.

3 당신은 재능이 있어요.
Bạn có tài.

4 방 안에 두 사람이 있어요.
Trong phòng có 2 người.

5 우리는 책임이 있어요.
Chúng ta có trách nhiệm.

chương 챕터
tài 재능
trách nhiệm 책임

★★
STEP 2

1 A Bạn có bạn trai chưa?
   B Rồi. 나는 남자친구가 생겼어요.

1 A 남자친구 생겼어요?
   B 네. *Tôi có bạn trai rồi.*

2 A Trong phòng có mấy người?
   B 방 안에 두 사람이 있어요.

2 A 방 안에 몇 명이 있어요?
   B *Trong phòng có 2 người.*

◆ Tip

위치 전치사

위	trên
아래	dưới
가운데	giữa
안	trong
밖	ngoài
옆	cạnh
앞	trước
뒤	sau

không có + 명사
~이 없어요

🎧 085.mp3

[**không có** + 명사] 패턴은 '~이 없어요, ~을 가지고 있지 않아요'라는 뜻을 나타냅니다. **không có**는 '없다'는 뜻으로 단독 사용할 수 있습니다.

STEP 1

1 나는 펜이 없어요.
   Tôi **không có** bút.

2 그녀는 돈이 많이 없어요.
   Chị ấy **không có** tiền nhiều.

3 집에 세탁기가 없어요.
   Ở nhà **không có** máy giặt.

4 책상 위에 냅킨이 없어요.
   Trên bàn **không có** khăn giấy.

5 나는 밥 먹을 시간이 없어요.
   Tôi **không có** thời gian ăn cơm.

bút 펜
máy giặt 세탁기
khăn giấy 냅킨
chúc mừng 축하하다
khao 한턱내다

STEP 2

1 A Hôm nay là ngày sinh nhật của anh. Chúc mừng!

   B Cảm ơn em.

   A Hôm nay tôi sẽ khao.

   B Xin lỗi. **오늘 나는 밥 먹을 시간이 없어요.** Ngày mai thế nào?

1 A 오늘은 당신의 생일이에요. 축하해요!

   B 고마워요.

   A 오늘 내가 한턱낼게요.

   B 죄송해요. Hôm nay tôi không có thời gian ăn cơm. 내일 어때요?

🔖 **Tip**

축하 표현
• Chúc mừng sinh nhật.
  생일 축하해요.
• Chúc mừng đám cưới.
  결혼 축하해요.
• Chúc mừng tốt nghiệp.
  졸업 축하해요.
• Chúc mừng lên chức.
  승진 축하해요.
• Chúc mừng thi đậu.
  시험 합격 축하해요.

Mẫu 086

có + 명사 + không?

~이 있어요?

[có + 명사] 뒤에 không을 써서, '~이 있어요?, ~을 가지고 있어요?'라고 소유 여부를 묻는 표현입니다.

STEP 1

1 여권 있어요?
Bạn **có** hộ chiếu **không**?

2 베트남에 지하철이 있어요?
Ở Việt Nam **có** tàu điện ngầm **không**?

3 엘리베이터 있어요?
Có thang máy **không**?

4 여러분 중에 영어 할 줄 아는 사람 있어요?
Trong các bạn, **có** người biết nói tiếng Anh **không**?

5 영수증 있으세요?
Bạn **có** hóa đơn **không**?

hộ chiếu 여권
tàu điện ngầm 지하철
thang máy 엘리베이터
hóa đơn 영수증
cuối 끝
hành lang 복도
chỉ 단지

STEP 2

1 A 엘리베이터 있어요?
B Có. Ở cuối hành lang.

1 A Có thang máy không?
B 네. 복도 끝에 있어요.

2 A 여러분 중에 영어 할 줄 아는 사람 있어요?
B Em ạ! Nhưng chỉ một chút .

2 A Trong các bạn, có người biết nói tiếng Anh không?
B 저요! 그러나 단지 조금만요.

◆ Tip

존댓말 사용

• 베트남 북부에서는 존댓 말을 사용할 때, 문장 끝 에 ạ를 붙여서 사용합 니다.

• 베트남 남부에서는 ạ를 사용하지 않고, 인칭으로 상대를 높이거나 인칭 앞 에 Thưa를 사용할 수 있 습니다.

giỏi ~
~을 잘해요

🎧 087.mp3

익숙하고 능수능란하다고 표현할 때 사용하는 패턴입니다. 잘하는 행위나 대상은 **giỏi** 앞에 쓸 수도 있고 뒤에 쓸 수도 있습니다.

🚩 STEP 1

1 나는 스포츠를 잘해요.
Tôi **giỏi** thể thao.

2 내 아내는 집안일을 잘해요.
Vợ tôi **giỏi** công việc nhà.

3 나는 수수께끼를 잘 풀어요.
Tôi giải câu đố **giỏi**.

4 나는 자수를 잘 놓아요.
Tôi thêu **giỏi**.

5 그 오빠는 성대모사를 잘해요.
Anh ấy bắt chước giọng nói **giỏi**.

công việc nhà 집안일
giải 풀다
câu đố 수수께끼
thêu 자수하다, 수놓다
bắt chước 모방하다
giọng nói 목소리
sở trường 특기, 장기

🚩🚩 STEP 2

1 **A** Sở trường của bạn là gì?
 B 나는 수수께끼를 잘 풀어요. Còn anh?
 A 나는 스포츠를 잘해요.

1 **A** 당신의 특기는 무엇인가요?
 B Tôi giải câu đố giỏi. 그러는 당신은요?
 A Tôi giỏi thể thao.

💬 Tip

베트남 자수

정확한 시기는 알려지지 않았지만 아주 오래 전부터 베트남 여성들은 자수를 놓아 왔습니다. 자수로 그림을 그리기도 하고, 가방이나 옷에 새겨 넣기도 합니다. 자수로 된 제품은 선물용으로도 좋습니다.

Mẫu 088

không giỏi ~
~을 잘 못해요

giỏi 앞에 부정의 **không**을 붙여서 잘 못하는 것을 표현할 수 있습니다. 잘 못하는 행위나 대상은 **không giỏi**의 앞에 쓸 수도 있고 뒤에 쓸 수도 있으며 **không ~ giỏi**로 쓸 수도 있어요.

STEP 1

1 나는 달리기를 잘 못해요.
Tôi **không** chạy **giỏi**.

2 나는 꽃꽂이를 잘 못해요.
Tôi **không giỏi** cắm hoa.

3 나는 악기를 잘 다루지 못해요.
Tôi **không** chơi nhạc cụ **giỏi**.

4 공부 못하는 것 때문에 슬퍼하지 마.
Đừng buồn vì học **không giỏi**.

5 나는 다른 사람과 어울리는 것을 잘 못해요.
Tôi **không giỏi** giao tiếp với người khác.

chạy 달리다
cắm hoa 꽃꽂이하다
nhạc cụ 악기
giao tiếp 교제하다, 어울리다
khác 다른
trung tâm ①중심 ②센터 ③학원
văn hóa 문화
Đừng + 동사/형용사 ~하지 마

STEP 2

1 **A** Chị ơi! Chị đi đâu đấy?
 B Tôi đang đi trung tâm văn hóa để học cắm hoa.
 A Thế à? Chị cắm hoa giỏi không?
 B Không đâu. **나는 꽃꽂이를 잘 못해요.**

1 **A** 언니! 어디 가는 거예요?
 B 나는 꽃꽂이 배우러 문화센터에 가는 중이에요.
 A 그래요? 꽃꽂이 잘하세요?
 B 아니에요. **Tôi không giỏi cắm hoa.**

◆ Tip

악기 종류

피아노	đàn piano
첼로	đàn vi-ô-lông xen
기타	đàn guitar
플루트	sáo Tây
하모니카	đàn môi
색소폰	kèn saxophone
드럼	trống
탬버린	trống lắc tay
트라이앵글	kèng ba góc
실로폰	đàn phiến gỗ

Mẫu

089

 089.mp3

~ cũng được

~해도 괜찮아요

được(괜찮다)을 써서 허용하는 뜻을 나타내는 패턴입니다. cũng은 '~도 역시'와 được이 합쳐져 '괜찮아요'라는 허용의 뜻을 나타냅니다.

STEP 1

1 7시도 괜찮아요.
   7 giờ cũng được.

2 여기 앉아도 괜찮아요.
   Bạn ngồi đây cũng được.

3 천천히 가도 괜찮아요.
   Anh đi từ từ cũng được.

4 그렇게 해도 괜찮아요.
   Vậy cũng được.

5 이 길로 가도 괜찮아요.
   Anh đi đường này cũng được.

ngồi 앉다
từ từ 천천히
vậy 그러면, 그렇게
đường 길
sớm 일찍, 이른

STEP 2

1 A Ngày mai chúng ta gặp lúc mấy giờ?
  B 7 giờ thế nào?
  A <u>7시도 괜찮아요.</u> Nhưng tôi phải về nhà sớm nên chúng ta gặp sớm hơn một chút được không?
  B Được. <u>그렇게 해도 괜찮아요.</u>

1 A 내일 우리 몇 시에 만나요?
  B 7시 어때요?
  A 7 giờ cũng được. 그러나 나는 일찍 집에 가야 해서 우리 좀 더 일찍 만나도 돼요?
  B 돼요. Vậy cũng được.

> **Tip**
>
> 노약자석
> 한국과 베트남 양쪽 모두 유교 사상의 영향을 받았기 때문에 노인 공경을 중시 여깁니다. 그래서 대중교통을 이용할 때 노약자석을 볼 수 있는데요. 노약자석은 **ghế Người già & Khuyết tật**이라고 합니다.

dễ + 동사

~하기 쉬워요

🎧 090.mp3

dễ는 '쉬운'이라는 뜻으로 뒤에 동사가 쓰인 경우 '~하기 쉬워요'라는 뜻을 나타냅니다.

STEP 1

1 이 단어는 발음하기 쉬워요.
Từ này dễ phát âm.

2 사랑은 변하기 쉬워요.
Tình yêu dễ thay đổi.

3 6성조는 구별하기 쉬워요.
6 thanh điệu dễ phân biệt.

4 이 분야가 미국에서 정착하기 쉬워요.
Lĩnh vực này dễ định cư ở Mỹ.

5 이 화장품은 피부를 가꾸기 쉬워요.
Mỹ phẩm này dễ chăm sóc da.

phát âm 발음, 발음하다
tình yêu 사랑
thay đổi 바꾸다, 바뀌다
thanh điệu 성조
phân biệt 구별하다
lĩnh vực 영역
định cư 정착하다
mỹ phẩm 화장품
chăm sóc 가꾸다, 돌보다
da 피부
đặc biệt (là) 특히

STEP 2

1 **A** Bạn thấy tiếng Việt thế nào?

 B Tôi thấy tiếng Việt rất khó. Đặc biệt là phát âm khó nhất.

 A Bạn đọc thử từ này được không? **이 단어는 발음하기 쉬워요.**

1 **A** 당신은 베트남어를 어떻게 느껴요?

 B 나는 베트남어가 너무 어렵다고 생각해요. 특히 발음이 제일 어려워요.

 A 당신은 이 단어를 읽어 볼 수 있어요? *Từ này dễ phát âm.*

🔷 **Tip**

한국 화장품의 인기

베트남 사람들의 미의 기준은 바로 하얀 피부! 한국 드라마를 보면서 한국인의 피부가 좋다고 생각하는 베트남 사람들은 한국 화장품에 대한 선호도가 높은 편입니다. 인터넷이나 지인을 통해서 한국 화장품을 구매하거나 베트남에 진출해 있는 한국 화장품 매장에서 구입합니다.

Mẫu 091

khó + 동사

~하기 어려워요

형용사 **khó**(어려운) 뒤에 동사가 붙어서 **[khó + 동사]**는 '~하기 어려워요'라는 뜻을 나타냅니다.

★ STEP 1

1 지금은 대답하기가 어려워요.
Bây giờ khó trả lời.

2 이 문제는 풀기 어려워요.
Vấn đề này khó giải quyết.

3 사람이 붐벼서 보기 어려워.
Tại vì đông người nên khó nhìn thấy.

4 이곳이 너무 시끄러워서 듣기 어려워요.
Ở đây ồn ào lắm nên khó nghe.

5 나는 막 운전 면허증을 따서 운전하기 어려워요.
Tôi mới lấy bằng lái xe nên khó lái xe.

---

trả lời 대답하다, 답변하다
vấn đề 문제
giải quyết 풀다, 해결하다
đông 사람이 붐비는
nhìn thấy 보다
ồn ào 시끄러운
lấy 얻다, 갖다
bằng lái xe 운전 면허증
lái xe 운전하다

★★ STEP 2

1 A Bạn đã giải quyết vấn đề này chưa?
B Chưa. **이 문제는 풀기 어려워요.**

2 A Bạn nghe được không?
B Không. **이곳이 너무 시끄러워서 듣기 어려워요.**

1 A 이 문제 풀어 봤어요?
B 아직이요. Vấn đề này khó giải quyết.

2 A 들리세요?
B 아니요. Ở đây ồn ào lắm nên khó nghe.

▶ Tip

오토바이 국제 면허증
택시가 가장 안전하고 편한 교통수단이지만 베트남에 장기 체류할 예정이라면 자동차보다는 오토바이를 운전할 것을 추천합니다. 베트남의 도로 위에는 수많은 오토바이가 이동하기 때문에 자동차를 운전하는 것은 위험할 수 있습니다. 오토바이 운전을 할 때는 한국에서 미리 국제 면허증을 취득하거나 베트남에서 취득해야 합니다.

Mẫu 092

bắt đầu ~

~하기 시작해요

 092.mp3

bắt đầu(시작하다) 뒤에 행동을 나타내는 명사나 동사가 붙어 '~하기 시작해요, ~을 시작해요'라는 표현이 됩니다.

STEP 1

1 우리 회사는 공장을 건설하기 시작했다.
Công ty tôi đã bắt đầu xây dựng nhà máy.

2 우리는 3시부터 회의를 시작해요.
Chúng tôi bắt đầu họp từ 3 giờ.

3 단풍나무가 색을 바꾸기 시작해요.
Cây phong bắt đầu chuyển màu.

4 나는 어디서부터 베트남어 공부를 시작해요?
Tôi bắt đầu học tiếng Việt từ đâu?

5 연주회를 10분 안에 시작할 거예요.
Buổi hòa nhạc sẽ bắt đầu trong 10 phút.

xây dựng	건설하다
nhà máy	공장
họp	회의하다
cây phong	단풍나무
chuyển	바꾸다
màu	색
buổi hòa nhạc	연주회
bộ phận	부서

STEP 2

1 A Bộ phận chị bắt đầu họp từ mấy giờ?
B 우리는 3시부터 회의를 시작해요.

2 A Bao giờ buổi hòa nhạc bắt đầu?
B 연주회를 10분 안에 시작할 거예요.

1 A 누나 부서는 몇 시부터 회의를 시작해요?
B Chúng tôi bắt đầu họp từ 3 giờ.

2 A 언제 연주회가 시작돼요?
B Buổi hòa nhạc sẽ bắt đầu trong 10 phút.

Tip

오페라 극장(Nhà hát)
하노이와 호찌민 시의 오페라 극장은 프랑스령 식민지 양식의 건축물로서 연주회, 연극 각종 공연을 관람할 수 있는 문화 공간입니다.

Mẫu 093

동사 + xong

~하는 것을 끝내요

xong(끝내다) 앞에 행동을 나타내는 동사가 붙어 '~하는 것을 끝내요'라는 표현이 됩니다.

STEP 1

1 나는 먹는 것을 끝냈어요.(=나는 다 먹었어요.)
Tôi ăn xong rồi.

2 오빠 숙제 끝났어요?
Anh làm bài tập xong chưa?

3 나는 보통 6시에 일이 끝나요.
Tôi thường làm xong lúc 6 giờ.

4 나는 데이트가 끝난 후 집에 가요.
Sau khi hẹn hò xong, tôi về nhà.

5 나는 양치질이 끝난 후 세수해요.
Sau khi đánh răng xong, tôi rửa mặt.

làm bài tập 숙제하다
hẹn hò 데이트하다
đánh răng 이 닦다,
양치질하다
rửa mặt 세수하다

STEP 2

1 **A** Anh ăn xong chưa?
B 다 먹었어요.

2 **A** Sau khi hẹn hò xong, chị đi đâu?
B 나는 데이트가 끝난 후 집에 가요.

1 **A** 다 드셨어요?
B Tôi ăn xong rồi.

2 **A** 데이트 끝나고 어디 가요?
B Sau khi hẹn hò xong, tôi về nhà.

◆ Tip

식당에서 자주 듣는 말:
Xong chưa?

식당이나 카페에서 직원이 자주 묻는 말로 Xong chưa?(끝났어요?, 다 먹었어요?)이 있습니다. 먹었다면 Rồi. 또는 Tôi ăn xong rồi., 만약 아직 다 안 먹었다면 Chưa. 또는 Tôi chưa ăn xong.이라고 하면 되겠죠!

Mẫu
094

tiếp tục + 동사

계속 ~해요

094.mp3

tiếp tục(계속하다)은 어떤 행동이 멈추지 않고 연속적으로 일어날 때 사용합니다. 단독으로도 사용할 수 있고, **tiếp tục** 뒤에 말이 붙어 '계속 ~하다'라는 뜻으로 쓰입니다.

STEP 1

1 나는 계속 하품해요.
   Tôi tiếp tục ngáp.

2 눈이 여전히 계속 내려요.
   Tuyết vẫn tiếp tục rơi.

3 그는 지금까지 계속 자요.
   Anh ấy tiếp tục ngủ đến bây giờ.

4 나는 계속 노력할 거예요.
   Tôi sẽ tiếp tục nỗ lực.

5 나는 유창하게 말할 때까지 베트남어를 계속 공부할 거예요.
   Tôi sẽ tiếp tục học tiếng Việt đến khi nói thành thạo.

ngáp 하품하다
tuyết 눈
rơi 떨어지다
nỗ lực 노력하다, 노력
thành thạo 유창한

STEP 2

1 **A** Anh Tuấn đang làm gì?
  B 그는 지금까지 계속 자요.

2 **A** Bạn sẽ học tiếng Việt đến khi nào?
  B 나는 유창하게 말할 때까지 베트남어를 계속 공부할 거예요.

1 **A** 뚜언 오빠는 뭐 하고 있어요?
  B Anh ấy tiếp tục ngủ đến bây giờ.

2 **A** 언제까지 베트남어 공부할 거예요?
  B Tôi sẽ tiếp tục học tiếng Việt đến khi nói thành thạo.

Tip

베트남에서 유일하게 눈이 오는 곳!
베트남 북서부에 위치하고 중국과 국경선이 접해 있는 사파(Sapa)는 베트남에서 유일하게 겨울에 눈이 내리는 곳입니다. 사파에는 소수 민족이 살기 때문에 베트남 안에서 또 다른 이국적인 매력을 느낄 수 있습니다.

Mẫu 095

Đáng ~
~할 만해요

Đáng ~은 '~할 만하다, ~할 가치가 있다'는 뜻으로, 뒤에 형용사나 동사가 붙습니다.

STEP 1

1 이 사건은 주목할 만해요.
Sự kiện này đáng chú ý.

2 이 상품은 살 만해요.
Sản phẩm này đáng mua.

3 이 게임은 막 출시해서 게임할 만해요.
Game này mới ra mắt nên rất đáng để chơi.

4 당신 생각에 이 문제가 걱정할 만한가요?
Theo anh, vấn đề này có đáng lo không?

5 올해 가장 관심 가질 만한 소식들이 무엇입니까?
Những thông tin đáng quan tâm nhất năm nay là gì?

sự kiện 사건
chú ý 주의하다, 주목하다
sản phẩm 상품
ra mắt 출시하다
theo ~ ~에 따르면
vấn đề 문제
lo 걱정스러운
những + 명사 ~들
thông tin 정보
đột nhiên 갑자기
bên 쪽, 편
đối tác 협력사
thay đổi 변경하다
lịch trình 일정
tiến hành 진행하다
khác 다른
cứ ~ 계속 ~하다

STEP 2

1 A Đột nhiên bên đối tác thay đổi lịch trình rồi ạ.

B Thế à? **자네 생각에 이 문제가 걱정할 만한가?**

A Theo em có lẽ không có vấn đề gì hết ạ.

B Thế thì em cứ tiếp tục tiến hành việc khác.

1 A 갑자기 협력사 측에서 일정을 변경했습니다.

B 그래요? **Theo em, vấn đề này có đáng lo không?**

A 제 생각에는 아마도 아무런 문제가 되지 않을 것 같습니다.

B 그러면 계속 다른 일을 진행하게.

🔷 Tip

PC방?

PC방은 **quán Internet**이라고 하는데 '인터넷 가게'라는 뜻입니다. 베트남의 청소년과 젊은 청년들도 우리나라 청년들처럼 PC방에서 게임을 즐겨 합니다. PC방의 설비는 우리나라에 비하면 아직까지는 조금 뒤처지는 부분은 있습니다.

🎧 096.mp3

hết ~

~을 다 쓰다

hết은 '다 사용하다, 다 쓰다, 다 떨어지다, 끝나다'의 뜻이기 때문에 hết ~은 '~을 다 쓰다, ~이 끝나다'라는 표현이 됩니다.

⭐ STEP 1

1 나는 돈을 다 썼어요.
Tôi hết tiền rồi.

2 내 오토바이 기름이 다 떨어졌어요.
Xe máy tôi hết xăng rồi.

3 배터리가 다 떨어져서 전화할 수 없어요.
Hết pin rồi nên tôi không gọi điện được.

4 그녀는 슬픔이 다 없어졌어요.
Cô ấy hết buồn rồi.

5 나는 지금 아픈 게 다 없어졌어요.
Bây giờ tôi hết đau rồi.

tiền 돈
xe máy 오토바이
xăng 기름
pin 배터리
gọi điện 전화 걸다
buồn 슬픈
đau 아픈
hướng 방향
ghé vào ~ ~에 들르다
trạm xăng 주유소
xe máy 오토바이

⭐⭐ STEP 2

1 A Ủa? Tại sao anh đi hướng này vậy?
  B Chúng ta phải ghé vào trạm xăng. **내 오토바이 기름이 다 떨어졌어요.**

2 A Cô Kim vẫn buồn phải không?
  B Không phải đâu. **그녀는 슬픔이 다 없어졌어요.**

1 A 어? 왜 이 방향으로 가?
  B 우리는 주유소에 들러야 해.
    Xe máy tôi hết xăng rồi.

2 A 김 씨는 여전히 슬퍼하죠?
  B 전혀 아니에요.
    Cô ấy hết buồn rồi.

🔷 Tip

놀랐을 때 감탄사 Ủa?
어떤 사실에 대해 의아하거나 놀랐을 때 Ủa? 감탄사를 사용합니다. 한국어의 "어?"와 비슷합니다.

được + 동사

~하게 되다

🎧 097.mp3

동사 '하다'를 '~하게 되다, ~ 받다'라는 수동태로 바꿔 주는 표현입니다. 긍정적인 상황에서 사용합니다.

STEP 1

1 나는 칭찬 받았어요.
   Tôi đã được khen.

2 내 상사는 승진하게 되었어요.
   Sếp tôi đã được thăng chức.

3 나는 장학금을 받게 될 거예요.
   Tôi sẽ được nhận học bổng.

4 그의 편지는 아직 읽어지지 않았어요.
   Thư của anh ấy chưa được đọc.

5 나는 더 빨리 치료 받을 수 있어요.
   Tôi có thể được điều trị sớm hơn.

khen 칭찬하다
thăng chức 승진하다
nhận 받다
học bổng 장학금
thư 편지
đọc 읽다
điều trị 치료하다
sớm 일찍
xếp hạng 등수를 매기다
thứ ~ ~ 번째
giải nhất 1등
đúng là ~ 역시 ~다

STEP 2

1 **A** Con xếp hạng thứ mấy trong trường rồi?
   B Con đã được giải nhất rồi. **그래서 저는 장학금을 받게 될 거예요.**
   A Đúng là con trai tôi.

1 **A** 학교에서 몇 등 했니?
   B 저 1등 했어요. **Cho nên con sẽ được nhận học bổng.**
   A 역시 내 아들이야.

◆ Tip

được의 쓰임

(1) 동사 + được: ~할 수 있다(동사 뒤에 쓰이면 가능의 의미)
• nói được
  말할 수 있다

(2) được + 동사: ~하게 되다(동사 앞에 쓰이면 수동태의 의미)
• được nói
  말하게 되다

bị + 동사

~ 당하다

〈Mẫu 97〉과 마찬가지로 동사 '하다'를 수동태로 바꿔 주는 표현입니다. 단, 동사의 의미가 부정적인 상황에서 사용되기 때문에 '~당하다'의 의미가 강합니다.

★ STEP 1

1 나는 벌금 물었어요.
Tôi bị phạt tiền.

2 나는 꾸중을 들었어요.
Tôi bị mắng.

3 나는 소매치기 당했어요.
Tôi bị mất cắp rồi.

4 나는 비웃음 당하는 것이 두려워요.
Tôi sợ bị chê cười.

5 그는 교통사고를 당했어요.
Anh ấy bị tai nạn giao thông.

phạt tiền 벌금을 과하다	
mắng 혼내다	
mất cắp 소매치기하다	
chê cười 비웃다	
tai nạn 사고	
giao thông 교통	
sở cảnh sát 경찰서	
vi phạm 위반하다	
luật giao thông 교통법	

★★ STEP 2

1 A Anh đã làm gì ở sở cảnh sát?
B 교통법을 어겨서 벌금 물었어요.

2 A Tại sao bạn không nhận điện thoại?
B 나는 휴대폰 소매치기 당했어요.

1 A 경찰서에서 뭐 했어요?
B Vì tôi đã vi phạm luật giao thông nên bị phạt tiền.

2 A 왜 전화 안 받아요?
B Tôi bị mất cắp điện thoại rồi.

> 🔖 **Tip**
>
> 경찰을 조심하세요!
> 베트남에서 오토바이를 운전하게 되면 베트남 경찰의 표적이 되지 않도록 주의해야 합니다. 외국인인 우리는 교통법이나 도로 표지판에 익숙하지 않기 때문에 벌금을 내야 할 일이 생길 수 있습니다. 꼭 면허증을 소지하고 다니고, 헬멧을 써야 하며, 일방통행 길이 아닌지 주의해야 합니다.

음성강의 & 예문 듣기

UNIT 09

조동사

Mẫu 099

phải + 동사

~해야 해요

[phải + 동사](~해야 한다)는 강한 의무의 뜻을 지닌 패턴으로 반드시 phải 뒤에 동사를 써야 합니다.

⭐ STEP 1

1 나는 약을 먹어야 해요.
   Tôi phải uống thuốc.

2 당신은 약속을 지켜야 해요.
   Bạn phải giữ lời hứa.

3 7시 전까지 도착해야 해요.
   Tôi phải đến trước 7 giờ.

4 다음 정류장에서 내려야 해요.
   Tôi phải xuống ở trạm sau.

5 오늘 중에 이것을 보내야 해요.
   Tôi phải gửi cái này trong hôm nay.

uống thuốc 약 먹다
giữ 지키다
lời hứa 약속
xuống 내리다, 내려가다
trạm 정류장
rời khỏi 떠나다, 출발하다

⭐⭐ STEP 2

1 **A** Bạn uống cà phê không?
  B Không. <u>나는 약을 먹어야 해요.</u>

2 **A** Khi nào bạn rời khỏi?
  B Ngay bây giờ.
     <u>7시 전까지 도착해야 해요.</u>

1 **A** 커피 드실래요?
  B 아니요. Tôi phải uống thuốc.

2 **A** 언제 출발할 거예요?
  B 지금 당장요.
     Tôi phải đến trước 7 giờ.

🔹 Tip

phải의 뜻

(1) 옳은, 맞는
 • Tôi không phải là người Hàn Quốc.
   나는 한국인이 아닙니다.

(2) ~해야 한다
 • Tôi phải đi.
   나는 가야 해요.

(3) 오른쪽의
 • Rẽ phải.
   우회전하다.

Mẫu 100

cần ~

~이 필요해요

🎧 100.mp3

cần(필요하다)은 뒤에 동사나 명사가 쓰여 '~이 필요해요, ~할 필요가 있어요'라는 뜻을 나타냅니다.

STEP 1

1 나는 알 필요가 있어요.
Tôi cần biết.

2 당신은 잠시 쉴 필요가 있어요.
Bạn cần giải lao một chút.

3 나는 더 생각할 시간이 필요해요.
Tôi cần thời gian nghĩ nữa.

4 나를 사랑해 줄 사람이 필요해요.
Tôi cần người yêu tôi.

5 신청하기 위해 사진이 필요해요.
Bạn cần hình để đăng ký.

giải lao 휴식하다
thời gian 시간
nghĩ 생각하다
nữa 더
hình 사진
chóng mặt 어지러운
thi 시험

STEP 2

1 **A** Ôi! Chóng mặt lắm!
  B 당신은 잠시 쉴 필요가 있어요.

2 **A** Tôi muốn đăng ký thi.
  B Bạn có hình không?
   신청하기 위해 사진이 필요해요.

1 **A** 아! 너무 어지러워!
  B Bạn cần giải lao một chút.

2 **A** 나는 시험 신청하고 싶어요.
  B 사진 있어요?
   Bạn cần hình để đăng ký.

nên + 동사

~해야 해요(약한 의무)

🎧 101.mp3

〈Mẫu 46〉에서 학습한 **nên**은 '그래서'의 의미였죠? [**nên + 동사**] 패턴으로 쓰면 '~하는 게 나아요, ~해야 해요(약한 의무)'라는 뜻을 나타냅니다.

STEP 1

1 너는 자러 가는 게 낫겠어.
  Em **nên** đi ngủ.

2 너는 미안해 해야 해.
  Em **nên** xin lỗi.

3 나는 더 열심히 공부해야 해.
  Tôi **nên** học chăm chỉ hơn.

4 나는 우리가 초대해야 한다고 생각해.
  Tôi nghĩ chúng ta **nên** mời.

5 그녀는 부모님의 충고를 들어야 해요.
  Cô ấy **nên** nghe lời khuyên của bố mẹ.

xin lỗi 사과하다,
미안해 하다
mời 초대하다
lời khuyên 충고

STEP 2

1 A Kỳ thi sắp đến.
  B 나는 더 열심히 공부해야 해.

2 A Chúng ta có nên mời chị Hà không?
  B 나는 우리가 초대해야 한다고 생각해.

1 A 시험 기간이 곧 다가와.
  B Tôi nên học chăm chỉ hơn.

2 A 우리는 하 씨를 초대해야 할까요?
  B Tôi nghĩ chúng ta nên mời.

◆ Tip

초대 받은 장소에만 가라?
베트남에서는 생일, 결혼식과 같은 특별한 날에 지인들을 초대하는데요. 정식으로 초대 받지 않았다면 가지 않는 것이 예의입니다. 파티의 주최자는 파티에 복을 불러올 사람을 부르기 때문에 만약 분위기를 해칠 사람이 있다면 부르지 않을 것입니다. 이것 또한 문화이기 때문에 기분 상할 필요는 없어요.

Mẫu 102

không nên + 동사

~하지 않는 게 좋겠어요

약한 부정 명령으로 **[không nên + 동사]** 패턴으로 써서 '~하지 않는 게 좋겠어요'라는 뜻을 나타냅니다.

STEP 1

1 야식을 안 먹는 게 좋겠어.
   Em không nên ăn đêm.

2 간섭 안 하는 게 좋겠어요.
   Không nên can thiệp.

3 멀리 안 가는 게 좋겠어요.
   Không nên đi xa.

4 이 광고를 건너뛰지 않는 게 좋겠어요.
   Không nên bỏ qua quảng cáo này.

5 약 먹은 후에 술을 안 마시는 게 좋겠어요.
   Không nên uống rượu sau khi uống thuốc.

ăn đêm 야식을 먹다
can thiệp 간섭하다
đi xa 멀리 가다
bỏ qua 건너뛰다, 지나치다
quảng cáo 광고
béo 뚱뚱한
ra ngoài 밖에 나가다

STEP 2

1 **A** Anh nghĩ tôi béo không?
   B 야식을 안 먹는 게 좋겠어.

1 **A** 내가 뚱뚱하다고 생각해?
   B Em không nên ăn đêm.

2 **A** Bố ơi! Con muốn ra ngoài chơi.
   B Bây giờ muộn quá rồi.
   멀리 안 가는 게 좋겠구나.

2 **A** 아빠! 저 밖에 나가 놀고 싶어요.
   B 지금 너무 늦었어.
   Con không nên đi xa.

◆ Tip

야식

베트남 사람들은 야식 메뉴로 주로 면 음식, 꼬치 구이, 튀긴 음식을 먹습니다. 비교적 취침 시간이 빠른 편이지만 한국인처럼 야식을 즐겨 먹습니다. 차이점은 한국처럼 배달을 시켜 먹기보다 늦게까지 문 연 곳을 직접 찾아가서 먹는 편이죠. 오토바이가 시간과 공간에 구애 받지 않고 이동하기 쉽겠죠?

có thể + 동사 + được

🎧 103.mp3

~할 수 있어요

가능이나 능력에 대해 표현할 때 **[có thể + 동사 + được]** 패턴으로 쓰며, **có thể**나 **được** 둘 중에 하나는 생략 가능합니다. 즉 **[có thể + 동사]**와 **[동사 + được]** 모두 '~할 수 있어요'라는 뜻입니다.

STEP 1

1	나는 베트남어를 말할 수 있어요.
	Tôi có thể nói được tiếng Việt.
2	나는 돈을 벌 수 있어요.
	Tôi có thể kiếm tiền được.
3	당신은 절약할 수 있어요.
	Bạn có thể tiết kiệm được.
4	당신은 3개 이상 선택할 수 있어요.
	Bạn có thể chọn 3 cái trở lên.
5	나는 로그인 이름을 바꿀 수 있어요.
	Tôi thay đổi tên đăng nhập được.

kiếm tiền 돈을 벌다
tiết kiệm 절약하다
trở lên 이상
thay đổi 바꾸다, 바뀌다
đăng nhập 로그인 하다
tiền điện 전기 요금
bất thường 비정상의
rút 뽑다
phích 플러그
ổ cắm điện 콘센트

STEP 2

1 **A** Vì sao tiền điện nhà tôi cao bất thường?

B Khi không xem tivi, bạn nên rút phích ổ cắm điện tivi.

 그러면 당신은 절약할 수 있어요.

A Thế à? Ok. Đêm nay tôi sẽ làm trước khi ngủ.

1 **A** 왜 집 전기 요금이 비정상적으로 많을까요?

B 티브이를 안 볼 때, 티브이의 플러그를 콘센트에서 뽑아야 해요.

 Thế thì bạn có thể tiết kiệm được.

A 그래요? 오케이. 오늘 밤 자기 전에 할게요.

🔷 **Tip**

고지서 종류

전기 요금	**tiền điện**
수도 요금	**tiền nước**
할부금	**tiền trả góp**
인터넷 요금	**tiền Internet**
케이블 방송 요금	**tiền truyền hình cáp**
보험료	**tiền bảo hiểm**

Mẫu 104

không thể + 동사 + được

~할 수 없어요

불가능이나 허락하지 않는다고 말할 때는 [**không thể + 동사 + được**]으로 표현하며, [**không + 동사 + được**] [**không thể + 동사**]로도 쓸 수 있습니다. 주의 사항으로 **có thể**의 부정은 **không có thể**가 아니라는 점을 꼭 기억해 주세요!

STEP 1

1 나는 외국어를 말할 수 없어요.
Tôi **không thể** nói **được** ngoại ngữ.

2 최근에 나는 푹 잘 수 없어요.
Gần đây tôi **không thể** ngủ ngon.

3 토요일에 파티에 참석할 수 없을까 걱정이에요.
Tôi e rằng tôi **không thể** đến dự tiệc vào thứ 7.

4 나는 고수를 먹을 수 없어요.
Tôi **không thể** ăn ngò.

5 타는 냄새를 맡을 수 없어요.
Tôi **không thể** ngửi **được** mùi cháy.

ngoại ngữ 외국어
gần đây 최근에
ngủ ngon 푹 자다, 잘 자다
e rằng ~ ~을 걱정스러워하다
ngò 고수
ngửi (냄새를) 맡다
mùi 냄새
cháy 불이 나다, 태우다
tiếc 안타까운, 아쉬운

STEP 2

1 A Anh nói được ngoại ngữ gì?
 B 나는 외국어를 말할 수 없어요.
 A Tiếc quá nhỉ!

1 A 무슨 외국어를 말할 수 있어요?
 B Tôi **không thể** nói được ngoại ngữ.
 A 너무 안타깝네요.

◆ Tip

향채
베트남 음식을 주문하면 향채가 함께 나오죠? 박하, 어성초 등 향채의 종류도 다양합니다. 그 중에서 호불호가 가장 심한 향채는 바로 '고수'!! 베트남 사람도 못 먹는 사람은 잘 못 먹는답니다. 일부 사람들은 맛과 상관없이 고수의 향이 모기를 쫓아낸다고 생각하여 먹기도 한답니다.

Mẫu 105

có thể + 동사 + được không?

~할 수 있어요?

🎧 105.mp3

가능이나 허락에 대해 물을 때, [có thể + 동사 + được không?]으로 표현하며 có thể나 được 중에 하나 생략 가능합니다. 즉 [có thể + 동사 + không?]과 [동사 + được không?] 모두 '~할 수 있어요?'라는 뜻입니다.

STEP 1

1 당신은 이해돼요?

Bạn **có thể** hiểu **được không**?

2 당신은 상대방을 패배시킬 수 있어요?

Bạn **có thể** đánh bại đối phương **được không**?

3 표 1장 더 예약할 수 있어요?

Tôi **có thể** đặt 1 vé nữa **được không**?

4 여기서 담배 피워도 되나요?

Tôi **có thể** hút thuốc ở đây **được không**?

5 휴대폰 돈 충전하는 거 도와주실 수 있어요?

Bạn **có thể** giúp nạp tiền **không**?

đánh bại 패배시키다	
đối phương 상대방	
đặt 예약하다	
giúp 돕다	
nạp tiền (돈을) 충전하다, 내다	

STEP 2

1 A Tôi muốn mua 2 cái thẻ Sim.

B Đây ạ.

A Tôi không thể hiểu hướng dẫn này.

휴대폰 돈 충전하는 거 도와주실 수 있어요?

---

1 A 나는 심카드를 2개 사고 싶어요.

B 여기 있습니다.

A 나는 이 안내를 이해할 수 없어요.

Bạn có thể giúp nạp tiền không?

🔷 **Tip**

휴대폰 사용은 Sim 카드

심카드를 넣으면 자동으로 번호 생성이 되면서 사용할 수 있습니다. 카드 금액만큼 전화, 문자, 인터넷을 이용할 수 있어서 편리해요. 요금을 충전할 때는 심카드에 써 있는 설명대로 하면 되지만, 베트남어로 적혀 있기 때문에 이해가 잘 안 될 때는 베트남 사람에게 충전을 도와 달라고 요청해 보세요.

132

PART 3

자주 쓰는 표현 및 구문

일상생활 속에서 자주 쓰이는 추측, 부탁, 명령, 제안, 감정·의사 표현과 관련된 표현들을 문법으로만 외우면, 실제 의사소통을 하려고 할 때 바로 사용하기 어려울 뿐만 아니라 외우기에 급급하기 때문에 의사 전달이 잘 안되는 경우가 많죠. 이제 일상생활에서 자주 쓰이는 표현 및 구문을 외우려고만 하지 말고 입에서 술술 나오는 회화가 될 수 있도록 패턴으로 공부해 봐요!

음성강의 & 예문 듣기

UNIT 10

추측할 때
쓰는 패턴

Mẫu 106

Tất nhiên (là) ~

당연히 ~

tất nhiên은 문장 시작 부분에 써서 '당연히, 물론'의 뜻을 나타냅니다. 같은 뜻을 나타
내는 말로 **dĩ nhiên**이 있습니다. 단독으로 사용할 수 있습니다.

STEP 1

1 당연히 아니지.
   Tất nhiên là không.

2 당연히 더 좋은 방법이 있지요.
   Tất nhiên có cách tốt hơn.

3 당연히 그것은 내 잘못입니다.
   Tất nhiên đó là lỗi của tôi.

4 당연히 할머니는 모두를 사랑해요.
   Dĩ nhiên là bà yêu tất cả.

5 당연히 오빠는 네가 보고 싶지.
   Dĩ nhiên anh nhớ em.

cách 방법
lỗi 잘못, 실수
yêu 사랑하다
tất cả 모두, 전부
nhớ ①그리워하다, 보고
싶다 ②기억하다
thôi việc 일을 관두다

STEP 2

1 **A** Anh sẽ thôi việc không?
   B 당연히 아니지.

2 **A** Anh nhớ em không?
   B 당연히 오빠는 네가 보고 싶지.

1 **A** 일 관둘 거예요?
   B Tất nhiên là không.

2 **A** 오빠 나 보고 싶어?
   B Dĩ nhiên anh nhớ em.

> 🔹 **Tip**
>
> '당연하죠' 표현
> "당연하죠!", "당연하지!"라
> 고 표현할 때는 끝에 **rồi**를
> 붙여 **Dĩ nhiên rồi.** 또는
> **Tất nhiên rồi.**라고 말할
> 수 있습니다.

Mẫu 107

chắc chắn (là) ~

확실히 ~해요

chắc chắn(확실히, 확실한) 뒤에 어휘나 구문이 쓰이는 경우 '~이 틀림없다, 확실히 ~하다'라는 뜻을 나타냅니다. **chắc chắn**을 단독으로도 사용할 수 있습니다.

STEP 1

1 확실히 정시에 도착할게요.
Chắc chắn tôi sẽ đến đúng giờ.

2 내일은 확실히 날씨가 좋을 거예요.
Ngày mai **chắc chắn** thời tiết đẹp.

3 확실히 당신은 성공할 거예요.
Chắc chắn bạn sẽ thành công.

4 확실히 이번 주말에 끝날 거예요.
Chắc chắn cuối tuần này xong.

5 확실히 그 오빠는 집에 없어요.
Chắc chắn anh ấy không có ở nhà.

đúng giờ 정시에
thời tiết 날씨
thành công 성공하다,
성공

STEP 2

1 A Khi nào dự án này xong?
　B 확실히 이번 주말에 끝날 거예요.

2 A Trời ơi! Anh Dũng đi đâu rồi?
　B 확실히 그 오빠는 집에 없어요.

1 A 언제 이 프로젝트가 끝나요?
　B Chắc chắn cuối tuần này xong.

2 A 아이고! 중 오빠 어디 가 버린 거야?
　B Chắc chắn anh ấy không có ở nhà.

🔹 Tip

chắc chắn의 다른 용법
chắc chắn은 **Chắc chắn không?**(확실해요?)로 어떤 사실이 확실한지 확인하는 경우에도 종종 사용됩니다.

Mẫu 108

chắc là ~

아마 ~인 것 같아요

chắc là와 **có lẽ**는 문장 시작 부분에 쓰여 추측하는 의미를 나타냅니다. 단독으로 써서 **Có lẽ.**라고 하면 "아마도요."라는 뜻을 나타냅니다.

★ STEP 1

1 아마 그런 것 같아요.
   Có lẽ vậy.

2 아마 그들은 잊어버린 것 같아요.
   Có lẽ họ quên rồi.

3 아마도 걔가 말한 게 맞는 것 같아요.
   Có lẽ nó nói đúng.

4 아마도 저 소리는 피아노 소리인 것 같아요.
   Tiếng kia chắc là tiếng đàn piano.

5 아마도 나는 이 일과 안 맞는 것 같아요.
   Chắc là tôi không hợp với công việc này.

---

vậy 그러한, 그와 같이
quên 잊다, 까먹다
tiếng 소리
đàn piano 피아노
hợp với ~ ~과 잘 맞다
công việc 업무
tạnh mưa 비가 그치다
vắng mặt 결석하다

★★ STEP 2

1 **A** Bây giờ tạnh mưa rồi à?
   B 아마 그런 것 같아요.

2 **A** 2 người vắng mặt rồi à?
   B 아마 그들은 잊어버린 것 같아요.

1 **A** 지금 비가 그쳤죠?
   B Có lẽ vậy.

2 **A** 2명이 결석했어요?
   B Có lẽ họ quên rồi.

> **◆ Tip**
>
> **vậy와 thế의 2가지 쓰임**
> (1) 그러한, 그와 같이
> • **Chắc là vậy(=thế).**
>   아마 그런 것 같아요.
> • **Anh nói vậy(=thế).**
>   당신은 그렇게 말해요.
>
> (2) 의문사 강조(뜻이 없으므로 생략 가능)
> • **Anh đi đâu vậy(=thế)?**
>   어디 가?(강조)
> • **Ai vậy(=thế)?**
>   누구? 누가?

음성강의 & 예문 듣기

UNIT 11

부탁, 명령, 제안할 때 쓰는 패턴

Mẫu 109

cho tôi + 동사

🎧 109.mp3

내가 ~하게 해 주세요

이 패턴에서 **cho**는 '~하게 시키다, ~하게 만들다'라는 뜻의 사역동사입니다. 따라서 **[cho tôi + 동사]**는 '내가 ~하게 해 주세요'라는 뜻을 나타냅니다.

STEP 1

1 제가 좀 물어볼게요.
   Cho em hỏi một chút.

2 오빠의 이름을 알게 해 주세요.
   Cho tôi biết tên của anh.

3 당신의 여권을 보여 주세요.
   Cho tôi xem hộ chiếu của bạn.

4 좀 지나가게 해 주세요.
   Cho tôi đi qua.

5 좀 추가하게 해 주세요.
   Cho tôi thêm một chút.

hộ chiếu 여권
đi qua 지나가다
thêm 더하다
trung tâm thương
mại 백화점
cuối đường 길 끝
nước ngoài 외국

STEP 2

1 **A** **제가 좀 물어볼게요.** Trung tâm thương mại ở đâu vậy?
  B Có lẽ ở cuối đường này.

2 **A** Bạn là người nước ngoài phải không?
  당신의 여권을 보여 주세요.
  B Đây ạ.

1 **A** **Cho em hỏi một chút.**
  백화점이 어디에 있어요?
  B 아마도 이 길 끝에 있어요.

2 **A** 당신은 외국인이죠?
  Cho tôi xem hộ chiếu của bạn.
  B 여기 있습니다.

▶ **Tip**

편의점과 백화점
베트남에서 **tiệm bách hóa**는 편의점 정도의 규모의 상점을 말하고, '백화점'은 **trung tâm mua sắm** 또는 **trung tâm thương mại**(department store, shopping center)라고 합니다.

cho tôi + 명사

(나에게) ~을 주세요

🎧 110.mp3

cho(주다)를 이용한 [cho tôi + 명사] 패턴은 '(나에게) ~을 주세요'라는 뜻을 나타냅니다.

STEP 1

1 이것 주세요.
Cho tôi cái này.

2 사이공 맥주 2병 주세요.
Cho tôi 2 chai bia Sài Gòn.

3 쌀국수 1그릇 주세요.
Cho tôi 1 bát phở.

4 아이스 커피 1잔 주세요.
Cho tôi 1 cốc cà phê đá.

5 물티슈 1개 더 주세요.
Cho tôi 1 cái khăn ướt nữa.

chai 병(瓶)
bia 맥주
bát 그릇
đá 얼음
khăn ướt 물티슈
gọi món 주문하다

STEP 2

1 **A** Anh gọi món chưa?
    B Chưa. <u>쌀국수 1그릇 주세요.</u>
    A Ok. Anh sẽ uống gì?
    B 사이공 맥주 2병 주세요.

1 **A** 주문하셨어요?
    B 아직이요. Cho tôi 1 bát phở.
    A 네. 뭐 마실 거예요?
    B Cho tôi 2 chai bia Sài Gòn.

🔶 Tip

개수 세기

[숫자 + 단위 명사 + 명사]

쌀국수 1그릇	1 bát phở
커피 1잔	1 cốc cà phê
의자 1개	1 cái ghế
책 2권	2 quyển sách
신발 1켤레	1 đôi giày

Mẫu
111

동사 + cho + 명사

~을 위해 ~해요

cho(~에게, ~을 위해)를 이용한 패턴입니다. 동사 자리에 형용사를 넣어 **[형용사 + cho + 명사]**로도 쓸 수 있습니다. 〈Mẫu 109, 110〉과 혼동하지 않도록 주의하세요! cho 앞에 동사나 형용사의 유무를 확인하면 쉽게 구분할 수 있습니다.

STEP 1

1 그는 나를 위해 요리해요.
Anh ấy nấu ăn **cho** tôi.

2 나는 오빠에게 편지를 보내요.
Tôi gửi **cho** anh một bức thư.

3 나는 손님에게 팔 거예요.
Tôi sẽ bán **cho** khách hàng.

4 이것은 어린이를 위한 책이에요.
Đây là quyển sách **cho** thiếu nhi.

5 야채를 먹는 것은 건강에 좋아요.
Ăn rau tốt **cho** sức khỏe.

bức thư 편지
khách hàng 손님
thiếu nhi 어린이
rau 야채, 채소
sức khỏe 건강
ngày kỷ niệm kết hôn
결혼기념일
vợ chồng 부부

STEP 2

1 A Chồng chị đang làm gì vậy?
B <u>그는 나를 위해 요리해요.</u>
A Hôm nay là ngày gì vậy?
B Hôm nay là ngày kỷ niệm kết hôn của vợ chồng tôi.

1 A 언니 남편은 뭐하는 중이에요?
B Anh ấy nấu ăn cho tôi.
A 오늘 무슨 날인데요?
B 오늘은 우리 부부의 결혼기념일이에요.

◆ Tip

결혼기념일
베트남에서는 결혼기념일을 챙기는 사람들도 있긴 하지만, 그다지 일반적으로 챙기는 기념일은 아닙니다.

Mẫu 112

(Xin) hãy + 동사 + cho + 명사

~을 위해 ~하세요

[(Xin)hãy + 동사 + cho + 명사] 패턴에서 **hãy**(~하세요)는 가벼운 명령의 뜻을 나타냅니다. 예의를 갖춰 말하는 경우 문장 시작 부분에 **Xin**을 넣어 말합니다.

STEP 1

1 미래를 위해 노력하세요.
Hãy cố gắng cho tương lai.

2 건강을 위해 운동하세요.
Hãy tập thể dục cho sức khỏe.

3 주말에 가족을 위한 시간을 보내세요.
Hãy dành thời gian cho gia đình vào cuối tuần.

4 내일을 위해 일찍 주무세요.
Hãy ngủ sớm cho ngày mai.

5 안전을 위해 자동차를 다시 확인하세요.
Hãy kiểm tra lại xe ô tô cho an toàn.

---

tương lai 미래
tập thể dục 운동하다
sức khỏe 건강
dành thời gian 시간을 보내다
sớm 일찍
kiểm tra 검사하다, 확인하다
xe ô tô 자동차
an toàn 안전

STEP 2

1 A Dạo này chắc là tôi không khỏe lắm.
B **건강을 위해 운동하세요.**

2 A (Đang xem tivi) Buồn ngủ quá!
B **내일을 위해 일찍 주무세요.**

1 A 요즘 나는 별로 건강하지 않은 것 같아요.
B **Hãy tập thể dục cho sức khỏe.**

2 A (티브이 시청 중) 너무 졸려요!
B **Hãy ngủ sớm cho ngày mai.**

> **💬 Tip**
>
> 아침 운동
> 한국과 마찬가지로 아침마다 공원에서 운동하는 사람들을 쉽게 볼 수 있습니다. 한국과 다른 점은 남녀노소 할 것 없이 다 같이 모여서 운동을 자주 한다는 겁니다.

Mẫu 113

(Xin) hãy + 동사

~하세요

🎧 113.mp3

[(Xin) hãy + 동사]는 가벼운 명령 표현입니다. **Xin**을 넣어서 말하는 경우는 문장 시작 부분에 씁니다.

★ STEP 1

1 조심히 가세요.
Hãy đi cẩn thận.

2 뒷문으로 내리세요.
Hãy xuống xe bằng cửa sau.

3 수업 후에 복습하세요.
Hãy ôn tập sau khi học.

4 베트남어로 말하세요.
Hãy nói bằng tiếng Việt.

5 기한 안에 서류를 내세요.
Hãy nộp hồ sơ trong thời hạn.

cẩn thận 조심성 있는
xuống xe 하차하다
cửa 문
sau 뒤
ôn tập 복습하다
bằng ~ ~으로
nộp 내다
hồ sơ 서류
trong ~ ~ 안에
thời hạn 기한
trạm 정류장

★★ STEP 2

1 A Cho em xuống ở trạm này.
B <u>뒷문으로 내리세요.</u>

2 A Xong hết rồi à?
B Chưa. **기한 안에 서류를 내세요.**

1 A 이 정류장에서 내릴게요.
B **Hãy xuống xe bằng cửa sau.**

2 A 다 끝났죠?
B 아직이요. **Hãy nộp hồ sơ trong thời hạn.**

◆ Tip

버스 타기
버스를 탈 때 버스 안에 있는 티켓 판매원에게 돈을 주고 표를 사거나 정기 승차권을 구매한 뒤에 탈 때마다 직원에게 보여 주면 됩니다.

Mẫu 114

🎧 114.mp3

Chúng ta + 동사 + đi
우리 ~하자

[**Chúng ta + 동사 + đi**] 패턴은 '우리 ~하자'는 제안의 뜻을 나타냅니다. [**Chúng ta + hãy + 동사 + đi**]도 같은 뜻입니다.

STEP 1

1 우리 밥 먹으러 가자!
   Chúng ta đi ăn cơm đi!

2 우리 술 마시러 가자!
   Chúng ta đi nhậu đi!

3 우리 커피 마시러 가자!
   Chúng ta đi uống cà phê đi!

4 우리 호텔에서 아침 먹자!
   Chúng ta ăn sáng ở khách sạn đi!

5 우리 봉사활동 하러 가자!
   Chúng ta đi hoạt động từ thiện đi!

đi nhậu 술 마시러 가다
khách sạn 호텔
hoạt động 활동
từ thiện 자선의

STEP 2

1 **A** Bây giờ qua 12 giờ rồi.
   B 우리 밥 먹으러 가요!

2 **A** Sáng mai chúng ta ăn cơm ở đâu?
   B 우리 호텔에서 아침 먹자!

1 **A** 지금 12시 지났어요.
   B Chúng ta đi ăn cơm đi!

2 **A** 내일 아침에 어디에서 아침 먹어요?
   B Chúng ta ăn sáng ở khách sạn đi!

💡 **Tip**

술자리

베트남 사람은 맥주를 즐겨 마시며 특히 비즈니스 자리에서 술은 서로 관계를 돈독히 만든다고 생각합니다. '술 마시러 가다'를 **đi uống rượu**라고 표현할 수도 있지만, 실제로는 **đi nhậu**라고 더 많이 표현합니다.

144

Bạn + 동사 + đi

~해라

🎧 115.mp3

[Bạn + 동사 + đi] 패턴은 명령의 뜻을 나타냅니다. 주어 자리에는 **bạn** 대신 **anh** 또는 **chị** 등 호칭으로 바꿔 쓸 수 있습니다.

STEP 1

1 열심히 공부해라!
   Bạn học chăm chỉ **đi**!

2 영어로 말하세요!
   Anh nói bằng tiếng Anh **đi**!

3 이렇게 해!
   Bạn làm như thế này **đi**!

4 빨리 해라!
   Bạn làm nhanh lên **đi**!

5 계속 말해라!
   Bạn cứ nói **đi**!

như thế này 이렇게
nhanh lên 빨리
không kịp 시간이 촉박하다
máy 기계
chạy 작동하다

STEP 2

1 A Tôi không biết phải làm thế nào.
  B **이렇게 해!**

2 A Chúng ta không kịp.
    빨리 해라!
  B Tôi cũng biết. Nhưng máy này không chạy.

1 A 어떻게 해야 하는지 모르겠어요.
  B **Bạn làm như thế này đi!**

2 A 우리 시간이 촉박해.
    Bạn làm nhanh lên đi!
  B 나도 알아요. 그런데 이 기계가 작동하지 않아요.

🔷 Tip

느긋한 성향의 베트남 사람
한국인에 비해 다소 느긋한 베트남 사람들의 일 처리 방식이 우리에게는 답답한 모습으로 비칠 수 있습니다. 그렇다고 해서 너무 다그치거나 많은 사람 앞에서 망신을 주면 안 됩니다. 자존심이 강한 민족이기 때문에 꾸짖을 일이 있다면 많은 사람들 앞이 아닌 개인적으로 따로 불러내어 이야기하는 것이 바람직합니다.

Mẫu 116

주어 + 동사 + nhé

~하세요

116.mp3

> [주어 + 동사 + nhé]는 '~하세요'라는 명령 또는 '~할게요'라는 제안 패턴입니다. 이 밖에 문장 전체의 의미를 부드럽게 전달하고자 할 때나 관심을 끌 때도 사용합니다. **nhé** 대신 **nha** 또는 **nhá**로 쓸 수 있으며 문장 끝에만 사용합니다.

STEP 1

1 나 집에 갈게요!
   Tôi về nhà nhé!

2 나한테 전화하세요!
   Chị gọi điện thoại cho tôi nhé!

3 먹어 보세요!
   Bạn ăn thử nhé!

4 다 보고 나서 돌려주세요!
   Sau khi xem xong, bạn trả nhé!

5 원샷 하세요!
   Bạn uống một trăm phần trăm nhé!

STEP 2

1 **A** Giờ em hiểu được chưa?
   B Dạ rồi. Cám ơn sếp vì đã kiên nhẫn với em.
   A Không sao đâu. <u>나 집에 갈게요.</u>

1 **A** 이제 이해했어요?
   B 네. 인내심을 가져 주셔서 감사합니다.
   A 괜찮아요. *Tôi về nhà nhé!*

---

gọi điện thoại cho ~
~에게 전화하다
trả 돌려주다, 반환하다
phần trăm 퍼센트
giờ ①시(時) ②지금
sếp 상사
kiên nhẫn 참을성 있는, 인내심 있는

🔻 Tip

회사 내 직급

베트남 회사 내의 직급은 한국만큼 세분화되어 있지 않기 때문에 대부분 상사(**sếp**)가 사장님(**giám đốc**)인 경우가 많습니다.

(Xin) đừng + 동사/형용사

~하지 마세요

🎧 117.mp3

강한 부정 명령을 할 때 **Xin đừng** 뒤에 동사나 형용사를 붙여 '~하지 마세요'라는 뜻을 나타냅니다. 예의를 갖출 때는 **xin**을 사용하고, 동년배나 손아랫사람에게 말할 때는 **xin**을 생략할 수 있습니다.

STEP 1

1 서두르지 마.
   Đừng vội.

2 더 미안해 하지 마세요.
   Xin đừng xin lỗi nữa.

3 포기하지 마세요.
   Xin đừng bỏ cuộc.

4 전화 끊지 마.
   Đừng cúp máy.

5 고수는 넣지 마세요.
   Xin đừng cho ngò vào.

vội 서두르다
bỏ cuộc 포기하다
cúp máy 전화를 끊다
cho 주다
vào 넣다
tô 그릇 =bát

STEP 2

1 **A** Anh gọi 1 tô phở phải không?
   B Dạ vâng. <u>그러나 고수는 넣지 마세요.</u>
   A Xin đừng lo anh.

1 **A** 쌀국수 한 그릇 주문한 거 맞죠?
   B 네. **Nhưng đừng cho ngò vào.**
   A 걱정 마요, 오빠.

💬 **Tip**

nữa와 **hơn**의 차이
nữa와 hơn은 둘 다 '더'라
는 뜻이 있기 때문에 헷갈릴
수 있습니다.

(1) **동사 + nữa**: (행위)를 더
   하다
 • **ăn nữa** 더 먹다
 • **ngủ nữa** 더 자다

(2) **형용사 + hơn**: (다른 것
   과 비교하여) 더 ~하다
 • **nóng hơn**
   (~보다) 더 덥다
 • **đẹp hơn**
   (~보다) 더 예쁘다

UNIT 12

감정, 의사 표현을 할 때 쓰는 패턴

Mẫu 118

Xin lỗi vì ~

~해서 죄송해요

Xin lỗi vì ~는 **xin lỗi**(죄송합니다)와 **vì**(왜냐하면)가 합쳐진 표현으로 죄송한 이유에 대해 설명할 때 사용합니다.

STEP 1

1 폐를 끼쳐서 죄송해요.
   Xin lỗi vì **đã làm phiền.**

2 말실수해서 죄송해요.
   Xin lỗi vì **lỡ miệng.**

3 틀린 정보를 드려서 죄송해요.
   Xin lỗi vì **đưa thông tin sai.**

4 오빠를 실망시켜서 죄송해요.
   Xin lỗi vì **làm anh thất vọng.**

5 여러 가지로 죄송합니다.
   Xin lỗi vì **nhiều điều.**

---

làm phiền 폐를 끼치다
lỡ miệng 말실수하다
đưa 건네다
thông tin 정보
thất vọng 실망한
điều ①말 ②것 ③일
dự án 프로젝트
bị hủy 취소되다
giữa chừng 도중에

STEP 2

1 **A** 폐를 끼쳐서 죄송해요.
   B Không sao đâu.

2 **A** Dự án lần này bị hủy giữa
        chừng.
   B 여러 가지로 죄송합니다.

1 **A** Xin lỗi vì đã làm phiền.
   B 괜찮아요.

2 **A** 이번 프로젝트가 중간에 취소됐
        어요.
   B Xin lỗi vì nhiều điều.

◆ Tip

베트남 사람에게 하면 안 되는 말

베트남 현지인과 대화할 일이 있을 때, 그들이 예민하게 생각하거나 매너에 어긋나기 때문에 삼가야 할 소재가 있습니다. 예를 들면 '베트남 전쟁, 몸무게, 언제 결혼할지'에 대해서는 언급하지 않는 것이 좋습니다.

Mẫu 119

hối tiếc vì ~

 119.mp3

~해서 후회스러워요

[주어 + **hối tiếc vì ~**]는 **hối tiếc**(후회스러운)과 **vì**(왜냐하면)가 합쳐져서 '~해서 후회스러워요'라는 뜻을 나타냅니다.

STEP 1

1 유학을 안 간 것이 후회스러워요.
Hối tiếc vì đã không du học.

2 오빠를 떠난 것이 후회스러워요.
Hối tiếc vì đã rời xa anh.

3 하는 법을 몰라서 후회할 거예요.
Sẽ hối tiếc vì không biết cách làm.

4 나는 결혼해서 후회해 본 적이 없어요.
Tôi chưa bao giờ **hối tiếc vì** kết hôn.

5 나는 '너무 일찍' 팔아서 후회스러워요.
Tôi **hối tiếc vì** bán 'quá sớm'.

du học 유학 가다
rời xa 떠나다

STEP 2

1 A Điều gì hối tiếc nhất?
 B 오빠를 떠난 것이 후회스러워요.

2 A Sau khi kết hôn, bạn hạnh phúc hơn chứ?
 B 나는 결혼해서 후회해 본 적이 없어요.

1 A 어느 것이 가장 후회스러워요?
 B Hối tiếc vì đã rời xa anh.

2 A 결혼한 후로 더 행복하시죠?
 B Tôi chưa bao giờ hối tiếc vì kết hôn.

◆ Tip

결혼 평균 나이
베트남의 결혼 평균 나이는 24.6세(2017년)로 우리나라에 비해서 결혼을 일찍하는 편입니다. 하지만 요즘 젊은 사람들 사이에서는 일찍 결혼하는 것보다 삶을 즐기기 위해 늦게 결혼하는 사람들도 점점 늘어나는 추세입니다.

Cảm ơn vì ~

~해서 고마워요

120.mp3

Cảm ơn(고마워요)과 **vì**(왜냐하면)가 합쳐진 표현으로, 고마운 이유에 대해 설명할 때 사용합니다.

STEP 1

1 모든 것에 고마워요.
Cảm ơn vì **tất cả.**

2 관심에 고마워요.
Cảm ơn vì **sự quan tâm.**

3 일찍 대답해 주셔서 고마워요.
Cảm ơn vì **đã trả lời sớm.**

4 열렬히 도와주셔서 고마워요.
Cảm ơn vì **giúp đỡ nhiệt tình.**

5 구매하러 와 주셔서 고마워요.
Cảm ơn vì **đã đến mua hàng.**

tất cả 모두, 전체
sự quan tâm 관심
trả lời 대답하다
sớm 일찍
giúp đỡ 돕다
nhiệt tình 열정, 열정적인
mua 사다
hàng 물건

STEP 2

1 A Trong người em thế nào rồi?
     Đỡ hơn chưa?
  B Đỡ rồi. **관심에 고마워요.**

2 A Tôi sẽ nói với giám đốc nhé.
  B **열렬히 도와주셔서 고마워요.**

1 A 몸 상태는 어떠셨어요?
     좀 나아졌어요?
  B 나아졌어요. Cảm ơn vì sự quan tâm.

2 A 내가 사장님에게 말할게요.
  B Cảm ơn vì giúp đỡ nhiệt tình.

◆ Tip

감사 표시
우리나라와 마찬가지로 베트남에서도 고마움을 표시할 때 현금을 봉투 안에 넣어 감사 표시를 하는 경우가 있습니다.

Mẫu 121

Chúc mừng ~

~을 축하해요

🎧 121.mp3

동사 **chúc mừng**(축하하다)은 뒤에 축하하는 내용을 붙여 '~을 축하해요'라고 사용할
수 있습니다. **Chúc mừng.**만 단독으로 쓸 수 있습니다.

⭐ STEP 1

1 결혼 축하해요.
   Chúc mừng kết hôn.

2 생일 축하해요.
   Chúc mừng sinh nhật.

3 졸업 축하해요.
   Chúc mừng tốt nghiệp.

4 승진 축하해요.
   Chúc mừng lên chức.

5 개업 축하해요.
   Chúc mừng khai trương.

sinh nhật 생일
tốt nghiệp 졸업하다
lên chức 승진하다
khai trương 개업하다,
개점하다
dự 참여하다, 참석하다
lễ cưới 결혼식
bận tâm 마음을 쓰다
gửi 보내다
tiền mừng 축의금

⭐⭐ STEP 2

1 **A** **결혼 축하해요.** Nhưng tôi sẽ không đến dự lễ cưới được.

   B Không sao anh. Đừng bận tâm.

   A Tôi sẽ gửi tiền mừng nhé. Xin lỗi.

1 **A** Chúc mừng kết hôn. 하지만 나는 결혼식에 참석할 수 없어요.

   B 괜찮아요. 신경 쓰지 마세요.

   A 축의금 보낼게요. 미안해요.

🔹 **Tip**

축의금
베트남에도 축의금이 있습
니다. 결혼식, 생일뿐만 아
니라 집들이에도 축의금을
내서 성의와 마음을 표현합
니다.

152

Mẫu 122

nói rằng ~
~이 말하길 ~

nói(말하다)와 접속사 **rằng** 또는 **là**(~이라고)가 결합하여 '~라고 말하기를'이라는 뜻이 됩니다. 말을 전할 때 사용하며, 북부에서는 주로 **nói rằng** ~ 남부에서는 **nói là** ~ 를 사용하며, 접속사 **rằng**과 **là**는 생략할 수 있습니다.

STEP 1

1 그가 말하길 내가 귀엽대요.
Anh ấy **nói rằng** tôi dễ thương.

2 그가 말하길 오늘 비 온대요.
Anh ấy **nói rằng** hôm nay trời sẽ mưa.

3 모든 사람이 건강이 가장 중요하다고 말해요.
Mọi người **nói rằng** sức khỏe quan trọng nhất.

4 걔가 가고 싶지 않다고 했어요.
Nó đã **nói rằng** không muốn đi.

5 그가 믿는다고 할까요 안 믿는다고 할까요?
Anh ấy sẽ **nói rằng** tin hay không tin?

dễ thương 귀여운
mọi người 모든 사람
quan trọng 중요한
tin 믿다

STEP 2

1 A Nó đi cùng với chúng ta phải không?
B 어제 걔가 가고 싶지 않다고 했어요.

2 A Tôi sẽ nói với anh Kim là trúng số rồi.
B 그가 믿는다고 할까요 안 믿는다고 할까요?

1 A 걔 우리랑 같이 가는 게 맞죠?
B Hôm qua nó đã nói rằng không muốn đi.

2 A 김 씨한테 내가 복권에 당첨됐다고 말할 거예요.
B Anh ấy sẽ nói rằng tin hay không tin?

◆ Tip

로또 복권
베트남에도 한국의 로또와 비슷한 복권 vé số가 있으며 TV나 인터넷에서 결과를 확인할 수 있습니다.

nghe nói ~

듣기로는 ~

 123.mp3

nghe(듣다)와 **nói**(말하다)가 합쳐져 '듣기로는 ~하더라'라는 표현이 되는데, 어디선가 누군가에게 들은 말을 전할 때 사용합니다.

STEP 1

1 듣기로는 그녀가 오빠를 좋아한대요.
   Nghe nói chị ấy thích anh.

2 듣기로는 그녀가 성형수술했대요.
   Nghe nói cô ấy đã phẫu thuật thẩm mỹ.

3 듣기로는 그들은 서로 때렸대요.
   Nghe nói họ đã đánh nhau.

4 듣기로는 영화에서 여주인공이 죽임을 당했대.
   Nghe nói nữ chính bị giết trong phim.

5 듣기로는 사파에 겨울에 눈이 온대요.
   Nghe nói mùa đông tuyết rơi ở Sapa.

phẫu thuật 수술하다
thẩm mỹ 미적인
đánh nhau 서로 때리다
nữ chính 여주인공
bị giết 살해 당하다

STEP 2

1 **A** Cô ấy đẹp quá nhỉ?
   B 듣기로는 그녀가 성형수술했대요.

2 **A** Bạn đã xem tập cuối chứ?
   B Chưa. 듣기로는 영화에서 여주인공이 죽임을 당했대.

1 **A** 그녀는 너무 예쁘지 않니?
   B Nghe nói cô ấy đã phẫu thuật thẩm mỹ.

2 **A** 너 마지막 회 봤지?
   B 아직. Nghe nói nữ chính bị giết trong phim.

◀ Tip

여성들의 미적 욕구
베트남 여성들도 미적 욕구가 강하여 성형 수술에 대한 관심이 높아요. 대부분 쌍꺼풀이 있기 때문에 눈보다는 코 수술에 관심이 많습니다.

Mẫu 124

Theo + 명사

~에 의하면

[**Theo + 명사**](~에 의하면, ~에 따르면)는 개인의 생각과 의견뿐만 아니라 매체, 자료 등의 정보를 전할 때 사용합니다.

STEP 1

1 당신 생각에는 베트남어 어때요?
Theo bạn, tiếng Việt thế nào?

2 그에 따르면 그녀는 안 온대요.
Theo anh ấy, chị ấy không đến.

3 내 생각에 이 방법은 별로 안 좋은 것 같아요.
Theo tôi, phương pháp này không tốt lắm.

4 통계에 따르면 날이 가면 갈수록 실업률이 높아져요.
Theo thống kê, càng ngày tỉ lệ thất nghiệp càng tăng lên.

5 일기예보에 따르면 내일 태풍 온대요.
Theo dự báo thời tiết, ngày mai sẽ có bão.

phương pháp 방법
thống kê 통계
tỉ lệ 비율
thất nghiệp 실업하다
tăng lên 증가하다, 늘다
dự báo thời tiết
일기예보
bão 태풍

STEP 2

1 A 당신 생각에는 베트남어 어때요?
　　B Theo tôi, tiếng Việt thú vị nhưng hơi khó.

2 A Bạn đã xem dự báo thời tiết chưa?
　　B 일기예보에 따르면 내일 태풍 온 대요.

1 A Theo bạn, tiếng Việt thế nào?
　　B 제 생각에는 베트남어가 재미있지만 약간 어려워요.

2 A 일기예보 봤어요?
　　B Theo dự báo thời tiết, ngày mai sẽ có bão.

Tip

자신의 의사 표현
자신의 의견을 표현할 때 세 가지 패턴으로 문장을 시작할 수 있습니다.

(1) Theo tôi, ~
Theo tôi, chúng tôi lười. 내 생각에 우리는 게을러.

(2) Tôi thấy ~
Tôi thấy Việt Nam rất đẹp.
나는 베트남이 매우 예쁘다고 생각해.

(3) Tôi nghĩ ~
Tôi nghĩ cái này tốt.
나는 이것이 좋다고 생각해.

Mẫu 125

주어 + khuyên + 사람 + 동사

~가 ~에게 ~하라고 권해요

khuyên(권하다)은 [**주어 + khuyên + 사람 + 동사**] 패턴으로 써서 '~이 ~에게 ~하라고 권유해요'라는 뜻을 나타냅니다.

STEP 1

1 변호사는 나에게 그녀를 고소하라고 권해요.
Luật sư khuyên tôi kiện chị ấy.

2 교육부는 학생에게 책을 읽으라고 권해요.
Bộ giáo dục khuyên học sinh đọc sách.

3 내 친구는 흰색을 고르라고 나에게 권해요.
Bạn tôi khuyên tôi chọn màu trắng.

4 의사는 나에게 담배 끊으라고 권해요.
Bác sĩ khuyên tôi bỏ thuốc lá.

5 선생님은 나에게 단어를 외우라고 권해요.
Giáo viên khuyên tôi thuộc lòng từ.

luật sư	변호사
kiện	고소하다
bộ giáo dục	교육부
quyển sách	책
chọn	선택하다, 고르다
bỏ thuốc lá	담배를 끊다
giáo viên	선생님
thuộc lòng	암기하다
từ	단어

STEP 2

1 A Bạn đã nói chuyện với luật sư chưa?
B Rồi. **변호사는 나에게 그녀를 고소하라고 권유해요.**

1 A 변호사와 얘기했어요?
B 네. **Luật sư khuyên tôi kiện chị ấy.**

2 A Dạo này sức khỏe anh thế nào?
B 의사는 나에게 담배를 끊으라고 권유해요.

2 A 요즘 오빠 건강 어때요?
B Bác sĩ khuyên tôi bỏ thuốc lá.

◆ Tip

교육열

베트남도 한국처럼 교육열이 높습니다. 그래서 어렸을 때부터 책을 많이 읽고 영어와 같은 외국어 관련 영상을 많이 봅니다. 학생들은 학원에도 많이 가는 편이죠.

Mẫu 126

trông có vẻ + 형용사

~해 보여요

trông과 **có vẻ**는 각각 형용사 앞에 쓰여 '~해 보이다'라는 뜻으로, 특정 상태나 성질을 눈으로 보고 표현할 때 사용합니다. 같이 사용할 경우 **trông**이 앞에 와서 [**trông có vẻ + 형용사**] 패턴으로 쓰면 '~해 보여요, ~처럼 보여요'라는 뜻이 됩니다.

STEP 1

1 그녀는 사나워 보여요.
Chị ấy **trông có vẻ** dữ.

2 계단이 별로 안전해 보이지 않아요.
Cầu thang **trông có vẻ** không an toàn lắm.

3 이 시스템은 낙후되어 보여요.
Hệ thống này **trông có vẻ** lạc hậu.

4 길거리 음식이 맛있어 보여요.
Món vỉa hè **trông có vẻ** ngon.

5 그는 자신감 있어 보여요.
Anh ấy **trông có vẻ** tự tin.

dữ 사나운
cầu thang 계단
an toàn 안전한
hệ thống 시스템
lạc hậu 낙후된
món vỉa hè 길거리 음식
tự tin 자신감 있는
thang máy 엘리베이터
ăn kiêng 다이어트하다

STEP 2

1 **A** 계단이 별로 안전해 보이지 않아요.
B Tôi cũng nghĩ thế.
Chúng ta đi thang máy đi.

2 **A** 길거리 음식이 맛있어 보여요.
Bạn muốn ăn thử không?
B Không. Tôi đang ăn kiêng mà.

1 **A** Cầu thang trông có vẻ không an toàn lắm.
B 나도 그렇게 생각해.
우리 엘리베이터로 가자.

2 **A** Món vỉa hè trông có vẻ ngon.
먹어 보고 싶어요?
B 아니요. 나 다이어트 중이잖아요.

> **Tip**
>
> **kiêng의 뜻**
> **kiêng**은 '피하다', **ăn kiêng**은 '먹는 것을 피하다', 즉 '다이어트하다'의 의미입니다. 베트남에서는 자몽(**bưởi**)이 이뇨 작용을 도와 다이어트에 도움이 된다고 생각하여 다이어트 음식으로 먹는 사람이 있습니다.

Mẫu 127

Đúng là ~

역시 ~이에요

 127.mp3

đúng(맞은)과 **là**(~이다)가 결합된 형태로, '역시 ~이에요, 그야말로 ~이에요'와 같이 어떤 사실을 강조할 때 사용합니다.

⭐ STEP 1

1 역시 천재예요.
   Đúng là thiên tài.

2 그야말로 가장 좋은 방법이에요.
   Đúng là cách tốt nhất.

3 그야말로 유익한 정보예요.
   Đúng là thông tin hữu ích.

4 역시 효과가 있어요.
   Đúng là có hiệu quả.

5 역시 그녀는 솜씨가 좋아요.
   Đúng là bà ấy khéo tay.

---

thiên tài 천재
tốt nhất 가장 좋은
thông tin 정보
hữu ích 유익한
hiệu quả 효과
khéo tay 솜씨 있는
khuyến mãi 프로모션
những + 명사
~들(복수)

⭐⭐ STEP 2

1 **A** Nghe nói từ tuần sau có khuyến mãi.
   B 그야말로 유익한 정보예요.

2 **A** Những món này đều ngon lắm.
   B 역시 그녀는 솜씨가 좋아요.

1 **A** 듣기로는 다음 주부터 프로모션이 있대요.
   B Đúng là thông tin hữu ích.

2 **A** 이 음식들 전부 너무 맛있어요.
   B Đúng là bà ấy khéo tay.

🔖 **Tip**

많이 쓰는 인터넷 포털
인터넷에서 정보를 찾을 때
베트남 사람들이 주로 많이
사용하는 검색 엔진은 구글
(www.google.com.vn)
입니다.

Mẫu 128

may mắn vì ~

~해서 다행이에요

may mắn(다행히) 뒤에 이유를 나타내는 **vì**가 쓰여 '~해서 다행이에요, ~해서 행운이에요'라는 뜻을 나타냅니다.

STEP 1

1 형을 만나게 되어서 다행이에요.
May mắn vì được gặp anh.

2 일하기 위한 체력이 충분히 남아 있어서 다행이에요.
May mắn vì còn đủ sức khỏe để làm việc.

3 휴양하기 위한 장소로 잘 선택해서 다행이에요.
May mắn vì chọn đúng nơi để nghỉ dưỡng.

4 든든한 백이 있어서 다행이에요.
May mắn vì có hậu phương vững chắc.

5 내 남편이 주색잡기를 하지 않아서 다행이에요.
May mắn vì chồng tôi không cờ bạc, rượu chè, gái gú.

còn 남아 있다
đủ 충분한
sức khỏe 건강
chọn đúng 잘 선택하다
nghỉ dưỡng 휴양하다
hậu phương 뒷배, 백
vững chắc 든든한, 견고한
cờ bạc 도박
rượu chè 술을 좋아하는
gái gú 여자를 좋아하는
vượt qua 극복하다
khó khăn 어려움

STEP 2

1 **A** Tôi không biết có thể vượt qua khó khăn này hay không.

B Đừng quên bên cạnh em có anh!

A <u>든든한 백이 있어서 다행이에요.</u>

1 **A** 내가 이 어려움을 극복할 수 있을지 모르겠어요.

B 네 옆에는 내가 있다는 것을 잊지 마!

A May mắn vì có hậu phương vững chắc.

> **◆ Tip**
>
> **베트남의 휴양지**
> 베트남에서 휴양하기 좋은 대표적인 장소로
> **Đà Nẵng**(다낭),
> **Nha Trang**(냐짱),
> **Phú Quốc**(푸꾸옥)
> 등이 있습니다.

Mẫu 129

Ước gì ~

~하면 좋겠어요

Ước gì ~는 '~하면 좋겠다, ~을 원하다'라는 뜻으로, 희망 사항에 대해 표현할 때 사용합니다.

STEP 1

1 비가 그쳤으면 좋겠어요.
Ước gì trời tạnh mưa.

2 휴가가 더 연장되면 좋겠어요.
Ước gì kỳ nghỉ kéo dài hơn.

3 아버지 병이 빨리 나았으면 좋겠어요.
Ước gì bố tôi mau hết bệnh.

4 우리가 여기서 더 오래 머물 수 있으면 좋겠어요.
Ước gì chúng tôi có thể ở lại lâu hơn.

5 이 일들로 인한 영향을 안 받았으면 좋겠어요.
Ước gì không bị ảnh hưởng bởi những điều này.

tạnh mưa 시간
kỳ nghỉ 휴가
kéo dài 연장하다
mau 빠른, 빨리
hết bệnh 병이 낫다
ở lại 머무르다
ảnh hưởng 영향, 영향을 주다
bởi ~ ~에 의해, ~으로 인한
thoải mái 편안한
linh hoạt 유연한
so với ~ ~와 비교하여

STEP 2

1 **A** Đây là lịch làm việc chúng tôi. Làm việc ở đây rất thoải mái nhỉ!

B Đúng. Chúng ta có thể làm việc một cách linh hoạt so với làm việc ở trụ sở chính.

A 우리가 여기서 더 오래 머물 수 있으면 좋겠어요.

1 **A** 이것은 우리 업무 스케줄이에요. 여기서 일하는 게 매우 편하지 않나요!

B 맞아요. 우리는 본사에서 일하는 것보다 유연하게 일할 수 있어요.

A Ước gì chúng tôi có thể ở lại lâu hơn.

◆ **Tip**

근무 시간
베트남의 회사나 기관마다 다르지만 보통 하루 8시간 일합니다. 보통 오전 8시부터 업무를 시작하여 12시에 점심 먹고 오후 1시부터 업무 후 5시에 퇴근합니다.

Mẫu 130

Bất đắc dĩ ~

부득이하게도 ~해요

 130.mp3

어쩔 수 없다는 사정을 설명할 때 사용하는 표현입니다.

STEP 1

1 부득이하게도 약속을 취소해요.
Bất đắc dĩ hủy cuộc hẹn.

2 부득이하게도 더 이상 안 돼요.
Bất đắc dĩ không thể hơn nữa.

3 부득이하게도 세미나에 참가 못해요.
Bất đắc dĩ không thể tham gia hội thảo.

4 부득이하게도 파업을 시작할 거예요.
Bất đắc dĩ sẽ bắt đầu đình công.

5 부득이하게도 변동이 있어요.
Bất đắc dĩ có sự thay đổi.

hủy 취소하다
cuộc hẹn 약속
tham gia 참가하다
hội thảo 세미나
bắt đầu 시작하다
đình công 파업하다
sự thay đổi 변경
nhắn 전하다
đón 마중하다
khách hàng 손님
Do đó 그래서

STEP 2

1 **A** A-lô, đấy có phải là anh Kim không?

    B Xin lỗi mà anh ấy không có ở đây. Chị có nhắn gì không?

    A Vâng. Chiều nay tôi phải đến sân bay để đón khách hàng.
    <u>**그래서 부득이하게도 세미나에 참가 못한다고 전해 주세요.**</u>

1 **A** 여보세요, 김 씨 맞죠?

    B 실례지만 김 씨는 부재중입니다. 메모 남기시겠어요?

    A 네. 오늘 오후 저는 손님을 마중하러 공항에 가야 해요.
    Do đó anh nói với anh ấy là bất đắc dĩ tôi không thể tham gia hội thảo.

> ◆ Tip
>
> 전화 관련 표현
>
> • **gọi điện thoại**
>   전화 걸다
> • **nhận điện thoại**
>   전화 받다
> • **cúp máy**
>   전화를 끊다
> • **gọi nhầm**
>   잘못 걸다
> • **đường dây đang bận**
>   통화 중이다

음성강의 & 예문 듣기

UNIT 13

말뜻을 풍부하게
살리는 주요 패턴

Mẫu
131

như ~
~처럼

như ~(~대로, ~처럼, ~같은)는 앞뒤가 동일한 관계에 있거나 앞의 내용에 대한 부가적인 설명, 구체적인 예시를 들 때 사용합니다.

STEP 1

1 나는 축구나 야구 같은 스포츠를 좋아해요.
Tôi thích thể thao như bóng đá hay bóng chày.

2 내가 하는 것처럼 해 보세요!
Chị làm thử như tôi làm nhé!

3 베트남이나 태국 같은 동남아에 살고 싶어요.
Tôi muốn sống ở Đông Nam Á như Việt Nam hay Thái Lan.

4 내가 말했듯이 이것은 틀렸어요.
Như tôi đã nói, cái này sai rồi.

5 그녀가 입었던 것처럼 입고 싶어요.
Tôi muốn mặc như chị ấy đã mặc.

thể thao 스포츠
bóng đá 축구
bóng chày 야구
Đông Nam Á 동남아
sai 틀린
mặc 입다

STEP 2

1 A Tôi làm mãi nhưng không được.
　 B 내가 하는 것처럼 해 보세요!

1 A 계속하는데 안 돼요.
　 B Chị làm thử như tôi làm nhé!

2 A Bạn muốn sống ở đâu?
　 B 베트남이나 태국 같은 동남아에 살고 싶어요.

2 A 어디 살고 싶어?
　 B Tôi muốn sống ở Đông Nam Á như Việt Nam hay Thái Lan.

◆ Tip

세계의 대륙명

동남아	Đông Nam Á
동북아	Đông Bắc Á
아메리카	Châu Mỹ
유럽	Châu Âu
오세아니아	Châu Đại Dương
아프리카	Châu Phi

Mẫu 132

vừa ~ vừa ~

~하면서 ~해요

[vừa + 동사 + vừa + 동사] [vừa + 형용사 + vừa + 형용사] [vừa là + 명사 + vừa là + 명사] 패턴으로 써서 주어의 동시 동작·상태·자격을 나타냅니다.

STEP 1

1 그녀는 예쁘면서 똑똑해요.
Cô ấy vừa đẹp vừa thông minh.

2 그 동생은 요리하면서 노래해요.
Em ấy vừa nấu ăn vừa hát.

3 그녀는 주부이면서 직장인이에요.
Chị ấy vừa là nội trợ vừa là nhân viên công ty.

4 베트남 음식은 맛있으면서 건강에 좋아요.
Món ăn Việt Nam vừa ngon vừa tốt cho sức khỏe.

5 나는 학교 다니면서 알바해야 해요.
Tôi vừa đi học vừa phải làm thêm.

thông minh 똑똑한
nội trợ 주부
sức khỏe 건강
làm thêm 아르바이트하다

STEP 2

1 A Món ăn Việt Nam thế nào?
B 베트남 음식은 맛있으면서 건강에 좋아요.

2 A Dạo này sao bạn mệt thế?
B 나는 학교 다니면서 알바해야 해요.

1 A 베트남 음식은 어때요?
B Món ăn Việt Nam vừa ngon vừa tốt cho sức khỏe.

2 A 요즘 왜 그렇게 피곤해 해요?
B Tôi vừa đi học vừa phải làm thêm.

◆ Tip

여성의 지위

베트남에서는 대부분의 여성이 사회생활을 하기 때문에 일과 살림을 동시에 도맡아 하는 경우가 많습니다. 여성이 집안의 가장이 되는 경우도 있어 여성의 지위가 한국보다 상대적으로 높은 편입니다.

Mẫu 133

phương pháp ~
~하는 법

phương pháp(방법)은 명사인데, 뒤에 동사가 쓰일 경우 '~하는 법'이라는 뜻을 나타 냅니다.

STEP 1

1 공부하는 방법이 뭐예요?
Phương pháp học là gì?

2 쌀국수 만드는 법을 알려 주세요.
Cho tôi biết **phương pháp** nấu phở.

3 교육 방법을 개혁해야 해요.
Chúng ta phải đổi mới **phương pháp** giáo dục.

4 치료법을 찾고 있는 중이에요.
Chúng ta đang tìm **phương pháp** điều trị.

5 약도 그리는 법을 알아요?
Bạn biết **phương pháp** vẽ sơ đồ không?

đổi mới 개혁하다
giáo dục 교육하다
tìm 찾다
điều trị 치료하다
vẽ 그리다
sơ đồ 지도
trung tâm 학원
ngoại ngữ 외국어
trước tiên 우선
nguyên liệu 재료

STEP 2

1 A <u>베트남어 공부하는 방법이 뭐예요?</u>
　B Tôi học ở trung tâm ngoại ngữ.

1 A Phương pháp học tiếng Việt là gì?
　B 나는 외국어 학원에서 공부해요.

2 A **쌀국수 만드는 법을 알려 주세요.**
　B Dạ vâng. Trước tiên, bạn hãy chuẩn bị nguyên liệu nấu nhé.

2 A Cho tôi biết phương pháp nấu phở.
　B 네. 우선 요리 재료를 준비하세요.

> **◆ Tip**
> 쌀국수 만드는 법
> (1) 깨끗이 씻은 소 갈비뼈와 설탕, 파를 물에 넣고 40분 정도 끓입니다.
> (2) 각종 조미료(소금, 설탕, 생선 소스)를 넣어 맛을 조절하고 4시간 정도 끓입니다.
> (3) 삶은 쌀국수 면을 그릇에 넣고 육수를 붓고 고기, 양파를 올립니다.

Mẫu 134

~ thì ~ còn ~ thì ~

~는 ~하고 ~는 ~해요

🎧 134.mp3

[~ thì ~ còn ~ thì ~] 표현은 각 thì 앞에 쓰는 주어가 달라야 하며 주어의 상태, 동작, 자격 등을 비교하는 경우에 사용합니다.

⭐ STEP 1

1 나는 한국인이고 내 친구는 베트남인이에요.
Tôi thì người Hàn còn bạn tôi thì người Việt.

2 겨울은 춥고 여름은 더워요.
Mùa đông thì lạnh còn mùa hè thì nóng.

3 주말에 나는 일하고 내 남편은 자요.
Cuối tuần tôi thì làm việc còn chồng tôi thì ngủ.

4 나는 흰색을 좋아하고 내 동생은 검은색을 좋아해요.
Tôi thì thích màu trắng còn em tôi thì thích màu đen.

5 나는 시장에서 쇼핑하고 내 친구는 마트에서 쇼핑해요.
Tôi thì mua sắm ở chợ còn bạn tôi thì mua sắm ở siêu thị.

chợ 시장
mua sắm 쇼핑하다
siêu thị 마트
vợ chồng 부부

⭐⭐ STEP 2

1 **A** Các bạn là người nước nào?
 B 나는 한국인이고 내 친구는 베트남인이에요.

2 **A** Cuối tuần vợ chồng chị thường làm gì?
 B 주말에 나는 일하고 내 남편은 자요.

1 **A** 당신들은 어느 나라 사람이에요?
 B Tôi thì người Hàn còn bạn tôi thì người Việt.

2 **A** 주말에 언니 부부는 보통 뭐 해요?
 B Cuối tuần tôi thì làm việc còn chồng tôi thì ngủ.

> 💬 **Tip**
> 마트에서는 로커에 짐 보관
> 베트남의 일부 마트에서는
> 도난 방지를 위해 들어가기
> 전에 사물함에 가방을 넣고
> 열쇠를 가지고 들어가는 방
> 식으로 쇼핑합니다.

Mẫu 135

Càng ~ càng ~

~하면 할수록 ~해요

어떤 특정 행위나 상태가 진행되거나 더해질수록 다른 행위나 상태도 같이 진행되고 더해짐을 나타내는 표현입니다.

STEP 1

1 공부하면 할수록 재밌어요.
   Càng học **càng** thú vị.

2 먹으면 먹을수록 배고파요.
   Càng ăn **càng** đói.

3 많으면 많을수록 좋아요.
   Càng nhiều **càng** tốt.

4 이르면 이를수록 좋아요.
   Càng sớm **càng** tốt.

5 싸면 쌀수록 좋아요.
   Càng rẻ **càng** tốt.

đói 배고픈
sớm 이른
rẻ 싼
khởi hành 출발하다

STEP 2

1 **A** Chúng ta khởi hành lúc mấy giờ?
   B 이르면 이를수록 좋아요.

2 **A** Em muốn bao nhiêu tiền?
   B 싸면 쌀수록 좋아요.

1 **A** 우리 몇 시에 출발해요?
   B Càng sớm càng tốt.

2 **A** 얼마를 원하니?
   B Càng rẻ càng tốt.

Tip

'빠르다' 표현

càng sớm càng tốt과 càng nhanh càng tốt의 차이를 헷갈려 하는 사람들이 있는데요. sớm은 '(시간 상 앞에 있어) 이른'의 뜻이며, nhanh은 '(속도가) 빠른'의 뜻입니다.

• càng sớm càng tốt
  (시간 상으로) 이르면 이를수록 좋다
• càng nhanh càng tốt
  속도가 빠르면 빠를수록 좋다

Mẫu 136

càng ngày càng ~
날이 가면 갈수록 점점 ~해요

càng ngày càng ~은 **ngày**(날, 일)의 뜻과 합쳐져 시간이 가면 갈수록(날이 가면 갈수록) 어떤 상태가 더해짐을 나타냅니다.

STEP 1

1 날이 가면 갈수록 점점 잘생겨져요.
Càng ngày càng đẹp trai.

2 날이 가면 갈수록 점점 궁금해져요.
Càng ngày càng tò mò.

3 날이 가면 갈수록 점점 부유해져요.
Càng ngày càng giàu.

4 보러 오는 사람으로 날이 가면 갈수록 점점 붐벼요.
Người đến xem càng ngày càng đông.

5 오빠의 목소리가 날이 가면 갈수록 점점 약해져요.
Giọng nói của anh càng ngày càng yếu.

đẹp trai 잘생긴
tò mò 호기심 있는, 궁금한
giàu 부유한
đông 붐비는
giọng nói 목소리
yếu 약한
mới 새로운
tin đồn truyền miệng 입소문

STEP 2

1 A Dạo này anh có người yêu mới không? **날이 가면 갈수록 점점 잘생겨지네요.**
B Cảm ơn chị. Chị cũng càng ngày càng đẹp.

2 A **보러 오는 사람이 날이 가면 갈수록 점점 붐벼요.**
B Vì có tin đồn truyền miệng.

1 A 요즘 오빠 새로운 애인 생겼어요? *Càng ngày càng đẹp trai nhỉ.*
B 고마워요. 누나도 날이 가면 갈수록 예뻐져요.

2 A *Người đến xem càng ngày càng đông.*
B 입소문 때문이에요.

◆ Tip

마케팅 방법
베트남에서 가장 효과적인 마케팅은 '입소문 마케팅'입니다. 베트남 사람은 직접 써 본 사람의 후기를 꽤 신뢰하는 편이어서 구매 후기를 보고 특정 상품에 관심을 갖게 되어 구매로 이어지는 거죠. 따라서 베트남인 사업가들은 주로 Facebook의 SNS를 통해 후기 마케팅을 많이 합니다.

Mẫu 137

🎧 137.mp3

đi + 장소 + về

~에 갔다 와요

[đi + 장소] (~에 가다) 표현 뒤에 về(돌아오다)가 쓰인 패턴입니다. 이 패턴에서 '장소'가 쓰이는 자리에 동사를 쓰면 [đi + 동사 + về]는 '~하러 갔다 와요'라는 뜻이 됩니다.

STEP 1

1 나는 먹을 것 사러 갔다 왔어.
Tôi đã đi mua đồ ăn về.

2 그녀는 주차하러 갔다 와요.
Chị ấy đi đậu xe về.

3 나는 앞마당에 갔다 올 거예요.
Tôi sẽ đi sân trước về.

4 아침마다 나는 꽃에 물 주러 갔다 와요.
Mỗi sáng tôi đi tưới nước cho hoa về.

5 지금 당신은 공부하고 온 거죠?
Bây giờ anh đi học về à?

đồ ăn 먹을 것	
đậu xe 주차하다	
sân trước 앞마당	
tưới nước 물을 주다	

STEP 2

1 **A** Bây giờ anh đi đâu về?

 B <u>나는 먹을 것 사러 갔다 왔어.</u>

 A Anh đã mua gì vậy? Tôi cùng ăn được chứ?

 B Được chứ.

---

1 **A** 지금 오빠 어디 다녀와요?

 B Tôi đã đi mua đồ ăn về.

 A 오빠 뭐 샀어요? 나도 같이 먹어도 되죠?

 B 당연히 되지.

◆ Tip

đồ + 동사: ~할 것

đồ ăn	먹을 것
đồ uống	마실 것
đồ giặt	세탁할 것
đồ chơi	놀 것(장난감)

bất cứ ~

어느 ~이라도

🎧 138.mp3

영어 **any**에 해당하는 **bất cứ**는 '아무, 어떤, 어느'의 뜻으로, 특정되지 않은 명사를 표현할 때 사용합니다.

STEP 1

1 나는 어느 때라도 갈 수 있어.
Tôi có thể đi bất cứ khi nào.

2 당신은 어느 가격으로라도 살 수 있어요.
Bạn có thể mua bằng bất cứ giá nào.

3 어느 누구라도 그 상황을 만날 수 있어요.
Bất cứ ai cũng có thể gặp tình huống đó.

4 그 일은 어느 때라도 일어날 수 있어요.
Chuyện đó thì bất cứ lúc nào cũng có thể xảy ra.

5 나는 어느 일이라도 할 수 있어요.
Tôi có thể làm bất cứ điều gì.

giá 가격
tình huống 상황
chuyện 일, 이야기
xảy ra 일어나다,
발생하다
điều 일
bận tâm 마음에 걸리는
trả nợ 빚을 갚다

STEP 2

1 **A** Tôi cứ bận tâm.

　　B Đừng nghĩ nữa. **어느 누구라도 그 상황을 만날 수 있어요.**

2 **A** Để trả nợ, anh sẽ làm gì?

　　B **나는 어느 일이라도 할 수 있어요.**

1 **A** 자꾸 신경 쓰여요.

　　B 생각하지 마요. **Bất cứ ai cũng có thể gặp tình huống đó.**

2 **A** 빚을 갚기 위해 뭐 할 거예요?

　　B **Tôi có thể làm bất cứ điều gì.**

🔖 **Tip**

전당포
베트남 사람들은 돈이 급하게 필요한 경우 우리나라의 전당포에 해당하는 **Cầm đồ**에 물건을 맡기고 돈을 빌립니다.

toàn là ~

전부 ~ 다

🎧 139.mp3

toàn(완전히, 전부)을 **là**와 함께 쓴 **toàn là ~**는 사람, 집단, 상황, 사물 등에 대해서 쓸 수 있는 표현입니다.

⭐ STEP 1

1 전부 거짓말이에요.
Toàn là nói dối.

2 전부 오토바이예요.
Toàn là xe máy.

3 내 팀은 전부 남자예요.
Nhóm tôi toàn là **nam.**

4 전부 고수예요.
Toàn là cao thủ.

5 전부 독신이에요.
Toàn là độc thân.

---

nói dối 거짓말하다
nhóm 팀, 집단, 그룹
nam 남자
cao thủ 고수
độc thân 독신
chứng cớ 증거
vắng mặt 부재의

⭐⭐ STEP 2

1 **A** Anh ấy có chứng cớ vắng mặt.
   B <u>전부 거짓말이에요.</u>

2 **A** Mọi người khá giỏi.
   B <u>전부 고수예요.</u>

1 **A** 그는 알리바이가 있어요.
   B Toàn là nói dối.

2 **A** 모든 사람이 꽤 잘하네요.
   B Toàn là cao thủ.

◆ Tip

오토바이 택시
오토바이가 주요 교통수단인 베트남에는 xe ôm이라는 오토바이 택시가 있습니다. 예전에는 직접 장소를 말하고 가격을 흥정해서 이동했지만 요즘은 '그랩' 서비스를 통해 가격 흥정할 필요 없이 미리 가격을 확인한 뒤에 편리하게 이용할 수 있습니다.

Mẫu 140

cả ~ và ~

~, ~ 둘 다

🎧 140.mp3

cả(모든)는 **và**(과)와 함께 써서 '~과 ~ 둘 다'라는 뜻을 나타냅니다. **và** 대신에 **lẫn**을 쓴 [**cả** ~ **lẫn** ~]과 [**cả** ~ **cả** ~]도 같은 뜻을 나타냅니다.

STEP 1

1 나는 고추와 양배추 둘 다 사요.
Tôi mua **cả** ớt **và** bắp cải.

2 나는 이거랑 저거 둘 다 원해요.
Tôi muốn **cả** cái này **lẫn** cái kia.

3 나는 베트남어랑 중국어 둘 다 말할 수 있어요.
Tôi có thể nói **cả** tiếng Việt **và** tiếng Trung.

4 토요일, 일요일 둘 다 바빠요.
Tôi bận **cả** thứ bảy **cả** chủ nhật.

5 나는 염색과 파마 둘 다 해요.
Tôi **cả** nhuộm tóc **lẫn** uốn tóc.

ớt 고추
bắp cải 양배추
nhuộm tóc 염색하다
uốn tóc 파마하다

STEP 2

1 **A** Anh muốn cái nào?
　 B 나는 이거랑 저거 둘 다 원해요.

2 **A** Hôm nay cô muốn nhuộm tóc màu gì?
　 B Màu nâu. 염색과 파마 둘 다 해도 되나요?

1 **A** 어느 것을 원해요?
　 B Tôi muốn cả cái này lẫn cái kia.

2 **A** 오늘 무슨 색으로 염색하고 싶어요?
　 B 갈색이요. Tôi có thể cả nhuộm tóc lẫn uốn tóc được không?

🔹 **Tip**

미용실
베트남 미용실은 로컬부터 고급 미용실까지 가격이 천차만별입니다. 한국인이나 일본인 미용사가 운영하는 미용실에 대한 호응이 좋습니다.

Mẫu 141

trở nên + 형용사

~해져요

🎧 141.mp3

[**trở nên + 형용사**](~해지다) 패턴은 어떤 상태로 바뀐다는 뜻으로 사용합니다.

⭐
STEP 1

1 나는 건강해지고 싶어요.
Tôi muốn trở nên khỏe mạnh.

2 삶이 더 힘들어져요.
Cuộc sống trở nên khó khăn hơn.

3 나는 자신감을 갖고 싶어요.
Tôi muốn trở nên tự tin.

4 매력적으로 되는 방법을 알려 주세요.
Cho tôi biết cách trở nên thu hút.

5 아버지가 돌아가셨을 때부터 그녀는 우울해졌어요.
Từ khi bố qua đời, cô ấy trở nên buồn.

khỏe mạnh 건강한
cuộc sống 삶
khó khăn 어려운, 곤란한
tự tin 자신감 있는
thu hút 매력적인
qua đời 돌아가시다
ước 희망하다

⭐⭐
STEP 2

1 A Năm mới, bạn sẽ ước gì?
B 나는 건강해지고 싶어요.

2 A Dạo này sao cô ấy trông có vẻ buồn?
B 아버지가 돌아가셨을 때부터 그녀는 우울해졌어요.

1 A 새해에 당신은 무엇을 희망해요?
B Tôi muốn trở nên khỏe mạnh.

2 A 요즘 그녀는 왜 슬퍼 보여요?
B Từ khi bố qua đời, cô ấy trở nên buồn.

💬 **Tip**

경어 사용
한국어 단어에도 경어가 있듯이 일부 베트남어에도 경어가 존재합니다. 예를 들어 **chết**은 '죽다'의 의미지만 경어로 쓸 때는 **qua đời**와 같은 '돌아가시다'라는 뜻의 단어를 사용합니다.

Mẫu 142

trở thành + 명사

~이 돼요

trở thành 뒤에 명사가 붙어 '~이 돼요'라는 의미가 됩니다.

STEP 1

1 나는 의사가 되고 싶어요.
   Tôi muốn trở thành bác sĩ.

2 어떻게 억만장자가 돼요?
   Làm sao để trở thành tỷ phú?

3 베트남은 강국이 될 거예요.
   Việt Nam sẽ trở thành cường quốc.

4 두 사람은 친한 친구가 됐어요.
   Hai người trở thành đôi bạn thân.

5 지도자가 되기 위해 무엇을 해야 해요?
   Phải làm gì để trở thành nhà lãnh đạo?

làm sao 어떻게
tỷ phú 억만장자
cường quốc 강국
bạn thân 친한 친구
nhà lãnh đạo 지도자
khả năng 가능
phát triển 발전하다

STEP 2

1 **A** Bạn muốn trở thành gì?
   B <u>나는 의사가 되고 싶어요.</u>

2 **A** Việt Nam có khả năng phát
      triển không?
   B <u>아마 베트남은 강국이 될 거예요.</u>

1 **A** 당신은 뭐가 되고 싶어?
   B Tôi muốn trở thành bác sĩ.

2 **A** 베트남은 발전 가능성이 있나요?
   B Có lẽ Việt Nam sẽ trở thành
      cường quốc.

▼ Tip

종별사
종별사는 명사 앞에 붙어서
명사의 성질, 종류를 나타냅
니다.

(1) cái + 사물
   cái ghế 의자
   cái túi xách 가방

(2) con + 동물
   con bò 소
   con gà 닭

(3) đôi + 쌍
   đôi đũa 젓가락
   đôi giày 신발

Mẫu 143

동사 + đi + 동사 + lại

계속 ~하고 또 ~해요

특정 행위를 반복해서 계속하는 의미를 표현할 때 [**동사 + đi + 동사 + lại**]를 사용할 수 있으며, 이때 동사는 같은 동사를 반복해서 넣어야 합니다.

STEP 1

1 그는 계속 말하고 또 말해요.
Anh ấy nói đi nói lại.

2 나는 한 음식만 계속 먹고 또 먹어요.
Tôi ăn đi ăn lại 1 món.

3 계속 읽고 또 읽어도 여전히 이해가 안돼요.
Tôi đọc đi đọc lại mà vẫn không hiểu.

4 계속 듣고 또 듣고 싶어요.
Tôi muốn nghe đi nghe lại.

5 계속 하고 또 해도 안돼요.
Tôi làm đi làm lại mà không được.

món 음식
nghe 듣다
say 취하다
rượu 술
bài hát 노래

STEP 2

1 **A** Anh ấy say rượu rồi phải không?
  B Chắc vậy.
  <u>그는 계속 말하고 또 말해요.</u>

2 **A** Bài hát này hay nhỉ.
  B Ừ. 계속 듣고 또 듣고 싶어.

1 **A** 그는 술 취했죠?
  B 아마도 그런 것 같아요.
  Anh ấy nói đi nói lại.

2 **A** 이 노래 좋지 않니.
  B 응. Tôi muốn nghe đi nghe lại.

> **Tip**
>
> **술자리 문화**
> 베트남 술자리에서는 **ra 7 vào 3**라는 규정이 있는데, 먼저 일어나서 가려면 7잔을 마셔야 하고, 늦게 오면 3잔을 마셔야 한다는 뜻입니다.

không những ~ mà còn ~ (nữa)

~할 뿐만 아니라 ~하기까지 해요

🎧 144.mp3

이 패턴에서 앞뒤에 쓰이는 동사 또는 형용사는 [**không những** + 긍정 + **mà còn** + 긍정] [**không những** + 부정 + **mà còn** + 부정]와 같이 성격이 같아야 합니다. 문장 끝에 **nữa**(더)가 함께 쓰일 수도 있습니다.

★ STEP 1

1 그는 공부를 잘할 뿐만 아니라 노래까지 잘해요.
   Anh ấy **không những** học giỏi **mà còn** hát hay.

2 나는 기타를 칠 수 있을 뿐만 아니라 바이올린까지 켤 수 있어요.
   Tôi **không những** có thể chơi ghi-ta **mà còn** chơi được vi-ô-lông.

3 그는 건방질 뿐만 아니라 이기적이기까지 해요.
   Nó **không những** kiêu ngạo **mà còn** ích kỷ nữa.

4 그는 가난할 뿐만 아니라 몸까지 허약해요.
   Anh ấy **không những** nghèo **mà còn** thân thể cũng yếu.

5 칭찬을 못 들었을 뿐만 아니라 혼까지 났어요.
   Tôi **không những** không được khen **mà còn** bị mắng.

học giỏi	공부를 잘하는
hát	노래하다
hay	잘하는
chơi + 악기	(악기를) 켜다
kiêu ngạo	건방진
ích kỷ	이기적인
thân thể	몸
yếu	약한
khen	칭찬하다
bị mắng	혼나다
ghen tị	부러운

★ ★ STEP 2

1 **A** Tôi ghen tị với anh ấy quá!
  B Sao vậy?
  A <u>그는 공부를 잘할 뿐만 아니라 노래까지 잘해.</u>

1 **A** 나는 그가 너무 부러워!
  B 왜?
  A Anh ấy không những học giỏi mà còn hát hay.

🏷 Tip

Hay의 뜻
(1) 잘하는
   Tôi nói tiếng Việt hay. 나는 베트남어를 잘한다.
(2) 좋은
   Bài hát này hay quá! 이 노래는 매우 좋아!
(3) 재밌는
   Phim này hay quá! 이 영화 매우 재밌어!
(4) 자주
   Tôi hay chơi. 나는 자주 놀아요.
(5) 또는
   Tôi ăn phở hay cơm. 나는 쌀국수 또는 밥을 먹어요.
(6) ~이야 아니면 ~이야?
   Anh ăn phở hay cơm? 쌀국수 먹을래 아니면 밥 먹을래?

chỉ ~ thôi
단지 ~일 뿐이다

[chỉ ~ thôi]는 chỉ와 thôi를 같이 써도 되고 둘 중에 하나를 생략해도 됩니다.

STEP 1

1 단지 2달러밖에 안 해요.
Chỉ 2 đô la thôi.

2 나는 자식이 1명뿐이에요.
Tôi chỉ có 1 con thôi.

3 단지 농담일 뿐이잖아.
Chỉ nói đùa thôi mà.

4 나는 단지 학생일 뿐이에요.
Tôi chỉ là học sinh thôi.

5 나는 그녀만 사랑해요.
Tôi yêu chỉ chị ấy thôi.

đô la 달러
con 자식
nói đùa 농담하다
học sinh (초중고) 학생
yêu 사랑하다
giảm giá 값을 깎다
thất vọng về ~
~에 대해 실망한

STEP 2

1 **A** Chị giảm giá cho tôi được không?
B Không được. 단지 2달러밖에 안 해요.

2 **A** Tôi rất thất vọng về anh!
B Xin lỗi em. 단지 농담일 뿐이잖아.

1 **A** 조금 깎아 줄 수 있어요?
B 안 돼요. Chỉ 2 đô la thôi.

2 **A** 오빠한테 너무 실망이야!
B 미안해. Chỉ nói đùa thôi mà.

🔸 **Tip**

학생

học sinh은 초중고 학생, sinh viên은 대학생을 가리킵니다.

học sinh	초등학교 trường tiểu học
	중학교 trường trung học
	고등학교 trường trung học phổ thông
sinh viên	대학교 trường đại học

Mẫu 146

~ chứ không phải (là) ~

~이지 ~이 아니에요

이 패턴에서는 올바른 사실을 **chứ** 앞에 쓰고, 잘못되거나 틀린 사실을 **không phải là** 뒤에 씁니다. 술어가 뒤에 오는 경우 **là**는 생략할 수 있습니다.

STEP 1

1 나는 사장이지 직원이 아니에요.
Tôi là giám đốc chứ không phải là nhân viên.

2 나는 쉬고 싶지 놀고 싶은 게 아니에요.
Tôi muốn nghỉ chứ không phải muốn chơi.

3 체중 감량은 예뻐지기 위해서지 미워지기 위해서가 아니에요.
Giảm cân để đẹp chứ không phải để xấu.

4 나는 성격을 중요시 여기지 재산을 중요시 여기지 않아요.
Tôi coi trọng tính cách chứ không phải là tài sản.

5 살기 위해 일하는 거지 일하기 위해 사는 게 아니에요.
Làm để sống chứ không phải sống để làm.

nghỉ 쉬다
giảm cân 몸무게를 줄이다
xấu ①나쁜 ②못생긴
coi trọng 중요하게 여기다
tính cách 성격
tài sản 재산

STEP 2

1 **A** Anh là nhân viên mới phải không?

B Không phải. **나는 사장이지 직원이 아니에요.**

2 **A** Đến ngày mai bạn làm hết được chứ?

B **나는 살기 위해 일하는 거지 일하기 위해 사는 게 아니에요.**

1 **A** 당신은 신입 사원이죠?

B 아니요. *Tôi là giám đốc chứ không phải là nhân viên.*

2 **A** 내일까지 전부 할 수 있죠?

B *Tôi làm để sống chứ không phải sống để làm.*

◆ Tip

야근 문화
베트남 사람들은 하루 하루 행복한 삶을 사는 것을 중요하게 여기기 때문에 회사에서 야근을 하거나 하지 않습니다. 야근 수당이 있어도 일찍 퇴근하여 가족, 친구와 함께 시간을 보내는 것을 더 선호합니다.

Mẫu 147

không phải (là) ~ mà là ~

~이 아니라 ~이에요

〈Mẫu 146〉과 마찬가지로 잘못되거나 틀린 상황을 정정할 때 사용하지만, 틀린 사실이 먼저 나오고 맞는 사실이 뒤에 쓰입니다.

STEP 1

1 나는 한국인이 아니라 베트남인이에요.
   Tôi không phải là người Hàn mà là người Việt.

2 1개가 아니라 2개예요.
   Không phải là 1 cái mà là 2 cái.

3 사거리가 아니라 삼거리예요.
   Không phải là ngã tư mà là ngã ba.

4 원하지 않는 게 아니라 시간이 없어요.
   Không phải không muốn mà là không có thời gian.

5 성공은 일을 많이 하고 적게 하는 것에 있는 게 아니라 무엇을 하느냐에 있다.
   Thành công không phải ở việc làm nhiều hay ít mà là làm gì.

ngã tư 사거리
ngã ba 삼거리
thành công 성공
ít 적은, 적게

STEP 2

1 A Rẽ trái ở ngã tư à?
   B 사거리가 아니라 삼거리예요.

2 A Chị không muốn đi với tôi phải không?
   B 원하지 않는 게 아니라 시간이 없어요.

1 A 사거리에서 좌회전해요?
   B Không phải là ngã tư mà là ngã ba.

2 A 나랑 가기 싫은 거죠?
   B Không phải không muốn mà là không có thời gian.

◆ Tip

도로 관련 어휘

사거리	ngã tư
삼거리	ngã ba
로터리	vòng quay
횡단보도	lối qua đường
인도	lề đường
양방 통행	đường hai chiều
일방통행	đường một chiều

Mẫu 148

giống như + 명사

~과 같아요

giống(같다, 비슷하다)이 như(~같은)와 같이 쓰여 '~이 ~과 같다'고 표현할 때 사용합니다.

STEP 1

1 이것은 내 것과 같아요.
Cái này **giống như** của tôi.

2 그들은 내 부모님과 같아요.
Họ **giống như** bố mẹ tôi.

3 그녀는 정신이 나간 사람 같아요.
Chị ấy **giống như** là người mất hồn.

4 오빠의 경우는 내 경우와 같아요.
Trường hợp anh **giống như** trường hợp tôi.

5 이 가격은 처음과 같아요.
Giá này **giống như** đầu tiên.

mất hồn 정신이 나가다
trường hợp 경우
giá 가격
đầu tiên 처음
tôn kính 존중하다
đàm phán 협상하다

STEP 2

1 A Bạn tôn kính ai nhất?
   B Bà và ông tôi.
      <u>그들은 내 부모님과 같아요.</u>

2 A Em đã đàm phán về giá cả chưa?
   B Rồi ạ. <u>그러나 이 가격은 처음과 같아요.</u>

1 A 당신은 누구를 가장 존경해요?
   B 할머니와 할아버지요.
      Họ giống như bố mẹ tôi.

2 A 가격에 대해 협상했어요?
   B 네. *Nhưng giá này giống như đầu tiên.*

Tip

호 아저씨
베트남 사람들이 가장 존경하는 영웅은 베트남을 독립으로 이끈 호찌민(Hồ Chí Minh)입니다. 조국에 대한 강한 애국심과 검소한 생활을 했던 그는 아직까지도 많은 사람들의 추앙을 받고 있습니다. 베트남 사람들은 그를 Bác Hồ(호 아저씨)라고 친근하게 부릅니다.

Mẫu 149

khác với + 명사

~과 달라요

149.mp3

khác(다르다)와 với(~와 함께)가 결합되어 '~이 ~과 다르다'고 표현할 때 사용합니다.

STEP 1

1 나는 형과 달라요.
   Tôi khác với **anh.**

2 번역본이 원본과 달라요.
   Bản dịch khác với **bản gốc.**

3 이 의미는 단어의 의미와 달라요.
   Ý nghĩa này khác với **ý nghĩa từ.**

4 내 의견은 오빠 의견과 다른데요.
   Ý kiến tôi khác với **ý kiến anh mà.**

5 평일과 다르게 오늘은 안 피곤해요.
   Khác với **ngày thường, hôm nay tôi không mệt.**

bản dịch 번역본
bản gốc 원본
ý nghĩa 의미
từ 단어
ý kiến 의견
ngày thường 평일
kiểm tra 검사하다,
확인하다
như vậy 이러한

STEP 2

1 **A** Tôi đã kiểm tra rồi mà anh phải làm lại.
   B Sao vậy?
   A 번역본이 원본과 달라요. Từ này không phải là ý nghĩa như vậy.

1 **A** 내가 검사했는데 오빠는 다시 해야 해요.
   B 왜요?
   A Bản dịch khác với bản gốc. 이 단어는 이런 뜻이 아니에요.

◆ Tip

주 5일 근무?
회사나 기관에 따라 토요일
에 근무하기도 하고 하지 않
기도 해요. 만약 토요일에 근
무하더라도 오전 또는 오후
2시 정도까지 근무하는 편입
니다.

~ và ~ giống nhau
~과 ~은 서로 같아요

🎧 150.mp3

주어 자리에 접속사 **và**(그리고)로 같은 두 대상을 나열하고, 그 뒤에 **giống**(같다)과 **nhau**(서로)를 써서 '두 대상이 서로 같아요'라는 뜻을 나타냅니다. 뜻은 〈Mẫu 148〉과 같지만 문형만 다릅니다.

STEP 1

1 한국인과 베트남인은 서로 비슷해요.
Người Hàn Quốc và người Việt Nam giống nhau.

2 이 발음과 이 발음은 서로 같아요.
Phát âm này và phát âm này giống nhau.

3 아내와 남편은 서로 비슷해요.
Vợ và chồng giống nhau.

4 이 옷 스타일과 저 옷 스타일은 서로 같아요.
Kiểu áo này và kiểu áo kia giống nhau.

5 내 베트남어 실력과 그의 베트남어 실력은 서로 비슷해요.
Năng lực tiếng Việt của tôi và năng lực tiếng Việt của anh ấy giống nhau.

phát âm 발음
kiểu 스타일
năng lực 실력, 능력
điểm 점
đều [부사] 모두
kính trọng 공경하다
người già 노인

STEP 2

1 A 한국인과 베트남인은 서로 비슷해요.
  B Điểm gì?
  A Người Hàn Quốc và người Việt Nam đều kính trọng người già.

1 A Người Hàn Quốc và người Việt Nam giống nhau.
  B 어떤 점이요?
  A 한국인과 베트남인 모두 노인을 공경해요.

🔻 Tip

노인 공경 문화
베트남인, 한국인의 공통점으로는 모두 유교 사상의 영향으로 인해 노인 공경 문화가 있습니다. 그 밖에도 음력 설을 쇤다는 점, 설에는 고향에 가거나 친척들이 모인다는 점 등 공통점이 있습니다.

Mẫu 151

~ và ~ khác nhau

~과 ~은 서로 달라요

주어 자리에 접속사 **và**(그리고)로 다른 두 대상을 연결하고, 그 뒤에 **khác**(다르다)
과 **nhau**(서로)를 사용함으로써 '두 대상이 서로 달라요'라는 뜻을 나타냅니다. 뜻은
⟨Mẫu 149⟩와 같지만, 문형만 다릅니다.

STEP 1

1 한국인과 베트남인은 서로 달라요.
Người Hàn Quốc và người Việt Nam khác nhau.

2 이 음식과 이 음식은 서로 달라요.
Món này và món này khác nhau.

3 내 입맛과 남편 입맛은 서로 달라요.
Khẩu vị tôi và chồng khác nhau.

4 말과 행동이 서로 달라요.
Lời nói và hành động khác nhau.

5 나와 그의 종교는 서로 달라요.
Tôn giáo của tôi và anh ấy khác nhau.

khẩu vị 입맛
lời nói 말
hành động 행동
tôn giáo 종교

STEP 2

1 A <u>한국인과 베트남인은 서로 달라요.</u>

B Điểm gì?

A Người Hàn thì thường thức khuya còn người Việt thì thường ngủ sớm.

1 A Người Hàn Quốc và người Việt Nam khác nhau.

B 어떤 점이요?

A 한국인은 보통 늦게 잠자리에 들고 베트남인은 보통 일찍 자요.

◆ Tip

베트남인의 성향
베트남 사람과 우리나라 사람은 공통점도 있지만 차이점도 있죠. 베트남 사람들은 주로 아침을 간단히 밖에서 사먹는 편입니다. 또한 밤에 잠도 일찍 자는 편이죠. 뿐만 아니라 먼 미래에 대한 걱정보다는 당장 오늘이나 내일을 바라보고 사는 편입니다. 그래서 우리나라 사람에 비해서 상대적으로 여유로운 삶을 삽니다.

Mẫu 152

đã từng + 동사

~한 적이 있어요

과거에 어떤 사실, 일에 대한 경험이 있는 사실을 말할 때 사용합니다.

★ STEP 1

1 나는 스페인에 살아 본 적 있어요.
Tôi đã từng sống ở Tây Ban Nha.

2 나는 곤오리알을 먹어 본 적 있어요.
Tôi đã từng ăn trứng vịt lộn.

3 나는 학교에서 반장을 해 본 적 있어요.
Tôi đã từng là lớp trưởng ở trường.

4 나는 외국인과 사귀어 본 적이 있어요.
Tôi đã từng làm quen với người nước ngoài.

5 우리는 함께 공부한 적이 있어요.
Chúng ta đã từng cùng học.

> Tây Ban Nha 스페인
> trứng vịt lộn 곤오리알
> lớp trưởng 반장
> làm quen với ~
> ~과 사귀다
> người nước ngoài 외국인
> cùng 함께, 같이

★★ STEP 2

1 A Anh đã sống ở nước ngoài bao giờ chưa?
B Rồi. <u>나는 스페인에 살아 본 적 있어요.</u>

2 A Anh biết anh ấy không?
B Dĩ nhiên là biết.
<u>우리는 함께 공부한 적이 있어요.</u>

1 A 외국에 살아 본 적 있어요?
B 네. **Tôi đã từng sống ở Tây Ban Nha.**

2 A 그를 알아요?
B 당연히 알죠.
Chúng ta đã từng cùng học.

> ◆ **Tip**
>
> 곤오리알
> **trứng vịt lộn**은 오리가 부화하기 전의 알입니다. 모든 베트남 사람이 즐겨 먹는 것은 아니지만 주로 야식으로 많이 먹습니다.

Mẫu 153

chưa từng + 동사
~한 적이 없어요

과거에 어떤 사실, 일에 대한 경험이 아직 없다는 사실을 말할 때 사용합니다.

STEP 1

1 사랑한다고 말한 적이 없어요.
Tôi chưa từng nói yêu.

2 이 일은 일어난 적이 없어요.
Việc này chưa từng xảy ra.

3 나는 외국어를 배워 본 적이 없어요.
Tôi chưa từng học ngoại ngữ.

4 나는 이 문제에 대해 생각해 본 적 없어요.
Tôi chưa từng nghĩ về vấn đề này.

5 누가 아직 울어 본 적 없어요? (=아직 울어 본 적이 없는 사람은 누구인가요?)
Ai chưa từng khóc?

> **xảy ra** 일어나다, 발생하다
> **ngoại ngữ** 외국어
> **nghĩ** 생각하다
> **vấn đề** 문제
> **khóc** 울다
> **ân hận** 후회스러운

STEP 2

1 **A** Sau khi chia tay, bạn ân hận nhất điều gì?
  B 사랑한다고 말한 적이 없어요.

2 **A** Bạn đã học tiếng Việt bao giờ chưa?
  B 나는 외국어를 배워 본 적이 없어요.

1 **A** 헤어진 후, 당신은 어떤 점이 가장 후회스럽나요?
  B Tôi chưa từng nói yêu.

2 **A** 베트남어 배워 본 적 있어요?
  B Tôi chưa từng học ngoại ngữ.

> **Tip**
>
> 데이트 비용
> 베트남의 연인들은 기념일이나 데이트를 할 때 보통 남자가 다 챙기고 계산하는 문화가 아직 남아 있습니다.

Tuy ~ nhưng ~

비록 ~하지만 ~해요

🎧 154.mp3

양보 구문으로, 앞뒤의 내용이 상반되는 경우 사용합니다. 따라서 [tuy + 긍정 + nhưng + 부정] [tuy + 부정 + nhưng + 긍정] 패턴으로 써야 하고, tuy 대신 dù 나 mặc dù를 사용할 수 있습니다.

STEP 1

1 비록 가난하지만 나는 행복해요.
Dù nghèo nhưng tôi hạnh phúc.

2 비록 비가 오지만 나는 여전히 가고 싶어요.
Tuy trời mưa nhưng tôi vẫn muốn đi.

3 비록 시험이 쉬웠지만 나는 떨어졌어요.
Mặc dù bài thi dễ nhưng tôi rớt rồi.

4 비록 시험이 어렵지만 나는 할 수 있어요.
Mặc dù bài thi khó nhưng tôi có thể làm được.

5 비록 그는 나이가 많지만 공부를 열심히 해요.
Dù đã lớn tuổi nhưng ông ấy học chăm chỉ.

nghèo 가난한
hạnh phúc 행복한
trời mưa 비가 내리다
bài thi 시험
dễ 쉬운
rớt 떨어지다
lớn tuổi 나이가 많은
thi đậu 시험에 합격하다

STEP 2

1 **A** Trời mưa to nhỉ! Có lẽ chúng ta ở nhà sẽ tốt hơn.
B 비록 비가 오지만 나는 여전히 가고 싶어요.

2 **A** Anh thi đậu chứ?
B Không. 비록 시험이 쉬웠지만 나는 떨어졌어요.

1 **A** 비가 많이 오네요! 아마 우리는 집에 있는 게 더 좋겠어요.
B Tuy trời mưa nhưng tôi vẫn muốn đi.

2 **A** 시험에 합격했죠?
B 아니요. Mặc dù bài thi dễ nhưng tôi rớt rồi.

🔷 Tip

우산과 우비
베트남 사람들은 비가 올 때 우산보다 우비를 더 많이 사용하며 비가 많이 오는 경우 근처의 가게나 집 등에서 비가 그치길 기다렸다가 이동하는 편입니다.

Mẫu 155

명사 + mà + (주어) + 동사

~하는 ~

🎧 155.mp3

mà는 영어의 관계대명사처럼 명사와 문장 사이에 쓰여 문장 전체가 앞의 명사를 수식하는 역할을 합니다. **mà** 뒤에 나오는 주어는 생략할 수 있습니다.

STEP 1

1 오빠가 가장 좋아하는 음식은 뭐예요?
Món ăn mà anh thích nhất là gì?

2 이것은 내가 봤던 영화예요.
Đây là phim mà tôi đã xem.

3 그 사람은 내가 만날 사람이에요.
Người đó là người mà tôi sẽ gặp.

4 당신이 가고 싶은 곳이 어디입니까?
Nơi mà bạn muốn đi là đâu?

5 그녀가 요리한 음식은 너무 매워요.
Món ăn mà chị ấy nấu rất cay.

nơi 장소
cay 매운
canh 국, 찌개
đậu tương 된장

STEP 2

1 A 오빠가 가장 좋아하는 음식은 뭐예요?
B Tất nhiên món ăn mà mẹ tôi nấu ăn.
A Trong món ăn đó, món gì ngon nhất?
B Canh đậu tương.

1 A Món ăn mà anh thích nhất là gì?
B 당연히 우리 어머니가 요리한 음식이죠.
A 그 음식들 중에 무슨 음식이 가장 맛있어요?
B 된장찌개요.

🔷 Tip

소스 종류

nước mắm	생선 소스
tương ớt	칠리 소스
tương cà chua	케첩
nước tương	간장

Mẫu 156

Nếu ~ thì ~

만일 ~하면 ~해요

nếu(만일)와 thì(~하면)가 합쳐진 구문입니다. 어떤 사실을 가정하고 그 가정된 상황으로부터 생기는 결과를 함께 표현합니다. thì 대신에 쉼표(,)를 써도 됩니다.

STEP 1

1 만일 당신이 원한다면, 제가 도울게요.
   Nếu bạn muốn **thì** tôi sẽ giúp bạn.

2 만일 내일 비가 오면 나는 집에 있을 거예요.
   Nếu trời mưa ngày mai **thì** tôi sẽ ở nhà.

3 만일 지금 안 가면 늦을 거예요.
   Nếu bạn không đi bây giờ **thì** sẽ đến muộn.

4 만일 시간이 있으면 여행 가고 싶어요.
   Nếu có thời gian **thì** tôi muốn đi du lịch.

5 만일 란 선생님과 베트남어를 공부하면 잘할 거예요.
   Nếu bạn học tiếng Việt với cô Lan **thì** sẽ nói giỏi.

giúp 돕다
thời gian 시간
giỏi 잘하는

STEP 2

1 A Nếu có thời gian thì bạn muốn làm gì?
   B **만일 시간이 있으면 여행 가고 싶어요.**

1 A 만일 시간이 있으면 뭐 하고 싶어요?
   B Nếu có thời gian thì tôi muốn đi du lịch.

2 A Nếu muốn nói tiếng Việt giỏi thì tôi phải làm thế nào?
   B **만일 란 선생님과 베트남어를 공부하면 잘할 거예요.**

2 A 만일 베트남어를 잘하고 싶으면 어떻게 해야 해요?
   B Nếu bạn học tiếng Việt với cô Lan thì sẽ nói giỏi.

◆ Tip

쉼표 기호 thì
thì는 쉼표(,)와 같은 역할을 하기 때문에 쉼표(,)로 대체해서 쓸 수 있습니다.

Mẫu 157

Mỗi khi ~ thì (là) ~

~할 때마다 ~해요

🎧 157.mp3

mỗi(매~, ~마다)와 **khi**(때)가 합쳐져 '~할 때마다'의 뜻이 됩니다. 그 뒤에 **thì**나 **là** 또는 쉼표(,)가 붙어 '~할 때마다 ~해요'라는 표현이 됩니다. 같은 뜻을 나타내는 말로 [**hễ ~ thì (là) ~**]가 있습니다.

STEP 1

1 하노이에 갈 **때마다** 나는 그 호텔을 선택해요.
Mỗi khi đến Hà Nội, tôi chọn khách sạn đó.

2 새로운 오류가 있을 **때마다** 나에게 이메일 보내세요.
Mỗi khi có lỗi mới **thì** anh gửi email cho tôi nhé.

3 내가 놀러 갈 **때마다** 그 할머니는 항상 선물을 요구해요.
Hễ tôi đến chơi **là** bà ấy luôn đòi quà.

4 부모님에 대한 노래를 부를 **때마다** 목이 메어 와요.
Mỗi khi hát về bố mẹ **là** tôi nghẹn ngào.

5 그녀가 비디오 하나를 올릴 **때마다** 파장을 일으켜요.
Mỗi khi cô ấy đăng 1 video **là** làm chấn động.

chọn 선택하다, 고르다
lỗi 잘못, 실수, 오류
mới 새로운
đòi 요구하다
quà 선물
hát 노래하다
nghẹn ngào 목이 메이는
đăng 게재하다
chấn động 진동하다, 파동
tuần sau nữa 다다음 주
hay đến 자주 가는
thông tin 정보
동사 + giúp tôi ~해 주세요

STEP 2

1 **A** Tuần sau nữa tôi đi công tác ở Hà Nội mà chưa đặt khách sạn nào.

B Thế à? Có một khách sạn tôi hay đến.

하노이에 갈 때마다 나는 그 호텔을 선택해요.

A Anh gửi thông tin về khách sạn đó giúp tôi.

1 **A** 다다음주에 하노이에 출장 가는데 아직 어느 호텔도 예약을 못했어요.

B 그래요? 단골 호텔 하나가 있어요.

Mỗi khi đến Hà Nội, tôi chọn khách sạn đó.

A 그 호텔에 대한 정보를 보내 주세요.

🔹 **Tip**

부모에 관한 노래
베트남에서 부모님에 관한 대표적인 노래로 Tình cha(아버지의 정)와 Lòng mẹ(어머니의 마음)가 있습니다.

PART 4

원어민처럼 말하는 응용 패턴

분명히 자주 쓰는 표현인데 베트남어로는 한번도 배워 본 적도 없고 알려 주는 사람도 없어서 어떻게 말할지 몰랐다면? 우리가 실제로 많이 쓰는 복잡해 보이는 장문의 표현을 따로 문법 공부를 하지 않고 바로 쓸 수 있도록 패턴으로 만들어 봤습니다. 마지막 파트까지 잘 마스터해서 실제 의사소통에서 원어민처럼 자연스럽게 말해 보세요!

음성강의 & 예문 듣기

UNIT 14

꼭 한번쯤은 쓰는
필수 주요 패턴

Mẫu 158

Đã làm thì ~
이왕 할 바엔 ~

 158.mp3

đã làm thì ~는 직역해서 '~했으면 ~해요'이고, 의역하면 '이왕 할 바엔 ~해요'라는 의미가 됩니다.

STEP 1

1 이왕 할 바엔 완성해야 해요.
   Đã làm thì phải hoàn thành.

2 이왕 할 바엔 끝까지 해요.
   Đã làm thì làm đến cùng.

3 이왕 할 바엔 후회하지 마.
   Đã làm thì đừng hối hận.

4 이왕 할 바엔 어중간하게 해선 안 돼요.
   Đã làm thì không nên nửa vời.

5 이왕 할 바엔 최선을 다해야 해요.
   Đã làm thì phải hết mình.

hoàn thành 완성하다, 끝내다
đến cùng 끝까지
hối hận 후회하다
nửa vời 어중간한
hết mình 최선을 다하다
chịu 참다
bỏ cuộc 포기하다
ngay cả 심지어
lương 급여

STEP 2

1 A Tôi không chịu nữa. Tôi muốn bỏ cuộc ngay.

   B Tại sao vậy? Có chuyện gì thế?

   A Công việc này rất khó mà ngay cả lương cũng thấp nữa.

   B **이왕 할 바엔 최선을 다해야 해요.**

1 A 더 못 참겠어. 바로 관두고 싶어.

   B 왜 그래요? 무슨 일 있어요?

   A 이 일은 매우 어려운데 심지어 급여까지 낮아.

   B Đã làm thì phải hết mình.

🔷 Tip

chịu의 뜻

chịu는 '참다' 뜻 외에 '동의하다'의 의미로 đồng ý와 같습니다. không chịu는 상황에 따라 '안 참는다'는 의미도 되지만 '동의하지 않는다'는 의미도 있다는 것도 알아두세요!

192

159

~ chết đi được

~해 죽겠다

동사 뒤에 붙은 **được**은 '~할 수 있다'는 뜻으로, **chết đi được**는 '죽어서 갈 수 있다', 즉 '~해 죽겠다'는 뜻을 나타냅니다.

1 배고파 죽겠어요.
Đói chết đi được.

2 날씨가 더워 죽겠네.
Trời nóng chết đi được.

3 웃겨 죽겠어요.
Buồn cười chết đi được.

4 졸려 죽겠어요.
Buồn ngủ chết đi được.

5 열받아 죽겠어요.
Tức chết đi được.

đói 배고픈
buồn cười 웃긴
buồn ngủ 졸린
tức 화난
cãi nhau 다투다, 언쟁하다
hỏi 묻다, 질문하다

1 **A** <u>배고파 죽겠어요.</u>
B Em chưa ăn cơm à?

2 **A** Em đã cãi nhau với bạn trai em đúng không?
B Đừng hỏi. <u>열받아 죽겠어요.</u>

1 **A** Đói chết đi được.
B 아직 밥 안 먹었어요?

2 **A** 너 남자친구랑 다퉜지?
B 묻지 마세요. Tức chết đi được.

Tip

'빌리다' 관련 어휘
• **mượn**
빌리다(무상으로 빌림: 도서관에서 책 빌리는 것)
• **thuê**
대여하다(대여료를 내고 빌렸다 다시 돌려줌: 오토바이를 한 달 빌리는 것)
• **vay**
(돈을) 빌리다

PART 4 원어민처럼 말하는 응용 패턴 **193**

~ làm gì
~하면 뭐 해요

🎧 160.mp3

~ **làm gì**(~하면 뭐 해요)는 감정 관련 어휘를 사용하여 그런 감정을 느낄 필요가 없다고 표현할 때 사용합니다.

⭐ STEP 1

1 슬퍼하면 뭐 해요.
Buồn làm gì.

2 울면 뭐 해요.
Khóc làm gì.

3 미워하면 뭐 해요.
Ghét làm gì.

4 억울해 하면 뭐 해요.
Oan ức làm gì.

5 화내면 뭐 해요.
Tức giận làm gì.

khóc	울다
ghét	싫어하다, 미워하다
oan ức	억울해하다
tức giận	화내다
giải quyết	해결하다
vấn đề	문제

⭐⭐ STEP 2

1 A (Đang khóc)

B Đừng khóc nữa!

A Chúng ta phải làm thế nào?

B Trời ơi! 슬퍼하면 뭐 해요. Nếu khóc mà giải quyết được vấn đề thì tôi sẽ khóc.

1 A (우는 중)

B 울지 마요!

A 우리 어떻게 해야 해요?

B 아이고! Buồn làm gì. 만약 울어서 문제를 해결할 수 있으면 나도 울겠어요.

◆ Tip

감정 관련 어휘

tự hào	뿌듯하다
chói mắt	황홀하다
vững chắc	든든하다
bức bối	답답하다
xấu hổ	수치스럽다
bất mãn	불만스럽다
hồi hộp	두근거린다

Mẫu 161

~ thì tốt quá
~하면 매우 좋겠어요

thì(~하면) 뒤에 tốt(좋은)과 quá(매우)가 합쳐져 thì 앞의 행위,상황,상태면 매우 좋겠다는 소망, 희망을 나타냅니다.

STEP 1

1 재능이 있으면 매우 좋겠어요!
Có tài **thì tốt quá**!

2 이러면 매우 좋겠어요!
Như vậy **thì tốt quá**!

3 이 기계가 있으면 매우 좋겠어요!
Có cái máy này **thì tốt quá**!

4 시간이 더 조금 걸리면 매우 좋겠어요!
Tốn ít thời gian hơn **thì tốt quá**!

5 졸업 후에 국가 기관에서 일하면 매우 좋겠어!
Sau khi ra trường, tôi làm ở cơ quan nhà nước **thì tốt qúa**!

tài 재능
tốn thời gian 시간이 걸리다
ra trường 졸업하다
cơ quan 기관
nhà nước 국가
xin việc 취직하다
tỉ lệ 비율
thất nghiệp 실업하다

STEP 2

1 A Sau khi ra trường cậu sẽ xin việc ngay à?
B Chắc vậy. **졸업 후에 국가 기관에서 일하면 매우 좋겠어.**
A Dạo này tỉ lệ thất nghiệp rất là cao. Càng ngày càng khó xin việc nên tớ không biết sẽ làm thế nào.

1 A 졸업 후에 너 바로 취직할 거야?
B 아마 그럴거야. **Sau khi ra trường, tớ làm ở cơ quan nhà nước thì tốt qúa.**
A 요즘 실직률이 너무 높아. 날이 가면 갈수록 취직하기가 어려워져서 어떻게 해야 할지 모르겠어.

◆ Tip

인기 직종
요즘 베트남에서는 사범, 회계 쪽의 전공자 수가 많기 때문에 상대적으로 실업률이 높습니다. 공무원의 경우 월급이 아주 낮지만 인기가 높은 직종입니다.

Mẫu 162

ngay sau khi ~
~하자마자

ngay(즉시, 바로)가 sau khi ~(~한 후에) 앞에 붙으면 '~하자마자'라는 뜻을 나타냅니다.

⭐ STEP 1

1 출산하자마자 엄마들은 뭘 먹는 게 좋아요?
   Ngay sau khi sinh, các mẹ nên ăn gì?

2 일어나자마자 나는 물을 마셔요.
   Tôi uống nước ngay sau khi thức dậy.

3 듣기로는 비행기가 이륙하자마자 사고를 당했대요.
   Nghe nói máy bay gặp sự cố ngay sau khi cất cánh.

4 밥 먹자마자 수영하러 가는 것은 안 좋은 습관 중 하나예요.
   Đi bơi ngay sau khi ăn xong là một thói quen không tốt.

5 나는 기업을 설립하자마자 그를 만나고 싶어요.
   Tôi muốn gặp anh ấy ngay sau khi thành lập doanh nghiệp.

sinh 출산하다	
sự cố 사고	
cất cánh 이륙하다	
thói quen 습관	
thành lập 설립하다	
doanh nghiệp 기업	
cá 생선	
sữa 우유	
bổ sung 보충하다	
chất dinh dưỡng 영양분	
kiêng 피하다	
ho 기침하다	
bụng 배	

⭐⭐ STEP 2

1 **A 출산하자마자 엄마들은 뭘 먹는 게 좋아요?**
   B Nên ăn cá, sữa để được bổ sung nhiều chất dinh dưỡng.
   A Thế thì sau khi sinh nên kiêng ăn gì?
   B Không được ăn gà vì sợ ho.

1 A Ngay sau khi sinh, các mẹ nên ăn gì?
   B 영양분을 보충하기 위해 생선, 우유를 먹는 게 좋아요.
   A 그러면 출산 후에 뭘 안 먹는 게 좋아요?
   B 기침이 우려되니 닭고기를 먹어선 안 돼요.

🔹 Tip

출산 후 먹는 음식
베트남 산모들은 출산 후에
단백질이 풍부한 잉어, 계란,
우유와 같은 음식을 먹고 닭
과 새우는 기피하는 편입니
다. 닭은 기침이 날 수 있고
새우는 배가 차가워질 수 있
다고 생각하기 때문입니다.

Mẫu 163

thay vì ~

~ 대신에

🎧 163.mp3

어떤 대상, 상황, 상태 '대신'이라는 뜻을 나타냅니다.

STEP 1

1 이 학교는 학비 면제 대신에 최대로 할인해 줄 거예요.
Trường này sẽ giảm tối đa thay vì miễn học phí.

2 비밀번호 대신에 휴대폰으로 로그인 할 수 있어요.
Bạn có thể đăng nhập bằng điện thoại thay vì mật khẩu.

3 건강을 지키기 위해, 음료수 마시는 대신에 차가운 물을 마시세요.
Để giữ gìn sức khỏe, hãy uống nước lạnh thay vì uống nước ngọt.

4 세계의 나라들은 화석 대신에 신재생 에너지를 사용하려고 노력해요.
Các nước trên thế giới cố gắng sử dụng năng lượng tái tạo thay vì điện than.

5 왜 다른 투자 유형들 대신에 부동산에 투자해요?
Tại sao đầu tư bất động sản thay vì các loại hình đầu tư khác?

giảm 줄이다	
tối đa 최대한	
miễn 면하다	
học phí 학비	
đăng nhập 로그인 하다	
mật khẩu 비밀번호	
nước ngọt 음료수	
năng lượng 에너지	
tái tạo 개조하다	
điện than 화석 (연료)	
đầu tư 투자하다	
loại hình 유형	
tính năng 기능	

STEP 2

1 A Cho tôi biết cái điện thoại này có những tính năng mới gì.

  B 인터넷을 사용할 때 비밀번호 대신에 휴대폰으로 로그인 할 수 있어요.

  A Cái điện thoại của tôi cũng có tính năng đó rồi mà.

1 A 이 휴대폰에 무슨 새로운 기능이 있는지 알려 주세요.

  B Khi dùng Internet, có thể đăng nhập bằng điện thoại thay vì mật khẩu.

  A 제 휴대폰도 이미 그 기능이 있는데요.

🔷 **Tip**

인터넷 사용
베트남의 인터넷 속도는 우리나라에 비해 느린 편이지만 와이파이 설치가 보편적으로 되어 있기 때문에 인터넷 사용은 쉽게 할 수 있습니다.

đang định ~

~하려고 하는 중이에요

🎧 164.mp3

현재 진행 시제 **đang**(~하고 있는 중이다)과 확실한 미래 시제 **định**(~할 예정이다)이 합쳐져 '~하려고 하는 중이에요'라는 뜻을 나타냅니다.

STEP 1

1 어딜 가려고 하는 중이세요?
   Anh đang định đi đâu?

2 나는 술을 따려고 하는 중이에요.
   Tôi đang định khui rượu.

3 그들은 오빠와 뭘 하려고 하는 중이에요?
   Họ đang định làm gì với anh?

4 그는 채널을 돌리려고 하는 중이에요.
   Anh ấy đang định chuyển kênh.

5 정부는 국가에 공을 세운 사람들을 지원하려고 하는 중이에요.
   Chính phủ đang định hỗ trợ người có công với nhà nước.

khui 따다
chuyển kênh 채널을 돌리다
chính phủ 정부
hỗ trợ 지원하다
có công 공을 세우다
nhà nước 국가
đi ra ngoài 밖으로 나가다
xuống dưới 내려가다

STEP 2

1 **A** 어딜 가려고 하는 중이세요?
   B Tôi không đi đâu. Tôi thấy hơi lạnh nên mặc áo thôi.
   A A thế à! Nếu anh đi ra ngoài thì tôi đã định cùng xuống dưới.

1 **A** Anh đang định đi đâu?
   B 아무 데도 안 가요. 약간 추워서 옷을 입은 것 뿐이에요.
   A 아 그래요? 만약 당신이 밖에 나가면 같이 내려가려고 했었어요.

💡 Tip

đã định: ~하려고 했다
đang định와 같은 뜻으로 **đã định**도 사용할 수 있습니다.

• **Tôi đã định về nhà nhưng giám đốc không cho phép.**
나는 집에 가려고 했지만 사장님이 허락해 주지 않는다.

cho đến khi ~

~할 때까지

🎧 165.mp3

cho đến은 '~까지', **khi** ~는 '~할 때'라는 뜻입니다.

STEP 1

1 자리가 날 **때까지** 기다리세요.
Xin hãy đợi **cho đến khi** có chỗ.

2 번호가 불릴 **때까지** 여기서 기다리세요.
Hãy chờ ở đây **cho đến khi** được gọi số.

3 양측은 목표를 달성할 **때까지** 토론할 거예요.
2 bên sẽ thảo luận **cho đến khi** đạt mục tiêu.

4 이 회사는 전자 화폐가 합법이 될 **때까지** 지원하지 않을 거예요.
Công ty này sẽ không hỗ trợ **cho đến khi** tiền điện tử được hợp pháp.

5 할 힘이 생길 **때까지** 여기에 누워서 쉬고 싶어요.
Tôi muốn nằm nghỉ ở đây **cho đến khi** đủ sức để làm.

chỗ 자리
chờ 기다리다 =đợi
thảo luận 토론하다
đạt 달성하다
mục tiêu 목표
hỗ trợ 지원하다
điện tử 전자
hợp pháp 합법적인
nằm 눕다
nghỉ 쉬다
sức 힘
rốt cuộc 도대체

STEP 2

1 A Tôi chờ mãi mà rốt cuộc khi nào vào được?

　B Xin lỗi. **번호가 불릴 때까지 여기서 기다리세요.**

　A Trời ơi! Hôm nay là ngày gì mà sao đông người như thế!

1 A 계속 기다렸는데 도대체 언제 들어갈 수 있나요?

　B 죄송합니다. *Hãy chờ ở đây cho đến khi được gọi số.*

　A 아이고! 오늘이 무슨 날이길래 왜 이렇게 사람이 많은 거야!

🔹 **Tip**

번호 대기표
베트남에서도 병원, 은행, 주베트남 한국영사관에서는 번호표를 뽑고 대기합니다.

để có thể + 동사

~할 수 있도록

🎧 166.mp3

목적의 의미를 나타내는 **để** 뒤에 **có thể**(~할 수 있다)가 쓰인 [**để có thể + 동사**] 패턴은 '~할 수 있도록'이라는 뜻을 나타냅니다.

★

STEP 1

1 나는 내 비밀번호를 잊어버렸어요, 되찾으려면 어떻게 해야 해요?
Tôi quên mất mật khẩu của mình, phải làm thế nào để có thể lấy lại?

2 인터넷에서 물건을 팔 수 있도록 당신은 똑똑해져야 해요.
Bạn phải khéo léo để có thể bán được hàng trên mạng.

3 30대에 억만장자가 될 수 있도록 20대 때부터 바로 해야 해요.
Bạn nên làm ngay từ tuổi 20 để có thể trở thành tỉ phú ở tuổi 30.

4 잘하는 거래자가 될 수 있기 위해 얼마나 걸리나요?
Mất bao lâu để có thể trở thành một nhà giao dịch giỏi?

5 전자 암호 화폐는 빨리 이체될 수 있도록 설계됩니다.
Tiền mã hóa điện tử được thiết kế để có thể chuyển giao nhanh chóng.

quên mất	잊어버리다
mật khẩu	암호
lấy lại	되찾다
khéo léo	똑똑한
hàng	물건
tỉ phú	억만장자
nhà giao dịch	거래자
tiền mã hóa	암호 화폐
điện tử	전자
thiết kế	설계하다
chuyển giao	이체하다
nhanh chóng	빠른
truy cập	접속하다, 접근하다
liên kết	연결, 링크

★ ★

STEP 2

1 **A** Tôi có thể giúp gì cho bạn?
　B 나는 내 비밀번호를 잊어버렸어요, 되찾으려면 어떻게 해야 해요?
　A Bạn hãy truy cập vào liên kết sau.

1 **A** 무엇을 도와드릴까요?
　B Tôi quên mất mật khẩu của mình, phải làm thế nào để có thể lấy lại?
　A 다음 링크에 접속하세요.

🔹 **Tip**

인터넷 중고 거래

베트남에서 중고 물품을 사고 팔 수 있는 대표적인 온라인 사이트로 **Lazada, Shopee, Chợ tốt** 등이 있습니다. 계정을 만든 후 물건을 주문하고 물건을 받을 때는 현금으로 직접 계산합니다.

Mẫu 167

để không ~

~하지 않도록

 167.mp3

목적의 의미를 나타내는 **để**에 부정의 **không**이 붙어 '~하지 않도록'이라는 뜻을 나타냅니다.

STEP 1

1 불안하지 않도록 나는 뭘 먹어야 하나요?
Tôi phải ăn gì để không hồi hộp?

2 나는 건강을 망치지 않기 위해 전화기를 어떻게 사용해야 해요?
Tôi phải dùng điện thoại như thế nào để không tàn phá sức khỏe?

3 은행 카드 정보가 유출되지 않도록 무엇이 필요해요?
Cần làm gì để không bị lộ thông tin thẻ ngân hàng?

4 꽉 잡혀서 지내지 않으려면 조심하세요.
Hãy cẩn thận để không bị dắt mũi.

5 균형을 잃는 상황에 처하지 않도록 노력하고 있어요.
Tôi đang cố gắng để không rơi vào tình trạng mất cân bằng.

hồi hộp 긴장된, 불안한
dùng 사용하다
tàn phá 망치다
sức khỏe 건강
bị lộ 유출되다
thông tin 정보
thẻ 카드
cẩn thận 조심스러운
bị dắt mũi 꽉 잡혀 사는
rơi vào ~ ~에 처하다
tình trạng 상태
cân bằng 균형
lượt 차례

STEP 2

1 **A** Đến lượt tôi. **불안하지 않도록 나는 뭘 먹어야 하나요?**
B Người Hàn Quốc thường uống thuốc này khi hồi hộp.
A Thuốc này là thuốc gì vậy?
B Ngưu Hoàng Thanh Tâm.

1 **A** 내 차례가 되었어요. *Tôi phải ăn gì để không hồi hộp?*
B 한국 사람은 보통 긴장될 때 이 약을 먹어요.
A 이 약이 무슨 약인데요?
B 우황청심환이요.

> **Tip**
>
> 현금 보관은 '내 집'
> 베트남 사람들은 은행에 저금을 하는 것보다 집안의 금고에 돈을 보관하는 것을 선호합니다. 그래서인지 베트남 은행의 금리는 높은 편입니다.

Mẫu 168

Nếu muốn ~

~하려면

🎧 168.mp3

Nếu(만일)와 muốn(원하다)이 합쳐져 '(만일) ~하려면'이라는 뜻을 나타냅니다.

STEP 1

1 집주인을 하려면 준비할 필요가 있어요.
Cần chuẩn bị **nếu muốn** làm chủ một căn nhà.

2 무엇인가를 하려면 즉시 하세요.
Nếu muốn làm điều gì đó, hãy làm ngay lập tức.

3 자식이 최대한 키가 크게 하려면 이 시간 전에는 자게 해야 해요.
Nếu muốn con cao tối đa, phải cho đi ngủ trước giờ này.

4 식당에 가려면 현지인의 식사 시간을 피하는 게 좋습니다.
Nếu muốn đến quán ăn thì nên tránh giờ ăn của người bản địa.

5 청춘을 유지하려면 이것들을 당장 피하세요.
Hãy tránh xa ngay những điều này **nếu muốn** kéo dài tuổi xuân.

chủ	주인
điều	것
lập tức	즉시
tối đa	최대의
tránh	피하다
bản địa	현지
xa	먼
kéo dài	지속하다, 늘리다
tuổi xuân	청춘
điều tra	조사하다
xem xét	고려하다

STEP 2

1 **A** Đang nghĩ xem có nên làm hay không.

B 무엇인가를 하려면 즉시 하세요.

A Nhưng trước đó tôi cần thời gian điều tra và xem xét.

1 **A** 할까 말까 생각중이에요.

B Nếu muốn làm điều gì đó, hãy làm ngay lập tức.

A 그러나 그 전에 나는 조사하고 고려할 시간이 필요해요.

🔹 **Tip**

외국인의 부동산 소유

외국인도 베트남에서 집을 구매할 수 있습니다. 다만, 베트남 국가에서 정한 기간(50년) 동안만 소유가 가능하며 소유 기간 만료 전에 연장, 매각, 증여가 가능하지만 만료 후에는 베트남 정부의 소유가 됩니다.

Mẫu 169

làm ra vẻ ~

~하는 척해요

🎧 169.mp3

làm(하다)과 **ra vẻ**(척)가 결합된 표현으로 그럴 듯하게 꾸미는 태도나 모양을 나타낼 때 사용할 수 있습니다.

★ STEP 1

1 그는 그녀 마음을 완전히 이해하는 척해요.
Anh ấy làm ra vẻ hiểu thấu lòng cô ấy.

2 모든 것에 대해 이해하는 척 노력하지 마세요.
Đừng cố gắng làm ra vẻ hiểu biết về mọi thứ.

3 나는 거기에 있는 친구들과 전부 익숙한 척했어요.
Tôi làm ra vẻ tôi đã quen hết những người bạn ở đó.

4 걔는 주위를 신경 안 쓰는 척해요.
Nó làm ra vẻ không quan tâm gì đến xung quanh.

5 그는 자주 심각한 척하지만 사실 심각할 것은 없어요.
Anh ấy hay làm ra vẻ nghiêm trọng nhưng thật ra chẳng có gì nghiêm trọng.

hiểu thấu 완전히 이해하다
lòng 마음
hiểu biết 이해하다
quen 친한, 익숙한
hết + 동사 전부 ~하다
quan tâm đến ~ ~에 관심을 가지다
xung quanh 주변, 주위
nghiêm trọng 심각한
giải quyết 해결하다
vấn đề 문제
hết hồn 깜짝 놀라다

★★ STEP 2

1 A Theo anh Tuấn, chúng ta phải giải quyết vấn đề này ngay mới được, đúng không nhỉ?

B Thực sự, không gấp lắm. 그는 자주 심각한 척하지만 사실 심각할 것은 없어요.

A Trời ơi! Hết hồn!

1 A 뚜언 씨에 의하면, 우리는 이 문제를 당장 해결해야 된다던데 맞나요?

B 사실, 별로 안 급해요. Anh ấy hay làm ra vẻ nghiêm trọng nhưng thật ra chẳng có gì nghiêm trọng.

A 아이고! 깜짝이야!

> **Tip**
>
> **자존심이 강한 베트남 사람**
> 베트남 사람은 자존심이 굉장히 강한 민족입니다. 때문에 일부 베트남 사람은 어떤 내용에 대해 이해하지 못했더라도 고개를 끄덕일 수 있습니다. 원활한 의사소통을 위해서는 다시 한번 내용을 재확인하는 것이 중요합니다.

Mẫu 170

~ đến nỗi ~

~할 만큼 ~해요

🎧 170.mp3

~ **đến nỗi** ~는 앞 내용이 뒷 내용과 비슷한 정도임을 나타낼 때 사용합니다.

★ STEP 1

1 커피 마실 시간이 없을 만큼 바빠요.

Bận **đến nỗi** không còn thì giờ uống cà phê.

2 피 날 만큼 긁어요.

Gãi **đến nỗi** chảy máu.

3 목이 쉴 만큼 소리쳐요.

Gào thét **đến nỗi** khan tiếng.

4 이가 덜덜 부딪칠 만큼 추워요.

Rét **đến nỗi** răng đánh lập cập.

5 아무도 그를 따라잡지 못할 만큼 그는 빨리 운전해요.

Anh ấy lái xe nhanh **đến nỗi** không ai đuổi kịp anh ấy.

thì giờ 시간
gãi 긁다
chảy 흐르다
máu 피
rét 추운
răng 이, 치아
đánh 때리다, 치다
lập cập 덜덜거리다
đuổi kịp 따라잡다

★★ STEP 2

1 **A** Tôi có dị ứng với hải sản.

 B Ủa? Tôi mới gọi tôm nướng mà. Hãy gọi món khác nữa đi!

 A 네. 만약 그것을 먹으면 피 날 만큼 긁을 거예요.

1 **A** 나는 해산물에 알레르기가 있어요.

 B 어? 방금 구운 새우 시켰는데. 다른 음식 더 시켜요!

 A Vâng. Nếu ăn cái đó, tôi sẽ gãi đến nỗi chảy máu.

🔷 **Tip**

시내 자동차 제한 속도
베트남의 시내 도로에서는
40km의 속도로 안전 운행합
니다.

204

Mẫu 171

Thảo nào ~

어쩐지 ~하더라니

어떤 현상에 대한 원인을 알아냈을 때 쓰는 표현입니다.

STEP 1

1 어쩐지 그가 나를 계속 이상하게 보더라니.
   Thảo nào anh ấy cứ thấy tôi lạ.

2 어쩐지 춥더라니.
   Thảo nào thấy lạnh.

3 어쩐지 아무 진전도 없더라니.
   Thảo nào không có chút tiến triển nào.

4 어쩐지 날이 가면 갈수록 길이 끔찍하게 막히더라니.
   Thảo nào càng ngày càng tắc đường khủng khiếp quá.

5 어쩐지 운전이 미숙하더라니.
   Thảo nào anh ấy lái xe còn chưa thành thạo.

lạ 이상한
lạnh 추운
tiến triển 발전하다
tắc đường 길이 막히다
khủng khiếp 어마어마
하다, 끔찍하다
thành thạo 능숙한,
유창한
vết bẩn 얼룩, 더러움
gương 거울

STEP 2

1 **A** Bạn có vết bẩn trên mặt.
   B Ủa? Cái gì thế? **어쩐지 그가 나를 계속 이상하게 보더라니.**
   A Gương đây.

1 **A** 얼굴에 뭐가 묻었어요.
   B 어? 뭐가요? *Thảo nào anh ấy cứ thấy tôi lạ.*
   A 거울 여기 있어요.

♦ Tip

**1인당 1대씩 보유하는 오토
바이**

베트남 정부에서 교통 체증
의 해결책으로 오토바이를
금하는 정책을 내리려고 했으
나 국민들의 강한 반발로 무
산되었습니다. 국민들에게
오토바이는 생계를 위한 수
단으로 개인당 1대씩 소유
하고 있기 때문입니다.

Mẫu 172

~ thôi mà

~일 뿐이잖아요

'단지, 오직 ~일 뿐이다'라는 의미를 강조하기 위해 ~ **thôi**(~일 뿐이다) 뒤에 **mà**(하잖아요)를 붙인 표현입니다.

STEP 1

1 단지 예시일 뿐이잖아요.
   Chỉ là ví dụ thôi mà.

2 단지 꿈일 뿐이잖아요.
   Chỉ là mơ thôi mà.

3 농담일 뿐이잖아요.
   Đùa thôi mà.

4 이제 막 월초일 뿐이잖아요.
   Mới đầu tháng thôi mà.

5 뭐든지 원래대로 자리잡을 뿐이잖아요.
   Cái gì cũng sẽ lành lại thôi mà.

ví dụ 예시
mơ 꿈, 꿈꾸다
đùa 농담하다
lành lại 원래대로 되다
ác mộng 악몽
điềm báo 징조
xui xẻo 불길한, 불운한
mặc kệ 신경 쓰지 않다
dù sao thì 어쨌든, 그래도
chú ý 주의하다

STEP 2

1 **A** Đêm qua tôi mơ gặp ác mộng. Đây là điềm báo xui xẻo.
   B **단지 꿈일 뿐이잖아.** Mặc kệ nó!
   A Nhưng dù sao thì tôi phải chú ý đến mọi việc.

1 **A** 어젯밤에 악몽을 꿨어요. 이것은 불길한 징조예요.
   B Chỉ là mơ thôi mà. 신경 쓰지 마!
   A 그래도 나는 모든 일에 주의해야 해요.

◆ Tip

Sinh dữ tử lành

베트남에서는 **Sinh dữ tử lành**이라는 말이 있습니다. 출산과 관련된 꿈은 흉몽, 죽음과 관련된 꿈은 길몽이라는 의미입니다.

Mẫu 173

tưởng là ~
~인 줄 알았어요

짐작했던 사실이 아니라는 것을 알았을 때, **tưởng là** 뒤에 해당 사실을 넣어 말하는 표현입니다.

STEP 1

1 나는 무슨 일이 있는 줄 알았어요.
Tôi **tưởng là** có chuyện gì.

2 나는 그게 내 것인 줄 알았어요.
Tôi **tưởng là** nó là của tôi.

3 나는 그가 집에 있는 줄 알았어요.
Tôi **tưởng là** anh ấy ở nhà.

4 나는 내 차례인 줄 알았어요.
Tôi **tưởng là** lần này là lượt của tôi.

5 나는 기술이 인간을 못 뛰어넘을 줄 알았어요.
Tôi **tưởng là** công nghệ không vượt qua con người.

chuyện	일
nó	그것
lần	회, 번
lượt	차례
công nghệ	기술
vượt qua	넘다
con người	인간
máy dịch	번역기
chính xác	정확한

STEP 2

1 **A** Anh có sử dụng máy dịch không?
  나는 기술이 인간을 못 뛰어넘을 줄 알았어요.
  B Có. Nhưng theo tôi nó chưa chính xác lắm.
  A Có lẽ là vậy!

1 **A** 통번역기 사용하세요?
  Tôi tưởng là công nghệ không vượt qua con người.
  B 네. 그러나 내 생각에 그것은 아직 별로 정확하지 않아요.
  A 아마 그런 것 같아요.

◆ Tip

베트남어 통역기
베트남어 통역기의 경우, 사실상 사람이 직접 번역하는 수준만큼 품질이 좋지는 않으므로 참고용으로 사용해 주세요.

miễn (là) ~

~하기만 한다면

어떤 사실이나 상황을 조건으로 내세울 때 사용하는 표현입니다.

🎧 174.mp3

STEP 1

1 네가 시험에 합격하기만 한다면 아빠가 너에게 휴대폰을 사 줄게.
Bố sẽ mua điện thoại cho con, miễn là con thi đậu.

2 오빠가 담배를 끊기만 한다면 오빠랑 결혼할게요.
Em sẽ cưới anh, miễn là anh bỏ thuốc lá.

3 접근하기 쉬운 지역에만 있다면 집이 매우 작아도 돼요.
Căn hộ siêu nhỏ cũng được, miễn là nằm trong khu vực dễ tiếp cận.

4 당신이 행복하기만 하다면 뭘 해도 돼요.
Làm gì cũng được miễn là bạn cảm thấy hạnh phúc.

5 내가 자신을 사랑하기만 한다면 나를 보는 것들에 대해 신경 쓸 필요가 없어요.
Không cần quan tâm đến những gì nhìn về mình, miễn là tôi yêu bản thân mình.

điện thoại 전화
thi 시험, 시험 보다
đậu 합격하다
cưới 결혼하다
bỏ thuốc lá 담배를 끊다
căn hộ 집
siêu nhỏ 초소형의
nằm ①위치하다 ②눕다
khu vực 지역, 구역
tiếp cận 접근하다
cảm thấy 느끼다
quan tâm đến ~에 관심 갖다, ~에 신경 쓰다
bản thân 자기 자신

STEP 2

1 A Con ơi! Sao hôm nay con về nhà muộn thế?

B Dạ, con học xong muộn ạ. Con không có điện thoại nên bất tiện lắm.

A 네가 시험에 합격하기만 한다면 아빠가 너에게 휴대폰을 사 줄게.

1 A 얘야! 왜 오늘 이렇게 집에 늦게 왔니?

B 수업이 늦게 끝났어요. 휴대폰이 없어서 너무 불편해요.

A Bố sẽ mua điện thoại cho con, miễn là con thi đậu.

🔷 **Tip**

학생들의 휴대폰 사용
베트남의 학생들은 보통 고등학교 때부터 휴대폰을 사용하는 편입니다.

Mẫu 175

~ mới ~

~해야 비로소 ~해요

 175.mp3

[A mới B] 패턴은 'A가 먼저 이루어져야 비로소 B가 이루어진다'는 뜻을 나타냅니다.

STEP 1

1 먹어야 비로소 살 수 있어요.
Phải ăn thì **mới** sống được.

2 그때가 되어야 비로소 걱정할 필요가 없어져요.
Khi đó **mới** không cần phải lo.

3 일이 있어야 비로소 걔가 소개해 줄 수 있어요.
Phải có việc thì nó **mới** giới thiệu được.

4 당신은 이렇게 발음해야 비로소 (발음이) 좋아요.
Chị phải phát âm như vậy **mới** tốt.

5 어려움이 닥쳐야 비로소 누가 친한 친구인지 알 수 있어요.
Gặp khó khăn **mới** biết được ai là bạn thân.

lo 걱정하다
giới thiệu 소개하다
phát âm 발음, 발음하다
khó khăn 어려움, 어려운
bạn thân 친한 친구
kiếm tiền 돈을 벌다
trả nợ 돈을 갚다
con ngoan 효자, 효녀

STEP 2

1 **A** Em vẫn chưa tìm việc làm à?

B Vâng. Em muốn kiếm tiền gửi về để mẹ trả nợ trước.
그때가 되어야 비로소 걱정할 필요가 없어져요.

A Em là con ngoan đấy!

1 **A** 아직 일 못 구했니?

B 네. 엄마가 빚을 먼저 갚을 수 있도록 돈을 벌어서 엄마에게 보내고 싶어요.
Khi đó mới không cần phải lo.

A 너 효자구나!

◆ Tip

일자리 찾기 사이트
베트남에서 일자리를 구할 때는 인터넷을 통해서 많이 합니다. 대표적인 구직 구인 사이트로 **vietnamworks, vietsingworks, career-builder** 등이 있습니다.

음성강의 & 예문 듣기

UNIT 15

의문문 응용 패턴

~ bằng gì?

무엇으로 ~해요?

🎧 176.mp3

bằng(~으로)은 뒤에 의문사 gì(무엇)가 오면 '무엇으로 ~해요?'라고 수단, 방법에 대해 묻는 표현이 됩니다.

STEP 1

1 당신은 무엇으로 먹어요?
  Bạn ăn **bằng gì**?

2 오빠는 뭘로 집에 가요?
  Anh về nhà **bằng gì**?

3 당신은 뭘로 청소해요?
  Bạn dọn dẹp **bằng gì**?

4 당신은 무엇으로 만들었어요?
  Bạn đã làm **bằng gì**?

5 나를 뭐라고 부르고 싶어요?
  Bạn muốn gọi tôi **bằng gì**?

dọn dẹp 청소하다
làm ①하다 ②일하다
③만들다
gọi 부르다

STEP 2

1 A 오빠는 뭘로 집에 가요?
  B Tôi đi bằng tàu điện ngầm.

2 A 당신은 무엇으로 만들었어요?
  B Tôi làm cái này bằng gỗ.

1 A Anh về nhà bằng gì?
  B 지하철로 가요.

2 A Bạn đã làm bằng gì?
  B 나는 이것을 목재로 만들었어요.

🔖 Tip

사물의 부자재 관련 어휘

천	vải
가죽	da
비단	lụa
면	bông
돌	đá
종이	giấy
유리	thủy tinh
플라스틱	nhựa
목재	gỗ
금속	kim loại

Mẫu 177

🎧 177.mp3

có biết ~ gì không?

무엇을 ~한지 알아요?

biết(알다)을 쓴 문장 끝에 **không**을 넣으면 '알아요?'라는 의문문이 되고, **có**는 의미를 강조하는 역할을 합니다. (의문사 **gì**는 〈Mẫu 19, 20〉 참고)

STEP 1

1 내 이름이 뭔지 알아요?
Bạn **có biết** tôi tên là **gì không**?

2 그녀가 뭘 마시는지 알아요?
Anh **có biết** cô ấy đang uống **gì không**?

3 그가 무엇을 공부하는지 알아요?
Bạn **có biết** anh ấy học **gì không**?

4 내가 뭘 준비했는지 알아요?
Bạn **có biết** tôi đã chuẩn bị **gì không**?

5 오늘의 주제가 뭔지 알아요?
Bạn **có biết** chủ đề của hôm nay là **gì không**?

chuẩn bị 준비하다
chủ đề 주제
quà tặng 선물

STEP 2

1 **A** Chúc mừng sinh nhật anh!
  B Cảm ơn em.
  A 내가 뭘 준비했는지 알아요? Đây là quà tặng cho anh.

1 **A** 생일 축하해요, 오빠!
  B 고마워.
  A Anh có biết tôi đã chuẩn bị gì không? 이것은 오빠를 위한 선물이에요.

🔻 Tip

생일 파티
베트남 사람들은 생일 때 생일 케이크를 준비하고 외식을 하거나 집에서 음식을 장만하여 파티를 합니다. 선물로는 꽃보다는 실용적인 물건을 선호하는 편입니다.

có biết + 명사 + nào ~ không?

어느 ~이 ~한지 알아요?

🎧 178.mp3

[명사 + nào] 뒤에 **형용사** 또는 [(주어) + 동사]가 붙어서 '~한 어느 ~'로 명사의 의미를 더 한정해 줄 수 있습니다. 여기에 **có biết ~ không**?(알아요?)이 함께 쓰여 '어느 ~이 ~한지 알아요?' 표현이 됩니다.

STEP 1

1 당신은 어느 것이 좋은지 알아요?
Bạn **có biết** cái **nào** tốt **không**?

2 어느 사람이 한국인인지 알아요?
Anh **có biết** người **nào** là người Hàn Quốc **không**?

3 어느 회사가 구인 중인지 알아요?
Bạn **có biết** công ty **nào** đang tuyển dụng **không**?

4 어느 부서가 보너스 받게 될지 알아요?
Bạn **có biết** đội **nào** sẽ nhận tiền thưởng **không**?

5 어느 술이 더 독한지 알아요?
Bạn **có biết** rượu **nào** mạnh hơn **không**?

tốt 좋은
tuyển dụng 고용하다
đội 팀, 부서
nhận 받다
tiền thưởng 보너스
rượu 술
mạnh 강한
tìm việc 일을 찾다

STEP 2

1 **A** 당신은 어느 것이 좋은지 알아요?
B Tất cả giống nhau.

1 **A** Bạn có biết cái nào tốt không?
B 모두 똑같아요.

2 **A** 어느 회사가 구인 중인지 알아요?
B Tôi cũng không biết. Dạo này tôi cũng tìm việc mãi mà vẫn không có.

2 **A** Bạn có biết công ty nào đang tuyển dụng không?
B 나도 몰라요. 나도 요즘 계속 일 찾는데 여전히 없어요.

🔖 **Tip**

많이 마시는 주종
베트남에서는 맥주 외에 다른 술은 한국의 술보다 도수가 훨씬 높은 편으로 보통 40도 이상입니다.

có biết ~ ở đâu không?

🎧 179.mp3

~이 어디에 있는지 알아요?

〈Mẫu 28, 29〉에 **ở đâu?**(~이 어디에 있어요?, 어디에서 ~해요?)가 나왔는데요. 이 의문문이 **có biết ~ không?**과 함께 쓰이면 특정 행위가 일어난 곳이나 특정 장소의 위치가 어디인지 상대에게 확인하는 표현으로 사용할 수 있습니다.

STEP 1

1 화장실이 어디 있는지 알아요?
Bạn **có biết** nhà vệ sinh **ở đâu không**?

2 한국 대사관이 어디 있는지 알아요?
Anh **có biết** đại sứ quán Hàn Quốc **ở đâu không**?

3 그녀가 어디 사는지 알아요?
Bạn **có biết** cô ấy đang sống **ở đâu không**?

4 걔가 어제 어디서 진찰 받았는지 알아요?
Bạn **có biết** hôm qua nó khám bệnh **ở đâu không**?

5 어디에 저장했는지 알아요?
Bạn **có biết** lưu trữ **ở đâu không**?

đại sứ quán	대사관
khám bệnh	진찰하다
lưu trữ	저장하다
đường	길
thư mục	폴더
hình ảnh	사진

STEP 2

1 **A** 한국 대사관이 어디 있는지 알아요?
B Chắc là ở trên đường Liễu Giai.

2 **A** 어디에 저장했는지 알아요?
B Trong thư mục hình ảnh.

1 **A** Anh có biết đại sứ quán Hàn Quốc ở đâu không?
B 아마도 리에우 자이 길에 있는 것 같아요.

2 **A** Bạn có biết lưu trữ ở đâu không?
B 사진 폴더 안에요.

🔷 **Tip**

컴퓨터 관련 어휘

컴퓨터	máy tính, máy vi tính
모니터, 화면	màn hình
자판, 키보드	bàn phím
마우스	chuột
클릭하다	nhấp chuột
프로그램	chương trình
파일	tập tin
삭제하다	xóa

có biết tại sao ~ không?

🎧 180.mp3

왜 ~한지 알아요?

'왜 ~해요?'가 목적어 자리로 들어가면서 **có biết tại sao ~ không?**은 '왜 ~한지 알아요?'라는 뜻이 되며, **tại sao** 대신 **sao**나 **vì sao**로 대체해서 쓸 수 있습니다. (《Mẫu 33》 **Tại sao** 참고)

STEP 1

1 왜 그녀가 당황해 하는지 알아요?
Bạn **có biết tại sao** chị ấy lúng túng **không**?

2 왜 가게가 일찍 문을 닫는지 알아요?
Bạn **có biết tại sao** cửa hàng đóng cửa sớm **không**?

3 왜 걔가 소리 지르는지 알아요?
Bạn **có biết tại sao** em ấy hét lên **không**?

4 왜 오늘 사장님이 예민한지 알아요?
Bạn **có biết tại sao** hôm nay sếp nhạy cảm **không**?

5 왜 그들이 실패했는지 알아요?
Bạn **có biết tại sao** họ đã thất bại **không**?

lúng túng 당황한
cửa hàng 가게
đóng cửa 문 닫다
hét lên 소리 지르다
nhạy cảm 예민한
thất bại 실패하다
nội dung 내용
thành tích 실적
kém 못하는, 모자라는

STEP 2

1 **A** <u>왜 그녀가 당황해 하는지 알아요?</u>
B Tại vì chị ấy không biết về nội dung này.

2 **A** <u>왜 오늘 사장님이 예민한지 알아요?</u>
B Tại vì thành tích tháng này kém.

1 **A** Bạn có biết tại sao chị ấy lúng túng không?
B 그녀는 이 내용에 대해 모르기 때문이에요.

2 **A** Bạn có biết tại sao hôm nay sếp nhạy cảm không?
B 이번 달 실적이 저조해서요.

🔖 **Tip**

상점 영업 시간

베트남 상점들은 대부분 10시쯤 일찍 문을 닫는 편입니다. 물론 24시간 운영하는 가게들도 있는데, 대체로 여행자 거리 근처에 있죠.

Mẫu 181

có biết khi nào ~ không?

언제 ~할지 알아요?

🎧 181.mp3

이 패턴에서 **khi nào**는 **có biết ~ không**의 목적어로 쓰여 '언제 ~할지 알아요?'라는 표현이 됩니다. **có biết ~ khi nào không?** 패턴으로 쓰면 '언제 ~했는지 알아요?'라는 뜻이 됩니다. (〈Mẫu 34, 35〉 **bao giờ** 참고)

STEP 1

1 그녀가 언제 결혼할지 알아요?
Bạn **có biết khi nào** chị ấy kết hôn **không**?

2 우리 언제 저녁 먹을지 알아요?
Bạn **có biết khi nào** chúng ta ăn tối **không**?

3 언제 곡물을 수확할지 알아요?
Bạn **có biết khi nào** chúng ta thu hoạch ngũ cốc **không**?

4 그가 언제 이혼했는지 알아요?
Bạn **có biết** anh ấy ly hôn **khi nào không**?

5 그녀가 언제 버렸는지 알아요?
Bạn **có biết** chị ấy bỏ **khi nào không**?

thu hoạch 수확하다
ngũ cốc 곡물
ly hôn 이혼하다
bỏ 버리다
đi ra ngoài 밖에 나가다
mang ~ đi ~을 가져가다

STEP 2

1 A 우리 언제 저녁 먹을지 알아요?
B Công việc kết thúc đã.

2 A 그녀가 언제 버렸는지 알아요?
B Khi đi ra ngoài, chị ấy đã mang cái đó đi.

1 A Bạn có biết khi nào chúng ta ăn tối không?
B 일 먼저 끝내고요.

2 A Bạn có biết chị ấy bỏ khi nào không?
B 밖에 나갈 때, 그녀가 그것을 가져갔어요.

🔹 Tip

쓰레기 배출
베트남에는 아직까지 쓰레기 분리 배출 규정이 없어서 쓰레기를 버릴 때는 봉지에 모두 넣어서 바깥에 내놓으면 됩니다.

216

có biết + 명사 + thế nào không?
~이 어떤지 알아요?

🎧 182.mp3

[có biết + 명사 + thế nào không?]은 명사의 상태에 대해 아는지 물어보는 표현입니다. 명사 자리에 동사를 넣어서 [có biết + 동사 + thế nào không?] 패턴으로 쓰면 '어떻게 하는지' 방법에 대해 물어보는 표현이 됩니다. (〈Mẫu 30, 31〉 thế nào 참고)

STEP 1

1 오늘 날씨가 어떤지 알아요?
Bạn **có biết** thời tiết hôm nay **thế nào không**?

2 그의 스케줄이 어떤지 알아요?
Bạn **có biết** lịch trình của anh ấy **thế nào không**?

3 장기를 어떻게 두는지 알아요?
Bạn **có biết** chơi cờ tướng **thế nào không**?

4 어떻게 가야 하는지 알아요?
Bạn **có biết** tôi phải đi **thế nào không**?

5 비자를 어떻게 받을 수 있는지 알아요?
Bạn **có biết** nhận visa **thế nào không**?

lịch trình 일정
chơi cờ tướng 장기를 두다
nhận 받다
cao thủ 고수

STEP 2

1 A 장기를 어떻게 두는지 알아요?
　 B Anh không biết tôi là cao thủ cờ tướng hả?

2 A 어떻게 가야 하는지 알아요?
　 B Bạn có thể đi bằng xe buýt hoặc tàu điện ngầm.

1 A Bạn có biết chơi cờ tướng thế nào không?
　 B 내가 장기 고수인 거 몰라요?

2 A Bạn có biết tôi phải đi thế nào không?
　 B 당신은 버스나 지하철로 갈 수 있어요.

🔷 Tip

cờ의 종류

cờ vua	체스
cờ vây	바둑
cờ ca-rô	오목
cờ cá ngựa	블루마블

베트남 사람들은 장기를 많이 두는 편이며 대체로 중년 이상 남성들이 즐깁니다.

Mẫu 183

có biết ai ~ không?

누가 ~한지 알아요?

 183.mp3

의문사 **ai**(누가, 누구)가 동사나 형용사 앞, 문장 시작 부분에 쓰이는 경우 '누가 ~한지' 라는 뜻을 나타냅니다. **ai**를 뒷부분에 써서 [**có biết ~ ai không?**]은 '누구를 ~한지 알 아요?'라는 뜻이 됩니다.

STEP 1

1 당신은 누가 관리하는지 알아요?
Bạn có biết ai quản lý không?

2 당신은 누가 머물렀는지 알아요?
Bạn có biết ai đã ở lại không?

3 당신은 누가 불평했는지 알아요?
Bạn có biết ai đã phàn nàn không?

4 당신은 그가 누구를 인터뷰할지 알아요?
Bạn có biết anh ấy sẽ phỏng vấn ai không?

5 당신은 그가 누구를 부를지 알아요?
Bạn có biết anh ấy sẽ gọi ai không?

quản lý 관리하다
ở lại 머무르다
phàn nàn 불평하다
phỏng vấn 인터뷰하다
gọi 부르다
nhớ 기억하다

STEP 2

1 **A** 당신은 누가 머물렀는지 알아요?
  B Tôi nhớ là có 2 sinh viên.

2 **A** 당신은 그가 누구를 인터뷰할지 알아요?
  B Tôi không biết chắc nhưng có lẽ là một người đã tốt nghiệp đại học Mỹ.

1 **A** Bạn có biết ai đã ở lại không?
  B 대학생 2명으로 기억해요.

2 **A** Bạn có biết anh ấy sẽ phỏng vấn ai không?
  B 확실히 모르지만 아마 미국 대학을 졸업한 사람일 거예요.

▶ **Tip**

gọi의 뜻
(1) 부르다
Cái này tiếng Việt gọi là gì?
이거 베트남어로 뭐라고 불러요?
(2) 주문하다
Anh gọi chưa?
주문하셨어요?
(3) 전화 걸다
Anh gọi điện thoại cho tôi nhé.
나에게 전화하세요.

184.mp3

Mẫu 184

cái gì + 형용사 + thế?

뭐가 그렇게 ~해요?

문장 끝에 붙은 **thế**는 '그렇게'라는 뜻으로, 남부에서는 **thế** 대신 **vậy**를 사용하기도 합니다.

STEP 1

1 뭐가 그렇게 복잡해요?
  Cái gì rắc rối **thế**?

2 뭐가 그렇게 웃겨요?
  Cái gì buồn cười **thế**?

3 뭐가 그렇게 신나요?
  Cái gì hứng thú **thế**?

4 뭐가 그렇게 외로워요?
  Cái gì cô đơn **thế**?

5 뭐가 그렇게 궁금해요?
  Cái gì tò mò **thế**?

rắc rối 복잡한
buồn cười 웃기는
hứng thú 신나는
cô đơn 외로운
tò mò 궁금한
bản hướng dẫn 안내문, 설명서
sử dụng 사용하다
giới thiệu 소개하다

STEP 2

1 A Anh phải làm theo bản hướng dẫn sử dụng này.
  B Trời ơi! **Mấy gì thế rằng phức tạp?**

2 A Khi nào em giới thiệu bạn gái cho tôi? Dạo này tôi cô đơn quá!
  B **뭐가 그렇게 외로워요?**

1 A 오빠는 이 사용 설명서를 따라 해야 해요.
  B 아이고! *Cái gì rắc rối thế?*

2 A 언제 나한테 여자친구 소개시켜 줄 거야? 나 요즘 너무 외로워!
  B *Cái gì cô đơn thế?*

◆ Tip

Cái gì thế?

Cái gì thế?는 단독 사용도 가능합니다. '뭐야?'라는 의미이며 **thế** 대신 **vậy**로 바꿔 쓸 수 있습니다.

• Cái gì thế? Tất cả sai rồi mà.
  뭐야? 다 틀렸잖아.

Mẫu 185

Tại sao ~ phải ~ ?

왜 ~해야 해요?

🎧 185.mp3

Tại sao는 '왜'라는 뜻의 의문사로 뒤에 오는 조동사 **phải**(~해야 한다)와 함께 쓰면 '왜 ~해야 해요?'라는 뜻이 됩니다.

STEP 1

1 왜 내가 참아야 해요?
   Tại sao tôi **phải** nhịn?

2 왜 선크림을 발라야 해요?
   Tại sao phải bôi kem chống nắng?

3 왜 채식을 해야만 해요?
   Tại sao chúng ta **phải** ăn chay?

4 왜 이 서비스를 사용해야 해요?
   Tại sao phải sử dụng dịch vụ này?

5 왜 우리는 개인 소득세를 내야 해요?
   Tại sao chúng ta **phải** nộp thuế thu nhập cá nhân?

nhịn 참다
bôi 펴바르다
kem chống nắng
선크림
ăn chay 채식하다
sử dụng 사용하다
dịch vụ 서비스
nộp 내다
thuế 세금
thu nhập 수입
cá nhân 개인의
da mặt 피부
phiền phức 귀찮은
áo dài tay 긴소매 옷

STEP 2

1 **A** <u>왜 선크림을 발라야 해요?</u>
  B Để giữ da mặt đẹp.
  A Phiền phức quá! Chỉ mặc áo dài tay là được mà ….

1 **A** Tại sao phải bôi kem chống nắng?
  B 예쁜 피부를 유지하기 위해서요.
  A 너무 귀찮아요! 긴소매 옷만 입으면 되는데 ….

🔹 Tip

미의 기준
동남아에 속하는 베트남에
서는 피부가 희면 흴수록 예
쁘다고 생각합니다. 그래서
날씨가 더워도 긴팔 윗옷과
긴 바지를 입고 다니고, 여
성들은 햇볕 차단용인 장갑
을 끼기도 하죠. 그래서 미
백 기능이 있는 화장품도 인
기가 높답니다.

Mẫu 186

Tại sao ~ như thế?

왜 그렇게 ~해요?

남부에서는 **như thế** 대신 **như vậy**를 사용하기도 합니다. **như thế / như vậy** 모두 **như**를 생략할 수 있습니다.

STEP 1

1 왜 그렇게 말해요?
Tại sao anh nói như thế?

2 왜 그렇게 재촉해요?
Tại sao giục như thế?

3 왜 그렇게 반대해요?
Tại sao bạn phản đối như thế?

4 왜 그렇게 머리를 짧게 잘랐어요?
Tại sao bạn cắt tóc ngắn như thế?

5 왜 그렇게 살이 탔어요?
Tại sao anh bị rám nắng như thế?

giục 재촉하다
phản đối 반대하다
cắt tóc 머리 자르다
ngắn 짧은, 짧게
rám nắng 살이 타다
không kịp 시간이 촉박하다
đi nghỉ mát 휴가 가다

STEP 2

1 A 왜 그렇게 재촉해요?
B Bây giờ không kịp.

2 A 왜 그렇게 살이 탔어요?
B Tôi mới đi nghỉ mát về.

1 A Tại sao giục như thế?
B 지금 시간이 촉박해요.

2 A Tại sao anh bị rám nắng như thế?
B 막 휴가 다녀왔어요.

Tip

머리 스타일

생머리	tóc thẳng
파마머리	tóc xoăn
묶은 머리	tóc đuôi ngựa
스포츠 머리	tóc kiểu đầu đinh
긴 머리	tóc dài
짧은 머리	tóc ngắn
염색 머리	tóc nhuộm

Mẫu 187

Không hiểu sao ~

왜 ~인지 모르겠어요

어떤 일이나 현상에 대해서 이해할 수 없거나 알지 못할 때 사용하는 표현으로, **không hiểu**(이해가 안 되다)와 의문사 **sao**(왜)가 결합된 패턴입니다.

STEP 1

1 왜 나는 싫증을 빨리 내는지 모르겠어요.
Không hiểu sao tôi nhanh chán.

2 나는 왜 사람들이 그를 낮게 평가하는지 모르겠어요.
Tôi **không hiểu sao** người ta đánh giá thấp anh ấy.

3 왜 내 남편은 돈을 낭비하는 취미가 있는지 모르겠어요.
Không hiểu sao chồng mình có sở thích phí tiền.

4 왜 사람들은 크면 클수록 설명하기를 귀찮아 하는지 모르겠어요.
Không hiểu sao càng lớn lên con người càng lười giải thích.

5 왜 길 한가운데에 통나무가 있는지 모르겠어요.
Không hiểu sao lại có khúc gỗ nằm giữa đường.

nhanh chán 빨리 싫증 내는
đánh giá 평가하다
thấp 낮은
phí tiền 돈을 낭비하는
lớn lên 성장하다, 자라다
lười 게으른
giải thích 설명하다
khúc gỗ 통나무
nằm 눕다
giữa 가운데
đường 길
đảm nhận 맡다, 담당하다
phù hợp với~ ~와 잘 맞다
lửa 불
khói 연기

STEP 2

1 **A** Theo chị, ai có vẻ sẽ đảm nhận dự án mới này?
   B Anh Tuấn chính là người phù hợp với công việc đó.
   나는 왜 사람들이 그를 낮게 평가하는지 모르겠어요.
   A Không có lửa làm sao có khói.

1 **A** 당신 생각에는 누가 이 새로운 프로젝트를 맡을 것 같아요?
   B 뚜언 씨야말로 그 일에 적임자예요.
   Tôi không hiểu sao người ta đánh giá thấp anh ấy.
   A 모든 것에는 다 이유가 있어요.

> **Tip**
>
> 베트남 속담:
> **Không có lửa làm sao có khói.**
> '불이 없으면 연기가 없다'는 뜻으로 '모든 것에는 다 이유가 있다'는 뜻으로 비유해서 말할 때 사용하는 속담입니다.

~ từ khi nào?

언제부터 ~해요?

🎧 188.mp3

từ(부터)는 **khi nào**(언제)와 함께 쓰이면 '언제부터 ~을 했는지'에 대해 물을 수 있는 표현입니다. **khi nào** 대신 **bao giờ**를 사용해도 뜻은 같습니다.

STEP 1

1 언제부터 사업했어요?
Anh đã làm ăn **từ khi nào?**

2 언제부터 골프 쳤어요?
Bạn đã chơi gôn **từ khi nào?**

3 언제부터 아프기 시작했어요?
Bạn bắt đầu đau **từ khi nào?**

4 언제부터 이 문제가 있었나요?
Có vấn đề này **từ khi nào?**

5 언제부터 이 습관이 있었어요?
Anh có thói quen này **từ khi nào?**

làm ăn 사업하다
chơi gôn 골프를 치다
đau 아프다
vấn đề 문제
thói quen 습관

STEP 2

1 A 언제부터 사업했어요?
B Cách đây 2 năm.

2 A 언제부터 아프기 시작했어요?
B Lâu rồi.Từ đầu năm nay.

1 A Anh đã làm ăn từ khi nào?
B 2년 전에요.

2 A Bạn bắt đầu đau từ khi nào?
B 오래됐어요. 올해 초부터요.

🔖 Tip

[cách đây + 기간]
'지금으로부터 ~ 전'의 뜻이 됩니다.

• **cách đây 1 tháng**
지금으로부터 1달 전
• **cách đây 1 tuần**
지금으로부터 1주 전

Mẫu 189

~ đến khi nào?

언제까지 ~해요?

đến(까지)를 khi nào(언제)와 함께 쓰면 '언제까지 ~을 하는지'에 대해 물을 수 있는
표현입니다. khi nào 대신 bao giờ를 사용해도 뜻은 같습니다.

STEP 1

1 언제까지 끝내야 하나요?
Tôi phải làm xong đến khi nào?

2 언제까지 답해야 하나요?
Tôi phải trả lời đến khi nào?

3 언제까지 환불할 수 있나요?
Tôi có thể trả lại đến khi nào?

4 언제까지 여기에 머무르나요?
Anh sẽ ở đây đến khi nào?

5 사용 기한은 언제까지예요?
Thời hạn sử dụng là đến khi nào?

trả lời 대답하다
trả lại 환불하다
thời hạn 기한
sử dụng 사용하다

STEP 2

1 **A** 언제까지 끝내야 하나요?
B Càng sớm càng tốt.

2 **A** 언제까지 환불할 수 있나요?
B Trong 1 tuần từ ngày mua.

1 **A** Tôi phải làm xong đến khi nào?
B 이르면 이를수록 좋아요.

2 **A** Tôi có thể trả lại đến khi nào?
B 구입일로부터 1주 이내요.

Tip

상품 유통 기한
베트남은 동남아 지역이어
서 날씨가 꽤 더운 편이기
때문에 제품의 손상을 방지
하기 위해 보존제를 많이 사
용합니다. 따라서 유통 기한
이 한국에 비해 비교적 긴
편입니다.

Mẫu 190

Không biết khi nào ~

언제 ~일지 몰라요

không biết(모르다)은 **biết**(알다)의 부정형입니다. **khi nào** 대신 **bao giờ**를 사용해도 뜻은 같으며, 미래일 경우 **chừng nào**, 과거일 경우 **hồi nào** 를 사용할 수도 있습니다.

STEP 1

1 언제 그가 돌아올지 몰라요.
Không biết khi nào anh ấy trở lại.

2 언제 끝날지 모르겠어요.
Không biết khi nào xong.

3 언제 우리가 다시 만날지 몰라요.
Không biết khi nào chúng ta gặp nhau.

4 언제 다 먹을 수 있을지 몰라요.
Không biết khi nào ăn hết được.

5 언제 투자해야 할지 모르겠어요.
Không biết khi nào nên đầu tư.

trở lại 돌아가다, 돌아오다
đầu tư 투자하다

STEP 2

1 **A** Em chưa học xong à?
  B Chưa. 언제 끝날지 모르겠어요.

2 **A** Trời ơi! Sao có nhiều món ăn vậy?
  B 언제 다 먹을 수 있을지 몰라요.

1 **A** 아직 공부 안 끝났어요?
  B 아직이요. **Không biết khi nào xong.**

2 **A** 어머나! 왜 이렇게 음식이 많아요?
  B **Không biết khi nào ăn hết được.**

🔷 Tip

투자 관련 용어

trái phiếu	채권
tín phiếu	신용장
cổ phiếu	주식
các khoản nợ	부채
séc	수표
hối phiếu	환어음
giao dịch	거래
lãi suất	이자

Mẫu 191

Ai mà ~?

누가 ~하겠어요?

의문사 **ai**(누가) 뒤에 **mà**가 붙어 '누가 ~을 하겠는가'라고 반문해서, 결국 '아무도 ~하지 않는다'와 같은 뜻이 됩니다.

STEP 1

1 누가 알겠어요?
   Ai mà biết?

2 누가 하고 싶겠어요?
   Ai mà muốn làm?

3 누가 의심하겠어요?
   Ai mà ngờ?

4 누가 참겠어요?
   Ai mà chịu nổi?

5 누가 안 행복해지고 싶겠어요?
   Ai mà không muốn hạnh phúc?

ngờ 의심하다
chịu nổi 참다
ví 지갑
nghỉ việc 휴직하다

STEP 2

1 **A** Anh có biết ví của em ở đâu không?
  B 누가 알겠어요?

2 **A** Nghe nói chị ấy nghỉ việc ngay trong ngày.
  B 누가 참겠어요?

1 **A** 내 지갑 어디 있는지 알아요?
  B Ai mà biết?

2 **A** 듣기로 그녀는 하루만에 바로 일을 관뒀대요.
  B Ai mà chịu nổi?

Tip

퇴사 이유
베트남 사람들이 직장을 관두는 대표적인 이유로는 낮은 급여, 직장 상사, 적성에 안 맞는 업무, 회사와의 거리 등이 있습니다.

226

Mẫu 192

동사 + với ai?

누구랑 ~해요?

어떤 사실, 행동을 누구와 함께 하는지 물어보는 표현으로 **với**(~와 함께) 와 **ai**(누구)가 합쳐진 패턴입니다.

STEP 1

1 당신은 누구랑 가고 싶어요?
Bạn muốn đi với ai?

2 요즘 누구랑 연락해요?
Hiện nay bạn liên lạc với ai?

3 우리는 누구랑 협력하나요?
Chúng ta hợp tác với ai?

4 지금 누구랑 있어요?
Bây giờ anh đang ở với ai?

5 한국 선수가 누구랑 시합해요?
Cầu thủ Hàn Quốc thi đấu với ai?

liên lạc 연락하다
hợp tác 협력하다
ở (~에) 있다
cầu thủ 선수
thi đấu 시합하다
nhanh lên 빨리, 서두르다

STEP 2

1 A 당신은 누구랑 가고 싶어요?
　B Cả anh và em.

2 A 지금 누구랑 있어요?
　B Tất cả đều đến rồi.
　　Chị đến nhanh lên đi!

1 A Bạn muốn đi với ai?
　B 오빠와 동생 둘 다요.

2 A Bây giờ anh đang ở với ai?
　B 다 왔어요. 빨리 오세요.

◆ Tip

베트남어의 기원은 한자

베트남어의 60~70%는 한자에서 기원했습니다. '위대한'이라는 뜻의 **vĩ đại**도 한자어 偉大(위대)입니다. 또 **vĩ độ**도 한자 베트남어여서 뜻을 유추해 볼 수 있습니다. **vĩ độ**의 뜻은 '위도'입니다.

Mẫu 193

có thể + 동사 + ở đâu?

어디에서 ~할 수 있나요?

'~할 수 있다'는 뜻을 나타내는 [có thể + 동사] 패턴 뒤에 ở đâu(어디에서)가 결합되어 어떤 위치, 장소에서 행위가 가능한지 물어보는 표현입니다.

STEP 1

1 나는 어디에서 아침을 먹을 수 있나요?
   Tôi có thể ăn bữa sáng ở đâu?

2 나는 어디에서 심카드를 살 수 있나요?
   Tôi có thể mua thẻ Sim ở đâu?

3 나는 어디에서 돈을 인출할 수 있나요?
   Tôi có thể rút tiền ở đâu?

4 나는 어디에서 참가 신청을 할 수 있나요?
   Tôi có thể đăng ký tham gia ở đâu?

5 나는 어디에서 통을 가져올 수 있나요?
   Tôi có thể lấy thùng ở đâu?

bữa sáng 아침 식사
thẻ 카드
rút tiền 인출하다
tham gia 참가하다
lấy 가져오다, 갖다
thùng 상자, 통
tầng ngầm 지하 층
cửa hàng điện thoại 휴대폰 가게

STEP 2

1 A 나는 어디에서 아침을 먹을 수 있나요?
   B Anh hãy đi xuống tầng ngầm 2.

2 A 나는 어디에서 심카드를 살 수 있나요?
   B Anh có thể mua ở cửa hàng điện thoại hoặc tiệm nhỏ.

1 A Tôi có thể ăn bữa sáng ở đâu?
   B 지하 2층으로 내려가세요.

2 A Tôi có thể mua thẻ Sim ở đâu?
   B 휴대폰 가게나 구멍가게에서 살 수 있어요.

🔖 Tip

휴대폰 요금
베트남에서 휴대폰을 사용하는 방법은 선불제, 후불제가 있으나 선불제가 편리합니다. 각 통신사별로 파는 심카드를 산 금액만큼 전화, 메시지, 데이터를 사용할 수 있습니다. 심카드 가격 종류가 다양하니 휴대폰 사용 패턴에 따라 구입하면 되겠죠.

228

Mẫu 194

không biết ~ gì

뭘 ~하는지 모르겠어요

biết(알다)의 부정 không biết 뒤에 의문사 gì(무엇)가 붙으면 '뭘 ~하는지 모르겠어요'라는 뜻이 됩니다.

STEP 1

1 내가 뭘 좋아하는지 모르겠어요.
Không biết tôi thích gì.

2 당신이 뭘 생각하고 있는 건지 모르겠어요.
Không biết bạn đang nghĩ gì.

3 내가 진짜 뭘 원하는지 모르겠어요.
Không biết mình thực sự muốn gì.

4 울고 있는 사람에게 뭘 말할지 모르겠어요.
Không biết nói gì với người đang khóc.

5 뭘 입어야 할지 모르겠어요.
Không biết phải mặc gì.

nghĩ 생각하다
thực sự 실제로, 사실은
khóc 울다
mặc 입다
bị đuổi việc 해고 당하다

STEP 2

1 A Tại sao mắt em đỏ vậy? Em khóc sao?
B Vì em bị đuổi việc rồi ạ.
A 울고 있는 사람에게 뭘 말할지 모르겠어. Đừng buồn em!

1 A 왜 눈이 빨개? 너 울었지?
B 저 해고 당했어요.
A Không biết nói gì với người đang khóc. 슬퍼하지 마!

Tip

문장 끝에 쓰인 sao?
문장 끝에 ~ sao?가 들어간 경우 ~ phải không?과 같이 '맞아요?'라는 뜻으로 쓰일 수 있으며 놀란 사실에 대해 확인할 때 사용합니다.

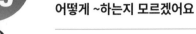

Mẫu 195

không biết phải + 동사 + thế nào

어떻게 ~하는지 모르겠어요

🎧 195.mp3

[**không biết + phải + 동사**](~하는지 모르다)에 의문사 **thế nào**(어떻게)와 함께 쓰여 '어떻게 ~하는지 모르겠어요'라는 뜻을 나타냅니다.

STEP 1

1 어떻게 사용하는지 모르겠어요.
Tôi **không biết phải** dùng **thế nào**.

2 어떻게 도와야 할지 모르겠어요.
Tôi **không biết phải** giúp **thế nào**.

3 어떻게 설명해야 할지 모르겠어요.
Tôi **không biết phải** giải thích **thế nào**.

4 어떻게 설득해야 할지 모르겠어요.
Tôi **không biết phải** thuyết phục **thế nào**.

5 어떻게 구별해야 할지 모르겠어요.
Tôi **không biết phải** phân biệt **thế nào**.

dùng 사용하다
giúp 돕다
giải thích 설명하다
thuyết phục 설득하다
phân biệt 구별하다
sử dụng 사용하다
thay đổi 바꾸다
tâm trạng 마음

STEP 2

1 A Anh mua rồi mà sao không sử dụng vậy?
B **어떻게 사용하는지 모르겠어요.**

2 A Chị ấy vẫn chưa thay đổi tâm trạng à?
B **어떻게 설득해야 할지 모르겠어요.**

1 A 왜 사 놓고 사용을 안 해요?
B **Tôi không biết phải dùng thế nào.**

2 A 여전히 그녀는 마음을 안 바꿨니?
B **Tôi không biết phải thuyết phục thế nào.**

🔷 **Tip**

지역별 억양 차이

베트남 북부, 중부, 남부 사람의 억양과 발음은 지역별로 각각 차이가 있기 때문에 말소리를 들어 보면 어느 지역 사람인지 구별할 수 있습니다.

Gần đây có + 명사 + không?

🎧 196.mp3

근처에 ~이 있어요?

gần(가까운)과 đây(여기)가 결합되면 '근처에'라는 뜻이고, [có + 명사 + không]
(~이 있어요?)이 붙어 의문문을 만들어 근처에 장소가 있는지에 대해 물을 수 있는 표현입
니다.

STEP 1

1 근처에 놀이터 있어요?
   Gần đây có khu vui chơi không?

2 근처에 운동장 있어요?
   Gần đây có sân vận động không?

3 근처에 수영장 있어요?
   Gần đây có bể bơi không?

4 근처에 잡화점 있어요?
   Gần đây có tiệm tạp hóa không?

5 근처에 클럽 있어요?
   Gần đây có vũ trường không?

khu vui chơi 놀이터
sân vận động 운동장
bể bơi 수영장
tiệm tạp hóa 잡화점
vũ trường 클럽
chuyển nhà 이사하다
trung tâm ①센터 ②학원
thể thao 스포츠

STEP 2

1 A Xin chào. Anh sống ở gần đây phải không?

  B Đúng rồi.

  A Cho tôi hỏi một chút. Tôi mới chuyển nhà đến mấy ngày trước.
    <u>근처에 수영장 있어요?</u>

  B Gần đây thì không có. Chị phải đi trung tâm thể thao.

1 A 안녕하세요. 여기 근처에 사시죠?

  B 맞아요.

  A 뭐 좀 물어볼게요. 저 막 며칠 전에 이사 왔어요. **Gần đây có bể bơi không?**

  B 근처에는 없어요. 스포츠 센터로 가야 해요.

🔶 Tip

운동 장소
베트남에서 운동하기 위해서
는 헬스클럽이나 스포츠 센
터의 시설을 이용할 수 있습
니다. 스포츠 센터의 경우 시
나 군에서 운영하기 때문에
저렴한 가격으로 이용이 가
능합니다. 가격 차이는 보통
에어컨 설치 유무에 따라 달
라지는 편입니다.

có cái nào + 형용사 + hơn không?

더 ~한 것 있어요?

[cái nào + 형용사 + hơn](더 ~한 어느 것)이 có ~ không? 사이에 들어가면서 [có cái nào + 형용사 + hơn không?]는 '더 ~한 것 있어요?'라는 뜻을 나타냅니다.

STEP 1

mới 새로운
cuối cùng 마지막

1 더 좋은 것 있어요?
Có cái nào tốt hơn không?

2 더 예쁜 것 있어요?
Có cái nào đẹp hơn không?

3 더 큰 것 있어요?
Có cái nào lớn hơn không?

4 더 싼 것 있어요?
Có cái nào rẻ hơn không?

5 더 새로운 것 있어요?
Có cái nào mới hơn không?

STEP 2

1 **A** 더 예쁜 것 있어요?
B Cái này đẹp mà. Cái này là cái cuối cùng.

1 **A** Có cái nào đẹp hơn không?
B 이거 예쁜데. 이게 마지막이에요.

2 **A** 더 싼 것 있어요?
B Cái này rẻ rồi.

2 **A** Có cái nào rẻ hơn không?
B 이거 이미 싸요.

🔹 Tip

옷 관련 형용사

dày	두꺼운
mỏng	얇은
dài	긴
ngắn	짧은
rộng	넓은
hẹp	좁은

Nếu ~ thì làm sao?

만약 ~하면 어쩌죠?

Nếu ~ thì ~(만일 ~하면 ~해요)에 **làm sao**(어떻게)가 결합되어 '만약 ~하면 어쩌죠?'
라는 뜻을 나타냅니다.

⭐ STEP 1

1 만약 차를 놓치면 어쩌죠?
   Nếu lỡ xe **thì làm sao**?

2 만약 취소되면 어쩌죠?
   Nếu bị hủy **thì làm sao**?

3 만약 약속을 못 지키면 어쩌죠?
   Nếu thất hứa **thì làm sao**?

4 만약 못 알아보면 어쩌죠?
   Nếu không nhận ra **thì làm sao**?

5 만약 구설수에 휘말리면 어쩌죠?
   Nếu tôi bị tung tin đồn **thì làm sao**?

lỡ xe 차를 놓치다
bị hủy 취소되다
thất hứa 약속을 못 지키다
nhận ra 알아보다
bị tung tin đồn 구설수
에 휘말리다
lỡ xe 차를 놓치다
chuyến xe 차편
lên tiếng 목소리를 높이다
im lặng 가만히 있다

⭐⭐ STEP 2

1 **A** 만약 차를 놓치면 어쩌죠?
   B Thế thì anh phải lên chuyến xe
        sau chứ.

2 **A** 만약 구설수에 휘말리면 어쩌죠?
   B Anh có thể lên tiếng hay im
        lặng.

1 **A** Nếu lỡ xe thì làm sao?
   B 그럼 다음 차를 타야죠.

2 **A** Nếu tôi bị tung tin đồn thì làm
        sao?
   B 목소리를 높이거나 가만히 있을 수
        있어요.

🔸 Tip

**약속 시간에 느긋한 베트남
사람들**
베트남 사람들은 보통 어떤
일을 할 때 항상 느긋하게 하
는 편이기 때문에 약속을 잘
못 지키는 사람도 많습니다.

Nếu tôi là bạn thì sẽ ~

만약 내가 당신이라면 ~할 거예요

 199.mp3

Nếu ~ thì ~(만일 ~하면 ~해요)에 **tôi là bạn**(내가 당신이다)이 가정으로 들어가고 **thì** 뒤에 미래 시제인 **sẽ**(~할 것이다)가 들어가서 '만약 내가 당신이라면 ~할 거예요'라는 뜻이 됩니다.

STEP 1

1 만약 내가 당신이라면 동의할 거예요.
Nếu tôi là bạn thì sẽ **đồng ý**.

2 만약 내가 당신이라면 한턱낼 거예요.
Nếu tôi là bạn thì sẽ **khao**.

3 만약 내가 당신이라면 체크아웃 할 거예요.
Nếu tôi là bạn thì sẽ **trả phòng**.

4 만약 내가 당신이라면 전부 말할 거예요.
Nếu tôi là bạn thì sẽ **nói ra hết**.

5 만약 내가 당신이라면 택시를 잡을 거예요.
Nếu tôi là bạn thì sẽ **bắt taxi**.

đồng ý 동의하다
khao 한턱내다
trả phòng 체크아웃
하다
nói ra hết 전부 말하다
bắt 잡다
bẩn 더러운

STEP 2

1 A Phòng này bẩn lắm.
 B 만약 내가 당신이라면 체크아웃 할 거예요.

2 A Đi bộ xa lắm.
 B 만약 내가 당신이라면 택시를 잡을 거예요.

1 A 이 방 너무 더러워요.
 B Nếu tôi là bạn thì sẽ trả phòng.

2 A 걸어가기 너무 멀어요.
 B Nếu tôi là bạn thì sẽ bắt taxi.

Tip

앱으로 부르는 택시
베트남에서는 전화뿐만 아니라 우버나 그랩과 같은 어플리케이션을 이용해서 택시를 부를 수 있습니다. 두 방법 모두 콜비가 필요 없습니다.

Mẫu 200

Nếu cần thì tôi sẽ + 동사

만약 필요하다면 ~할 거예요

Nếu ~ thì ~ (만일 ~하면 ~해요) 에 **cần**(필요하다)과 [**tôi sẽ + 동사**](내가 ~할 것이다)
가 결합된 패턴입니다.

STEP 1

1 만약 필요하다면 먼저 주문할 거예요.
Nếu cần thì tôi sẽ **gọi trước.**

2 만약 필요하다면 이사할 거예요.
Nếu cần thì tôi sẽ **chuyển nhà.**

3 만약 필요하다면 바로 진행할 거예요.
Nếu cần thì tôi sẽ **tiến hành ngay.**

4 만약 필요하다면 집을 세놓을 거예요.
Nếu cần thì tôi sẽ **cho thuê nhà.**

5 만약 필요하다면 공항에 마중 나갈 거예요.
Nếu cần thì tôi sẽ **ra sân bay đón.**

gọi 주문하다
chuyển nhà 이사하다
tiến hành 진행하다
cho thuê nhà 집을 세놓다
ra 나가다
sân bay 공항
đón 마중하다
lo 걱정스러운
dự án 프로젝트
mới 새로운
kết thúc 끝나다

STEP 2

1 **A** Tôi lo dự án mới sẽ kết thúc trong tháng này hay sao.
B <u>Nếu cần thì bạn sẽ bạn tiến hành ngay.</u>

1 **A** 새 프로젝트가 이번 주 안에 끝날 수 있을지 어떨지 걱정이네요.
B Nếu cần thì tôi sẽ tiến hành ngay.

2 **A** Có lẽ giám đốc Việt Nam không biết đến công ty chúng tôi thế nào.
B <u>만약 필요하다면 공항에 마중 나갈 거예요.</u>

2 **A** 아마 베트남 사장님은 우리 회사에 어떻게 오는지 모를 거야.
B Nếu cần thì tôi sẽ ra sân bay đón.

> **Tip**
>
> **공항 이용**
> 베트남 하노이 공항은 **sân bay Nội Bài**, 호찌민 시 공항은 **sân bay Tân Sơn Nhất** 입니다. 베트남에서 비행기를 타러 갈 때는 국제선(**sân bay quốc tế**)인지 국내선(**sân bay quốc nội**)인지 정확히 말해야 합니다.

Chúng ta sẽ không ~ chứ?

우리 ~하지 말까요?

🎧 201.mp3

Chúng ta sẽ không ~(우리는 ~하지 않을 것이다) 문장 끝에 의문을 나타내는
~ chứ?를 써서 상대방에게 어떤 행위를 하지 말자고 제안하는 표현이 됩니다.

🚩 **STEP 1**

1 우리 싸우지 말까요?
   Chúng ta sẽ không **cãi nhau** chứ?

2 우리 서로 더 간섭하지 말까요?
   Chúng ta sẽ không **can thiệp nhau** chứ?

3 우리 아침 거르지 말까요?
   Chúng ta sẽ không **bỏ bữa sáng** chứ?

4 우리 낭비하지 말까요?
   Chúng ta sẽ không **lãng phí** chứ?

5 우리 할부로 내지 말까요?
   Chúng ta sẽ không **trả góp** chứ?

cãi nhau	싸우다
can thiệp	간섭하다
nhau	서로
bỏ bữa sáng	아침을 거르다
lãng phí	낭비하다
trả góp	할부로 내다

🚩🚩 **STEP 2**

1 **A** Hôm qua em ở đâu? Em làm gì?
       Em đã ở với ai?
   B 우리 서로 더 간섭하지 말까요?

1 **A** 어제 어디 있었어? 뭐 했어?
       누구랑 있었어?
   B Chúng ta sẽ không can thiệp
       nhau chứ?

2 **A** Trời ơi! Lãi suất cao nhỉ.
   B 우리 할부로 내지 말까요?

2 **A** 아이고! 이자가 너무 높네요.
   B Chúng ta sẽ không trả góp chứ?

🔹 **Tip**

오토바이 구매가 최우선
베트남 사람들은 돈을 벌면
가장 먼저 구입하는 것이 오
토바이입니다. 일반적으로
한 달 수입이 우리 돈으로
약 30만원 정도인 베트남 사
람들이 약 100만원의 오토
바이를 사기엔 벅차겠죠. 그
렇기 때문에 무이자 할부 행
사를 이용해서 사는 경우가
많습니다.

Mẫu 202

Không ai ~

아무도 ~ 하지 않아요

의문사 **ai**(누가, 누구) 앞에 부정의 **không**이 붙으면 '아무도 ~하지 않아요'라는 전체 부정의 표현이 되어 '어느 누구도 그렇지 않다'는 뜻이 됩니다.

STEP 1

1 아무도 몰라요.
Không ai biết.

2 아무도 강요하지 않아요.
Không ai ép.

3 아무도 추측할 수 없어요.
Không ai đoán được.

4 아무도 자원하지 않아요.
Không ai xung phong.

5 아무도 책임지지 않아요.
Không ai chịu trách nhiệm.

ép 강요하다
đoán 추측하다
xung phong 자원하다
chịu trách nhiệm 책임지다
buổi gặp mặt 모임, 미팅
đảm nhiệm 담당하다
dự án 프로젝트

STEP 2

1 A Có mấy người đến buổi gặp mặt lần này vậy?
B 아무도 추측할 수 없어요.

2 A Ai sẽ đảm nhiệm dự án này?
B 아무도 자원하지 않아요.

1 A 이번 모임에 몇 명이 올까요?
B Không ai đoán được.

2 A 누가 이번 프로젝트를 담당할 거예요?
B Không ai xung phong.

◆ Tip

주요 모임 장소
베트남 사람은 회식, 동창회, 송년회, 생일 파티 등의 모임을 하면 식당이나 맥줏집에서 만나고 사람에 따라 노래방에 즐겨 가는 편이기도 합니다.

Không đâu bằng + 명사

🎧 203.mp3

~만 한 곳은 없어요

không đâu(어디도 없다) 뒤에 비교급 **[bằng + 명사]**가 붙으면 '~만 한 곳은 없어요' 라는 의미로, '~이 가장 좋은 장소'를 나타냅니다.

STEP 1

1 고향만 한 곳은 없어요.
   Không đâu bằng quê.

2 집만 한 곳은 없어요.
   Không đâu bằng nhà.

3 여기만 한 곳은 없어요.
   Không đâu bằng đây.

4 집 마당만 한 곳은 없어요.
   Không đâu bằng sân nhà.

5 고국만 한 곳은 없어요.
   Không đâu bằng cố quốc.

quê 고향
sân 마당
cố quốc 고국
trồng hoa 꽃을 심다
chăm sóc 돌보다
vườn 정원

STEP 2

1 **A** Anh thích chỗ nào nhất trong nhà anh?
   B Tôi thích sân nhà nhất. Vì tôi có thể trồng hoa ở vườn.
   A 정원을 가꾸기에 집 마당만 한 곳은 없어요.

1 **A** 당신의 집에서 어느 곳을 가장 좋아해요?
   B 나는 집 마당을 가장 좋아해요. 정원에 꽃을 심을 수 있거든요.
   A *Không đâu bằng sân nhà để chăm sóc vườn.*

◆ **Tip**

앞마당은 오토바이 주차장
베트남 사람들은 앞마당을
주로 오토바이를 세워 놓는
주차 공간으로 사용합니다.

238

Không gì + 형용사 + hơn ~

~보다 더 ~한 것은 없어요

🎧 204.mp3

[không gì + 형용사 + hơn ~] 패턴은 hơn 뒤의 비교 대상보다 '더 ~한 것은 없다'는 뜻이 됩니다. 즉 hơn 뒤에 위치한 비교 대상이 '가장 ~한'이라는 최상급의 표현과 같아지겠죠.

STEP 1

1 이 방법보다 더 쉬운 것은 없어요.
Không gì dễ **hơn** cách này.

2 건강보다 더 중요한 것은 없어요.
Không gì quan trọng **hơn** sức khỏe.

3 독립, 자유, 행복보다 더 소중한 것은 없어요.
Không gì quý **hơn** độc lập, tự do, hạnh phúc.

4 이 강의보다 더 유익한 것은 없어요.
Không gì hữu ích **hơn** bài giảng này.

5 그의 목소리보다 더 감미로운 것은 없어요.
Không gì ngọt ngào **hơn** giọng nói của anh ấy.

quan trọng 중요한	
sức khỏe 건강	
quý 소중한, 귀한	
độc lập 독립	
tự do 자유	
hữu ích 유익한	
bài giảng 강의	
ngọt ngào 감미로운	
giọng nói 목소리	

STEP 2

1 **A** Dạo này tôi thấy học tiếng Việt càng ngày càng khó và chán.

B Thế à? Anh đã xem bài giảng này chưa?

A Cái gì đấy?

B Bài giảng này rất hay. <u>**내 생각에 이 강의보다 유익한 것은 없어요.**</u>

1 **A** 요즘 베트남어가 날이 가면 갈수록 어렵고 지루해요.

B 그래요? 이 강의 봤어요?

A 뭔데요?

B 이 강의 정말 좋아요. **Theo tôi không gì hữu ích hơn bài giảng này.**

> 🔖 **Tip**
>
> 베트남 국가 표어
> '독립-자유-행복'은 베트남 국가의 표어이며 대부분의 문서 상단에 적혀 있는 것을 볼 수 있습니다.

음성강의 & 예문 듣기

UNIT 16

원어민처럼 쓰는
필수 주요 패턴

Mẫu 205

một trong những + 명사

~들 중 하나

🎧 205.mp3

숫자 **một**(1)과 **trong**(~ 중에) 뒤에 복수의 뜻을 나타내는 **[những + 명사]**가 붙은 패턴입니다. 복수의 것 중에 하나를 언급할 때 사용합니다.

STEP 1

1 그녀는 회사 동료들 중 하나예요.
Chị ấy là **một trong những** đồng nghiệp công ty.

2 이것은 대표 작품들 중 하나예요.
Đây là **một trong những** tác phẩm tiêu biểu.

3 이 장소는 천국들 중 하나예요.
Nơi này là **một trong những** thiên đường.

4 당신은 가장 위대한 감독들 중 하나예요.
Ông là **một trong những** huấn luyện viên vĩ đại nhất.

5 이 지역은 새로운 실리콘밸리들 중 하나예요.
Khu vực này là **một trong những** thung lũng Silicon mới.

đồng nghiệp 동료
tác phẩm 작품
tiêu biểu 대표하다
thiên đường 천국
huấn luyện viên 감독
vĩ đại 위대한
khu vực 지역
thung lũng Silicon
실리콘밸리
trận đấu 경기
hài lòng 만족하다
cầu thủ 선수
chạy 달리다
khen 칭찬하다

STEP 2

1 **A** Ông nghĩ thế nào về trận đấu này?
B Tôi rất hài lòng. Tất cả mọi cầu thủ đã chạy thật nhiều.
A 사람들이 말하길 당신은 가장 위대한 감독들 중 하나래요.
B Quá khen.

1 **A** 이번 경기에 대해 어떻게 생각하세요?
B 매우 만족합니다. 모든 선수들이 진짜 많이 뛰었어요.
A Người ta nói ông là một trong những huấn luyện viên vĩ đại nhất.
B 과찬입니다.

🔶 **Tip**

베트남의 축구 영웅
베트남 국민의 축구 영웅인 박항서 감독은 2017년 베트남 축구 국가대표팀 감독에 선임됐습니다. 2018년 U-23 축구 선수권 대회에서 베트남 대표팀을 결승에 진출시켜 베트남의 히딩크로 불리기 시작했으며, 2018년 AFF 스즈키컵 우승, 2019년 AFC 아시안컵 8강 진출로 이끌었습니다.

Hình như ~ thì phải

~인 듯해요

🎧 206.mp3

짐작, 추측의 뜻인 **Hình như**(~인 것 같다)와 **thì phải**(아마도, 어쩌면)가 문장 끝에 붙어 '~인 듯해요'라는 뜻을 나타냅니다.

STEP 1

1 겨울이 온 듯해요.
   Hình như mùa đông đã đến **thì phải**.

2 그는 매일 아침 커피를 마시는 듯해요.
   Hình như mỗi sáng anh ấy uống cà phê **thì phải**.

3 다음 주에 한국에서 손님이 한 분 오실 듯해요.
   Hình như tuần sau có một vị khách từ Hàn Quốc đến **thì phải**.

4 오늘 아침에 바람이 매우 강하게 분 듯해요.
   Hình như sáng nay gió thổi mạnh lắm **thì phải**.

5 저분을 전에 어디서 본 듯해요.
   Hình như trước đây đã gặp anh ấy ở đâu **thì phải**.

vị khách 손님
gió 바람
thổi 불다
mạnh 강한
trước đây 예전에
cành cây 나뭇가지
bị gãy 부러지다
tiếng 소리
đưa 옮기다
chậu hoa 화분
vườn 정원

STEP 2

1 **A** Cành cây bị gãy rồi.
   B Tôi biết rồi. **오늘 아침에 바람이 매우 강하게 분 듯해요.**
   A Tôi cũng đã nghe tiếng gió thổi mạnh.
   B Chúng ta phải đưa tất cả chậu hoa đang ở ngoài vườn vào trong nhà.

1 **A** 나뭇가지가 부러졌어요.
   B 나도 이미 알아요. **Hình như sáng nay gió thổi mạnh lắm thì phải.**
   A 나도 강한 바람 소리를 들었어요.
   B 우리는 정원 밖에 있는 모든 화분을 집 안으로 들여놔야 해요.

🍃 Tip

식물 관련 어휘

cây	나무
cành cây	나뭇가지
lá	잎
rễ	뿌리
cỏ	풀
nụ hoa	꽃봉오리
cánh hoa	꽃잎

so với A thì B + 형용사 + hơn

A와 비교하면 B가 더 ~해요

🎧 207.mp3

so는 '비교하다' 뜻의 동사로 접속사 **với**(와, 과)와 함께 쓰여 '~과 비교하다'라는 의미입니다. 이 뒤에 ~ **thì**(~이면)와 [**형용사 + hơn**](더 ~한)이 붙으면서 'A와 비교하면 B가 더 ~해요'라는 뜻이 됩니다.

STEP 1

1 고양이와 비교하면 호랑이가 더 커요.
   So với mèo thì hổ to hơn.

2 자전거와 비교하면 오토바이가 더 빨라요.
   So với xe đạp thì xe máy nhanh hơn.

3 저 컴퓨터와 비교하면 이 컴퓨터가 더 편리해요.
   So với máy tính kia thì máy tính này tiện lợi hơn.

4 양력 설과 비교하면 음력 설이 더 늦게 와요.
   So với Tết dương thì Tết âm đến chậm hơn.

5 남성과 비교하면 10개의 여성 직업이 돈을 더 적게 벌어요.
   So với nam giới thì 10 nghề phụ nữ kiếm ít tiền hơn.

mèo 고양이
hổ 호랑이
to 큰
máy tính ①컴퓨터 ②계산기
tiện lợi 편리한
Tết dương 양력 설
Tết âm 음력 설
nam giới 남성
phụ nữ 여성
kiếm tiền 돈을 벌다
trưng bày 전시하다
đô (la) 달러

STEP 2

1 **A** Anh có tìm hãng máy tính gì không?

  B Cái máy tính được trưng bày ở kia bao nhiêu tiền?

  A Cái kia 800 đô la. **Nhưng so với máy tính kia thì máy tính này tiện lợi hơn.**

1 **A** 찾는 컴퓨터 브랜드 있어요?

  B 저쪽에 전시되어 있는 컴퓨터는 얼마예요?

  A 저것은 800달러예요. **Nhưng so với máy tính kia thì máy tính này tiện lợi hơn.**

◆ Tip

최대 명절
베트남에서 가장 큰 명절은 설(음력 1월 1일)이고, 설날에는 모든 사람들이 고향의 가족과 친지를 방문합니다.

Mẫu 208

~ gì mà + 형용사 + thế

무엇 ~하길래 그렇게 ~해요

어떤 일에 대한 놀라움이나 의아함을 표현할 때 사용하는 패턴으로 상황에 따라 다소 부정적인 뉘앙스를 전달할 수 있습니다.

STEP 1

1 뭘 하길래 그렇게 오래 걸려요!
Làm gì mà lâu thế!

2 무슨 이유가 있길래 그렇게 깐깐하게 굴어요!
Có lý do gì mà khó tính thế!

3 앉아서 뭘 보길래 그렇게 빠져들었어!
Em ngồi nhìn gì mà say mê thế!

4 무슨 약이길래 그렇게 써요!
Thuốc gì mà đắng thế!

5 무슨 일이 있길래 그렇게 소란스러워요!
Có chuyện gì mà om sòm thế!

khó tính 까다로운, 깐깐한	
say mê 심취하다, 몰입하다	
đắng 쓴	
om sòm 시끄러운, 소란스러운	
nửa tiếng 30분	
nói suông 말로 때우다	
nhầm 잘못 알다	
mời cơm 식사 대접하다	

STEP 2

1 **A** Chị phải đợi nửa tiếng. Thông cảm chị.
　 B Không được nói suông …. **뭘 하길래 그렇게 오래 걸려요!**
　 A Tôi nhầm thời gian rồi. Tôi sẽ mời cơm.

1 **A** 30분 기다리셔야 해요. 양해해 줘요, 누나.
　 B 맨입으로는 안 되죠 …. **Làm gì mà lâu thế!**
　 A 시간을 잘못 알았어요. 내가 밥 살게요.

◆ Tip

모임
베트남 사람들의 취미 중 하나는 모임입니다. 친구나 가족, 친척끼리 모여 식사를 하고 술도 마시며 이야기를 나눕니다.

Mẫu 209

Dù sao (thì) ~

어차피 ~, 아무튼 ~, 어쨌든 ~

Dù sao thì ~ / Dù sao đi nữa ~는 '어차피~, 아무튼 ~, 어쨌든~'의 뜻으로 문맥에 따라 해석이 가능한 패턴입니다. **thì**는 생략 가능합니다.

STEP 1

1 아무튼 나는 여전히 오빠를 사랑해.
   Dù sao thì em vẫn yêu anh.

2 어쨌든 인생은 여전히 아름다워요.
   Dù sao đời vẫn đẹp.

3 어차피 나는 아웃사이더예요.
   Dù sao tôi là người ngoài.

4 어쨌든 지구는 여전히 돌아요.
   Dù sao thì trái đất vẫn quay.

5 어차피 산다면 행복하게 살아야 한다.
   Dù sao thì nếu sống thì phải sống hạnh phúc.

đời 삶, 인생
ngoài 밖
trái đất 지구
quay 돌다
đám tang 장례식
qua đời 돌아가시다
cảm giác mất mát 상실감
mạnh mẽ 강한

STEP 2

1 **A** Tôi đã đi đám tang về. Bố của bạn tôi qua đời rồi.

  B Trời ơi! Bạn ấy thế nào?

  A Bạn ấy có cảm giác mất mát lớn. Nhưng bạn ấy cũng rất mạnh mẽ.
     그 친구가 말하길 어쨌든 지구는 여전히 돈대요.

1 **A** 나 막 장례식에 다녀왔어요. 내 친구가 아버지를 잃었어요.

  B 아이고! 친구는 어때?

  A 그 친구는 상실감이 커요. 그러나 매우 강해요.
     Bạn ấy nói rằng dù sao thì trái đất vẫn quay.

🔷 Tip

장례식 문화
베트남의 장례식은 보통 이틀 정도에 걸쳐 치러지며 화장이나 매장을 합니다.

~ hay ~ không liên quan gì

🎧 210.mp3

~하든 ~하든 상관없어요

A hay B(A 또는 B) 뒤에 **liên quan**(연관되다, 관계되다)의 부정형 **không liên quan** 과 **gì**(무엇)가 문장 맨 뒤에 쓰여 전체 부정의 뜻이 됩니다.

STEP 1

1 그가 가든 내가 가든 상관없어요.
Anh ấy đi hay **tôi đi** không liên quan gì.

2 서로 같든 틀리든 상관없어요.
Giống nhau hay **khác nhau** không liên quan gì.

3 옵션 1이든 옵션 2든 상관없어요.
Lựa chọn 1 hay **lựa chọn 2** không liên quan gì.

4 품질이 좋든 양이 많든 상관없어요.
Chất lượng tốt hay **số lượng nhiều** không liên quan gì.

5 안 좋은 결과가 있든 좋은 결과가 있든 상관없어요.
Có hậu quả hay **có kết quả tốt** không liên quan gì.

giống nhau 서로 같다
khác nhau 서로 다르다
lựa chọn 옵션
chất lượng 품질
số lượng 양
hậu quả 안 좋은 결과
kết quả 좋은 결과
hơn nữa 게다가
phụ trách 담당하다,
책임을 지다

STEP 2

1 **A** Ai sẽ đi công tác sắp tới ở Mỹ?

   B <u>그가 가든 내가 가든 상관없어요.</u>

   A Công tác này rất quan trọng mà sao không liên quan?

       Hơn nữa em là người phụ trách mà.

1 **A** 누가 곧 다가오는 미국 출장에 가?

   B Anh ấy đi hay tôi đi không liên quan gì.

   A 이 출장 매우 중요한데 왜 상관없어? 게다가 너는 책임자잖아.

🔷 **Tip**

빈부 격차

베트남의 빈부 격차는 상당히 큰 편입니다. 부자인 사람은 품질을 중시하고 그렇지 않은 경우는 양을 중시하는 경향이 있습니다.

Mẫu 211

Đang nghĩ xem có nên + 동사 + hay không

~할까 말까 생각 중이에요

211.mp3

đang(~하는 중이다)은 현재 진행 시제이고, [**nên** + **동사**](~해야 한다) 앞에 **có**는 강조하는 역할로 특별한 뜻은 없습니다.

STEP 1

1 자원봉사자를 고용할까 말까 생각 중이에요.
Đang nghĩ xem có nên **tuyển tình nguyện viên** *hay không.*

2 사랑니를 뺄까 말까 생각 중이에요.
Đang nghĩ xem có nên **nhổ răng khôn của mình** *hay không.*

3 사직할까 말까 생각 중이에요.
Đang nghĩ xem có nên **từ chức** *hay không.*

4 이 일에 계속 노동력을 더 헛되이 쓸까 말까 생각 중이에요.
Đang nghĩ xem có nên **tiếp tục phí sức cho công việc này nữa** *hay không.*

5 어린이 보호에 목숨을 걸어야 할까 말까 생각 중이에요.
Đang nghĩ xem có nên **liều mạng bảo vệ đứa trẻ** *hay không.*

tuyển 고용하다
tình nguyện viên 자원봉사자
nhổ 뽑다
răng khôn 사랑니
từ chức 사직하다
tiếp tục 계속
phí sức 노동력을 헛되이 쓰다
liều mạng 목숨을 걸다
bảo vệ 보호하다
khu vực 지역, 구역
bị thiên tai 자연 재해를 입다
thiết lập 설치하다, 설립하다
hệ thống 시스템
khôi phục 복구하다
thiệt hại 재해
nhân lực 인력
thiếu 부족한

STEP 2

1 A Khu vực này bị thiên tai. Chúng ta phải thiết lập hệ thống khôi phục thiệt hại.

B Nhưng nhân lực thiếu.

A Đúng rồi. **자원봉사자를 고용할까 말까 생각 중이에요.**

1 A 이 구역은 자연 재해를 입었어요. 우리는 재해 복구 시스템을 구축해야 해요.

B 그러나 인력이 부족해요.

A 맞습니다. *Đang nghĩ xem có nên tuyển tình nguyện viên hay không.*

> ◆ **Tip**
>
> 대학생 봉사 활동
> 베트남은 54개 민족으로 이루어져 있는데, 대다수를 이루는 Kinh족을 제외한 53개 소수 민족은 고원 지대나 바닷가 근처에서 생활합니다. 그래서 대학생들은 교육의 혜택을 받지 못한 53개 소수민족을 위한 봉사 활동을 합니다.

Mẫu 212

không thể không ~
~하지 않을 수 없다

không thể(~할 수 없다)의 뒤에 부정의 **không**이 붙어서 이중 부정이 됩니다. 즉 '~할 수밖에 없다'는 뜻이 되겠죠.

STEP 1

1 개혁하지 않을 수 없어요.
   Không thể không cải cách.

2 연구하지 않을 수 없어요.
   Không thể không nghiên cứu.

3 사랑하지 않을 수 없어요.
   Không thể không yêu.

4 최저 임금을 늘리지 않을 수 없어요.
   Không thể không tăng lương tối thiểu.

5 그의 용기에 감명하지 않을 수 없어요.
   Chúng tôi **không thể không** cảm phục lòng dũng cảm của anh ấy.

cải cách 개혁하다
nghiên cứu 연구하다
tăng lương 급여를 올리다
tối thiểu 최소한의
cảm phục 감명하다
lòng 마음
dũng cảm 용감한
tiêu cực tham nhũng 부정 부패
lan rộng 퍼지다
ngăn cản 저지하다
quốc gia 국가

STEP 2

1 **A** Tiêu cực tham nhũng đang lan rộng trong xã hội.
   B Điều này ngăn cản sự phát triển của quốc gia.
   A 발전하기 위해서 개혁하지 않을 수 없어요.

1 **A** 부정 부패가 사회에 만연해 있어요.
   B 이것이 국가 발전을 저해합니다.
   A Để phát triển không thể không cải cách.

◀ Tip

최저 임금
베트남은 지역에 따라 최저 임금이 다릅니다. 4지역으로 구분되어 있는데, 지역 1에 속하는 하노이 시와 호찌민 시는 2019년에 월 최저 임금이 4,180,000동입니다.

Mẫu 213

Nếu ~ thì tốt biết mấy

~하면 얼마나 좋겠어요

Nếu ~ thì ~(만일 ~하면 ~하다)와 **tốt biết mấy**(얼마나 좋을까)가 합쳐져 희망, 소망에 대해 표현합니다.

⭐ STEP 1

1 내년에 여기 또 온다면 얼마나 좋겠어요.
   Sang năm nếu được đến đây nữa thì tốt biết mấy.

2 오빠가 내 옆에 평생 있으면 얼마나 좋겠어요.
   Nếu anh ở bên cạnh tôi cả đời thì tốt biết mấy.

3 이것을 더 일찍 알았다면 얼마나 좋겠어요.
   Nếu được biết những điều này sớm hơn thì tốt biết mấy.

4 대학 시절로 돌아갈 수 있으면 얼마나 좋겠어요.
   Nếu chúng ta có thể quay lại thời đại học thì tốt biết mấy.

5 가끔 나는 내 자식이 안 자라면 얼마나 좋을까라고 생각해요.
   Đôi khi tôi nghĩ nếu con không lớn lên thì tốt biết mấy.

sang năm 내년	
bên cạnh 옆쪽	
cả đời 평생, 일생	
quay lại 돌아가다	
thời 때	
đôi khi 때때로	
lớn lên 자라다	
trôi 경과하다, (시간이) 지나다	

⭐⭐ STEP 2

1 A Thời gian trôi nhanh quá nhỉ! Cháu ấy đã 7 tuổi rồi.
  B Đúng rồi. Cháu nó vào trường từ năm sau.
     가끔 나는 내 자식이 안 자라면 얼마나 좋을까라고 생각해요.
  A Tôi hiểu chị.

1 A 시간이 진짜 빨리 가네요! 조카가 벌써 7살이 되었어요.
  B 맞아요. 내년부터 학교 가요.
     Đôi khi tôi nghĩ nếu con không lớn lên thì tốt biết mấy.
  A 당신을 이해해요.

◆ Tip

학제
베트남은 보통 7세에 초등학교에 입학합니다. 한국과 달리 초등학교는 5년, 중학교 4년, 고등학교는 3년의 교육을 받습니다.

không ~ thì không được

~하지 않으면 안 돼요

🎧 214.mp3

'~하지 않으면 안 돼요', 즉 '~해야 한다'는 의무의 뜻을 나타냅니다.

★ STEP 1

1 기름을 넣지 않으면 안 돼요.
Không đổ xăng thì không được.

2 기한에 맞게 납품하지 않으면 안 돼요.
Không giao hàng đúng hạn thì không được.

3 지금 전화를 끊지 않으면 안 돼요.
Bây giờ không ngắt máy thì không được.

4 충치를 때우지 않으면 안 돼요.
Không hàn răng sâu thì không được.

5 오해를 풀지 않으면 안 돼요.
Không giải tỏa hiểu lầm thì không được.

đổ xăng 기름을 넣다, 주유하다
giao hàng 납품하다
đúng hạn 기한에 맞게
ngắt máy 전화 끊다
hàn 때우다
răng sâu 충치
giải tỏa 풀다
hiểu lầm 오해

★★ STEP 2

1 **A** Ở gần đây có trạm xăng không? Sắp hết xăng rồi.

B Tôi nhớ một trạm xăng ở cuối đường này.

A Trên đường đi, không có trạm xăng nào cả. **기름을 넣지 않으면 안 돼요.**

1 **A** 여기 근처에 주유소 있어요? 기름이 곧 다 떨어지겠어요.

B 이 길 끝에 주유소 하나가 있던 걸로 기억해요.

A 가는 길에 주유소가 하나도 없어요. **Không đổ xăng thì không được.**

◆ **Tip**

오토바이 주유
베트남 사람들은 오토바이에 기름을 넣을 때 보통 5만동 어치를 넣습니다. 5만동어치를 넣으면 일주일 정도를 탈 수 있습니다.

chỉ ~ thì làm sao
그냥 ~하면 어떡해요

chỉ(단지, 그냥) 뒤에 동사가 붙고 thì(~하면) 뒤에 làm sao(어떻게)가 쓰여 '그냥 ~하면 어떡해요'라는 뜻을 나타냅니다.

STEP 1

1 이렇게 그냥 놔두면 어떡해요.
Chỉ để như vậy thì làm sao.

2 그냥 빈손으로 오면 어떡해요.
Chỉ đến tay không thì làm sao.

3 그냥 취미로만 하면 어떡해요.
Chỉ làm như sở thích thôi thì làm sao.

4 이 일을 그냥 넘어가면 어떡해요.
Chỉ bỏ qua việc này thì làm sao.

5 반 이상을 그냥 찍으면 어떡해요.
Chỉ chọn đại hơn một nửa thì làm sao.

để 두다, 놓다
như vậy 이렇게
tay không 맨손의
bỏ qua 간과하다, 넘어가다
chọn đại 찍다
một nửa 절반
hoàn toàn 완전히
bó 묶다
dù thế thì 그렇다고 해서
tùy ý 맘대로

STEP 2

1 A Tôi hoàn toàn bó tay bó chân với việc này rồi.
　B <u>그렇다고 해서 이렇게 그냥 놔두면 어떡해요.</u>
　A Anh thích làm sao thì làm tùy ý.

1 A 나는 이 일에 두 손 두 발 다 들었어요.
　B Dù thế thì chỉ để như vậy thì làm sao.
　A 당신 맘대로 하세요.

🔖 Tip
관용 표현:
bó tay bó chân
bó 뒤에 tay(손)과 chân (발)이 붙어 '손과 발이 묶였다', 즉 '두 손 두 발 다 들었다'는 뜻으로 사용합니다.

Mẫu 216

Nếu ~ thì không được ~

만일 ~하면 ~안 돼요

🎧 216.mp3

Nếu ~ thì ~(만일 ~하면 ~해요)에 **không được ~**(~ 안 돼요)이 결합된 표현입니다.

STEP 1

1 만일 이러한 문신 그림이 있으면 병역에 참가가 안 돼요.
Nếu có xăm hình như thế này **thì không được** tham gia nghĩa vụ quân sự.

2 만일 임신 10개월이면 비행기 탑승이 안 돼요.
Nếu phụ nữ mang thai 10 tháng rồi **thì không được** lên máy bay.

3 만일 인후염에 걸리면 얼음물을 마시면 안 돼요.
Nếu bị viêm họng **thì không được** uống nước đá.

4 만일 국제 운전 면허증만 있으면 승낙이 안 돼요.
Nếu chỉ có bằng lái xe quốc tế **thì không được** chấp nhận.

5 만일 남녀가 혼인 신고를 안 했는데 같이 살면 법적으로 부부로 인정 안 돼요.
Nếu nam, nữ không đăng ký kết hôn mà chung sống với nhau **thì không được** pháp luật công nhận là vợ chồng.

xăm hình 문신	
tham gia 참가하다	
nghĩa vụ 의무	
quân sự 군사	
phụ nữ 여성, 여자	
mang thai 임신하다	
viêm họng 인후염	
nước đá 얼음물	
bằng lái xe 운전 면허증	
chấp nhận 승낙하다, 수락하다	
nam nữ 남녀	
đăng ký 신청하다, 등록하다	
chung 함께, 같이	
pháp luật 법률	
công nhận 공인하다, 승인하다	
vợ chồng 부부	

STEP 2

1 A Không biết phải làm như thế nào. Tôi bị viêm họng rồi.
B Trời ơi! Nhưng anh đang uống cái này à?
만일 인후염에 걸리면 얼음물을 마시면 안 돼요.

1 A 어떻게 해야 할지 모르겠어요. 나는 인후염에 걸렸어요.
B 아이고! 그런데 이것을 마시고 있는 거예요?
Nếu bị viêm họng thì không được uống nước đá.

🔶 **Tip**

군대
베트남에서는 군대를 보통 18세부터 갈 수 있고, 기간은 24개월입니다. 현재는 병역제가 의무가 아니지만 의무화시키기 위한 제도가 꾸준히 제안되고 있습니다.

🎧 217.mp3

có thể + 동사 + cho tôi chứ?

~ 정도는 해 줄 수 있죠?

[có thể + 동사](~할 수 있다)와 cho tôi(나를 위해) 뒤에 chứ?(~하죠)를 붙여 상대에게 어떤 행위를 부탁할 때 사용합니다.

STEP 1

1 서류 정리 정도는 해 줄 수 있죠?
Anh **có thể** sắp xếp hồ sơ **cho tôi chứ**?

2 짐 옮기는 것 정도는 해 줄 수 있죠?
Anh **có thể** mang hành lý **cho tôi chứ**?

3 하루 유예하는 것 정도는 해 줄 수 있죠?
Anh **có thể** kéo dài thêm một ngày **cho tôi chứ**?

4 메시지 남겨 주는 것 정도는 해 줄 수 있죠?
Anh **có thể** để lại tin nhắn **cho tôi chứ**?

5 내일 아침에 모닝콜 정도는 해 줄 수 있죠?
Anh **có thể** gọi báo thức vào sáng ngày mai **cho tôi chứ**?

sắp xếp 정리하다
hồ sơ 서류
mang 운반하다
hành lý 짐
kéo dài 오래 끌다, 연장하다
để lại 남기다
tin nhắn 메시지
gọi báo thức 전화해서 깨우다
thời hạn cuối cùng 마감 기한

STEP 2

1 **A** Sắp đến thời hạn cuối cùng.

　 B Em lo quá! 하루 유예하는 것 정도는 해 줄 수 있죠?

　 A Không thể như thế được.

1 **A** 마감 기한이 거의 다 됐어요.

　 B 너무 걱정이네요! Anh có thể kéo dài thêm một ngày cho tôi chứ?

　 A 그렇게는 안 돼요.

🔖 **Tip**

아침 기상 시간
베트남 사람은 아침에 운동하는 경우 보통 5시에 기상을 하며 운동하지 않고 출근하는 사람들은 6~7시에 일어나는 편입니다.

Mẫu 218

làm sao mà ~ được

어떻게 ~할 수 있겠어요

làm sao mà(어째서) 뒤에 **[동사 + được]**(~할 수 있다)이 붙어 '어떻게 ~할 수가 있어요!'라는 뜻으로, '~할 수 없다'는 뜻과 비슷한 표현입니다.

STEP 1

1 어떻게 알 수 있겠어요!
Làm sao mà biết được!

2 어떻게 들을 수 있겠어요!
Làm sao mà nghe được!

3 어떻게 참을 수 있겠어요!
Làm sao mà chịu nổi được!

4 어떻게 믿을 수 있겠어요!
Làm sao mà tin được!

5 어떻게 잊을 수 있겠어요!
Làm sao mà quên được!

chịu nổi 참다
tin 믿다
quên 잊다

STEP 2

1 **A** Anh hiểu anh ấy nói gì không?

B Dĩ nhiên không hiểu được. Còn bạn?

A Tôi cũng vậy. 그렇게 빨리 얘기하는데 어떻게 들을 수 있겠어요!

1 **A** 그가 뭐라고 하는지 이해해요?

B 당연히 이해 안되죠. 당신은요?

A 나도 마찬가지예요. *Nói nhanh như thế thì làm sao mà nghe được!*

◆ Tip

말 속도

베트남 사람들의 말하는 속도가 빠르게 들리지만 사실상 베트남 사람의 말은 빠르지 않습니다. 외국어를 배우는 외국인의 입장에서 그렇게 느껴지는 것뿐입니다.

254

Lẽ ra không nên ~

~하지 말았어야 했어요

🎧 219.mp3

Lẽ ra(당연히) 뒤에 **không nên ~**(~해서는 안 된다)이 결합되어 '~하지 말았어야 했어요'라는 뜻을 나타냅니다.

STEP 1

1 모른 체하지 말았어야 했어요.
   Lẽ ra không nên õm ờ.

2 그렇게 말하지 말았어야 했어요.
   Lẽ ra không nên nói như vậy.

3 돈을 아끼지 말았어야 했어요.
   Lẽ ra không nên tiếc tiền.

4 기회를 놓치지 말았어야 했어요.
   Lẽ ra không nên bỏ lỡ cơ hội.

5 너무 자만하지 말았어야 했어요.
   Lẽ ra không nên có quá tự mãn.

õm ờ 모른 체하는
tiếc tiền 돈을 아까워 하는
bỏ lỡ 잃다
cơ hội 기회
tự mãn 자만
điều hòa 에어컨
kêu to 소리가 크다
vấn đề 문제

STEP 2

1 **A** Điều hòa lại kêu to nhỉ.
   B Thấy chưa. Giá rẻ thì chắc chắn có một vấn đề gì đó mà.
   A <u>**돈을 아끼지 말았어야 했어요.**</u>

1 **A** 에어컨이 작동할 때 또 소리가 크네.
   B 그것 봐요. 가격이 싸면 확실히 무슨 문제가 있잖아요.
   A Lẽ ra không nên tiếc tiền.

🔊 Tip

남부 사람의 성향
사람마다 차이는 있지만 남부 사람들은 미래를 위한 저축을 하기보다 오늘 또는 내일을 위해 즐기는 편입니다.

Mẫu 220

명사 + nào cũng được

어느 ~이든지 돼요

[**명사 + nào**]는 '어느 ~', **cũng được**는 '~도 돼요'라는 뜻으로, 함께 써서 '어느 ~든지 된다'는 뜻을 나타냅니다.

STEP 1

1 어느 것이든지 돼요.
Cái nào cũng được.

2 어느 사람이든지 돼요.
Người nào cũng được.

3 어느 방법이든지 돼요.
Cách nào cũng được.

4 어느 때든지 돼요.
Lúc nào cũng được.

5 어느 장소든지 돼요.
Nơi nào cũng được.

cách 방법
nơi 장소
mở rộng 확대하다
thị trường 시장
khu vực 지역
đại lý 지점, 에이전시
thuận lợi 편리한

STEP 2

1 A Chúng ta cần mở rộng thị trường ở khu vực này. Anh nghĩ sao?
B Tôi nghĩ rằng có một đại lý ở khu vực này thì sẽ tốt. Chúng ta cần nói chuyện với nhau nữa. Mấy giờ chị thấy thuận lợi?
A 어느 때든지 돼요.

1 A 우리는 이 지역에 시장을 확대할 필요가 있어요. 어떻게 생각하세요?
B 나는 이 지역에 에이전시 하나가 있으면 좋을 것이라고 생각해요. 우리는 더 얘기를 나눌 필요가 있겠어요. 몇 시가 편하세요?
A Lúc nào cũng được.

Tip

미팅 시간
베트남 사람들은 퇴근 후의 미팅보다는 점심시간, 또는 업무 시간에 미팅하는 것을 선호합니다.

256

Không ~ từ bây giờ thì không được

221.mp3

지금부터 ~하지 않으면 안 돼요

Không ~ từ bây giờ thì는 '지금부터 ~ 하지 않으면'이라는 뜻이며, 그 뒤에 **không được**(안 되다)이 붙은 표현입니다.

STEP 1

1 물건을 지금부터 준비하지 않으면 안 돼요.
Không chuẩn bị hàng từ bây giờ thì không được.

2 품질을 지금부터 개선하지 않으면 안 돼요.
Không cải tiến chất lượng từ bây giờ thì không được.

3 지금부터 작성하지 않으면 안 돼요.
Không soạn thảo từ bây giờ thì không được.

4 지금부터 유통하지 않으면 안 돼요.
Không phân phối từ bây giờ thì không được.

5 지금부터 상품을 시장에 출시하지 않으면 안 돼요.
Không tung sản phẩm ra thị trường từ bây giờ thì không được.

chuẩn bị 준비하다
cải tiến 개선하다
chất lượng 품질, 질
soạn thảo 작성하다
phân phối 분배하다, 유통하다
tung ra 출시하다
sản phẩm 상품
thị trường 시장
tăng 오르다, 늘리다
doanh số 매출
quý 분기

STEP 2

1 **A** Để tăng doanh số trong quý 1 năm nay, công ty chúng ta phải làm gì?
B 품질을 지금부터 개선하지 않으면 안 돼요.
A Nhưng chất lượng thì cũng cao rồi so với hàng công ty khác.

1 **A** 올 1사분기 매출을 늘리기 위해, 우리 회사는 뭘 해야만 할까요?
B Không cải tiến chất lượng từ bây giờ thì không được.
A 하지만 품질은 다른 회사 상품에 비해 이미 높아요.

Tip

인기 있는 한국 제품
한국의 유명한 브랜드인 삼성, 현대, LG 등의 제품은 품질이 좋기 때문에 인기가 많습니다.

Mẫu
222

chỉ cần ~ là được
~하기만 하면 돼요

chỉ cần ~(~만 필요해요) 뒤에 **là được**이 붙으면서 '~하기만 하면 돼요'라는 표현이 됩니다.

STEP 1

1 나한테 돌려주기만 하면 돼요.
Chỉ cần trả tôi **là được**.

2 비행기 표만 사면 돼요.
Chỉ cần mua vé máy bay **là được**.

3 거기에 가만히 앉아 있기만 하면 돼요.
Chỉ cần ngồi yên ở đó **là được**.

4 신기에 편안하기만 하면 돼요.
Chỉ cần mang thấy thoải mái **là được**.

5 빨랫감을 세탁기 안에 넣기만 하면 돼요.
Chỉ cần mang đồ giặt đến cho vào máy giặt **là được**.

trả 돌려주다
ngồi 앉다
yên 조용한, 가만히 있는
mang ①(신발을) 신다
②가지고 가다
thoải mái 편안한
đồ giặt 빨랫감
máy giặt 세탁기
tiêu chuẩn 기준
chọn 고르다
tài liệu 자료

STEP 2

1 A Chị có tiêu chuẩn gì đặc biệt khi chọn giày không?
B <u>신기에 편안하기만 하면 돼요.</u>

1 A 신발 고를 때 특별한 기준이 있어요?
B Chỉ cần mang thấy thoải mái là được.

2 A Tôi mượn tài liệu được không?
B Tất nhiên rồi. <u>보고 나서, 나한테 돌려주기만 하면 돼요.</u>

2 A 자료 좀 빌릴 수 있을까요?
B 당연하죠. Sau khi xem, chỉ cần trả tôi là được.

◆ Tip

스포츠 브랜드 제조 공장
베트남에는 유명 스포츠 브랜드의 제조 공장이 많습니다. 그래서 유명 브랜드 운동화에서도 MADE in VIETNAM의 라벨을 쉽게 볼 수 있습니다.

258

Mẫu 223

Nếu có thể thì ~

가능하다면 ~해요

이 패턴은 **Nếu ~ thì ~**(만일 ~하면 ~해요)와 **có thể**(할 수 있다)가 합쳐져 '가능하다면 ~해요'라는 뜻을 나타냅니다.

🎧 223.mp3

STEP 1

1 가능하다면 기회를 잡으세요.
Nếu có thể thì hãy nắm bắt cơ hội.

2 가능하다면 돈을 낭비해서는 안 돼요.
Nếu có thể thì không nên phí tiền.

3 가능하다면 사업 협력을 함께 하길 원해요.
Nếu có thể thì muốn cùng hợp tác làm ăn với nhau.

4 가능하다면 경험이 있는 사람으로부터 참고를 더 해야 해요.
Nếu có thể thì phải tham khảo thêm từ người có kinh nghiệm.

5 가능하다면 반드시 서로 정중해야 해요.
Nếu có thể thì nhất định phải trân trọng nhau.

nắm bắt 잡다
cơ hội 기회
phí tiền 돈을 낭비하는
hợp tác 협력하다
làm ăn 사업하다
tham khảo 참고하다
thêm 더하다, 추가하다
kinh nghiệm 경험
nhất định 반드시, 확실히
trân trọng 정중하다
hàng mẫu 샘플 상품

STEP 2

1 **A** Tôi có thể xem các hàng mẫu được không?

B Được. Máy giặt này là mẫu hàng mới nhất của chúng tôi.

A **가능하다면 사업 협력을 함께 하길 원해요.**

1 **A** 샘플들을 볼 수 있을까요?

B 가능합니다. 이 세탁기는 저희의 신상품 모델입니다.

A Nếu có thể thì muốn cùng hợp tác làm ăn với nhau.

> 💧 **Tip**
>
> **돈을 낭비할 때**
> 베트남에서 돈을 낭비하는 상황을 가리켜 **Tiêu tiền như rác.**(돈을 쓰레기처럼 쓴다.) 또는 **Tiêu tiền như nước.**(돈을 물처럼 쓴다.)이라고 합니다.

Mẫu 224

suýt nữa thì ~

하마터면 ~할 뻔했어요

일어날 수 있었을 뻔한 상황에 대해 말할 때 사용합니다.

STEP 1

1 하마터면 충격 받을 뻔했어요.
Suýt nữa thì tôi bị sốc.

2 하마터면 오해할 뻔했어요.
Suýt nữa thì tôi hiểu lầm.

3 하마터면 큰일 날 뻔했어요.
Suýt nữa thì xảy ra việc nghiêm trọng.

4 하마터면 그 약속을 잊을 뻔했어요.
Suýt nữa thì tôi quên cuộc hẹn đó.

5 하마터면 사무실 안 꽃병을 깰 뻔했어요.
Suýt nữa thì tôi làm vỡ bình hoa trong văn phòng.

bị sốc 충격 받다
hiểu lầm 오해하다
xảy ra 일어나다, 발생하다
nghiêm trọng 심각한
quên 잊다
cuộc hẹn 약속
vỡ 깨뜨리다
bình hoa 꽃병
văn phòng 사무실
hồi nãy 방금 전에, 좀 전에
bỗng nhiên 갑자기
chạy ào 달려들다
trước mặt 바로 앞(면전)

STEP 2

1 **A** Hồi nãy, bỗng nhiên chiếc xe máy chạy ào qua trước mặt mình.
B 하마터면 큰일 날 뻔했네요.

2 **A** Anh nhớ có cuộc hẹn hò vào cuối tuần này chứ?
B 당연하죠! (하마터면 그 약속을 잊을 뻔했어 ….)

1 **A** 좀 전에, 갑자기 오토바이가 제 바로 앞으로 지나갔어요.
B Suýt nữa thì xảy ra việc nghiêm trọng.

2 **A** 이번 주말에 데이트 있는 거 기억하죠?
B Dĩ nhiên rồi! (Suýt nữa thì tôi quên cuộc hẹn đó ….)

> **Tip**
>
> 횡단보도 건널 때
> 베트남에서 길을 건널 때는 가급적 신호등, 횡단보도를 이용해야 하며 불가피하게 오토바이가 몰려 오는 경우 오토바이 운전자와 눈을 마주치면 지나가지 말고 먼저 오토바이가 지나갈 때까지 기다려야 합니다.
>
> 길 건너는 방법:
> https://youtu.be/ OQQiNkBVkrE 참고

Mẫu 225

~ đáng lẽ ra đã phải + 동사

🎧 225.mp3

~했어야 했어요

과거에 하지 못한 일에 대해 후회하는 뉘앙스로 사용합니다.

STEP 1

1 우리는 현지에 공장을 지었어야 했어요.
Chúng tôi đáng lẽ ra đã phải xây dựng nhà máy ở bản địa.

2 상품 가격은 올랐어야 했어요.
Giá sản phẩm đáng lẽ ra đã phải tăng.

3 걔는 이 자리에 나타났어야 했어요.
Nó đáng lẽ ra đã phải xuất hiện ở chỗ này.

4 나는 능동적으로 배우자를 찾았어야 했어요.
Tôi đáng lẽ ra đã phải chủ động tìm kiếm người bạn đời.

5 프로젝트는 연기됐어야 했어요.
Dự án đáng lẽ ra đã phải bị hoãn.

xây dựng 건설하다, 세우다
nhà máy 공장
bản địa 현지
giá 가격
sản phẩm 상품
tăng 증가하다, 오르다
xuất hiện 나타나다
chủ động 능동적으로
tìm kiếm 찾다
người bạn đời 배우자
dự án 프로젝트
bị hoãn 연기되다, 지연되다
phí 비용
vận chuyển 운송하다
ngân sách 예산
thiếu 부족한

STEP 2

1 A Phí vận chuyển bằng tàu biển càng ngày càng cao.
　B **우리는 현지에 공장을 지었어야 했어요.**
　A Nhưng ngân sách thiếu quá!

1 A 선적 비용이 날이 가면 갈수록 높아집니다.
　B Chúng tôi đáng lẽ ra đã phải xây dựng nhà máy ở bản địa.
　A 그러나 예산이 너무 부족해요!

🔹 **Tip**

베트남 현지 삼성전자 법인
베트남 북부 타이 응우옌(Thái Nguyên)과 박닝(Bắc Ninh), 남부 호찌민시(Thành Phố Hồ Chí Minh)에 삼성전자 법인이 위치해 있습니다.

~ là trên hết

~이 우선이에요

🎧 226.mp3

우리나라의 '○○ 제일'과 비슷한 의미로 가장 중시하고 우선시하는 것을 표현할 때 사용합니다.

STEP 1

1 안전이 우선이에요.
   An toàn là trên hết.

2 가족이 우선이에요.
   Gia đình là trên hết.

3 손님이 우선이에요.
   Khách hàng là trên hết.

4 건강이 우선이에요.
   Sức khỏe là trên hết.

5 사람 목숨이 우선이에요.
   Tính mạng con người là trên hết.

an toàn 안전
khách hàng 고객, 손님
sức khỏe 건강
tính mạng 목숨, 생명
con người 인간, 사람
mũ bảo hiểm 헬멧
dám 감히 ~하다

STEP 2

1 **A** Hôm nay tôi làm tóc đẹp nên không muốn đội mũ bảo hiểm.

   B Không được. **안전이 우선이에요.**

   A Thực ra tôi không dám làm như thế vì sợ cảnh sát.

1 **A** 오늘 나 머리 예쁘게 해서 헬멧 쓰기 싫어요.

   B 안 돼요. An toàn là trên hết.

   A 사실 경찰이 무서워서 감히 그렇게는 안해요.

💠 Tip

오토바이 헬멧 착용
베트남에서 오토바이 탈 때는 안전을 위해 꼭 헬멧을 써야 합니다. 만약 교통 경찰에게 적발 시 약 20만동의 벌금을 내야 합니다.

~ tưởng ~ hóa ra ~

~인 줄 알았는데 알고 보니 ~이더라

처음엔 사실과 다르게 알고 있다가 나중에 사실을 깨닫거나 알게 되었을 때 사용하는 표현입니다.

STEP 1

1 그가 친한 친구인 줄 알았는데 알고 보니 (그가) 나에게 사기를 쳤더라.
Tôi tưởng anh ấy là bạn thân tôi hóa ra anh ấy đã lừa đảo tôi.

2 그가 나를 좋아하는 줄 알았는데 알고 보니 여자친구가 있더라.
Tôi tưởng anh ấy thích tôi hóa ra anh ấy có bạn gái rồi.

3 나는 그가 길을 모르는 줄 알았는데 알고 보니 운전할 줄 모르더라.
Tôi tưởng anh ấy không biết đường hóa ra không biết lái xe.

4 그녀가 위중한 병에 걸린 줄 알았는데 알고 보니 임신했더라.
Tưởng chị ấy bị bệnh nặng hóa ra mang thai.

5 바다가 바로 보이는 줄 알았는데 알고 보니 호텔이 바다의 비스듬한 방향으로 있을 뿐이더라.
Tưởng nhìn được biển trực diện hóa ra khách sạn chỉ còn hướng chếch biển.

lừa đảo 사기 치다
lái xe 운전하다
mang thai 임신하다
trực diện 직면한
hướng chếch 비스듬한 방향
ở 머무르다
phong cảnh 풍경, 경치
hoàn toàn 완전히
quảng cáo 광고
sai 틀린
sự thật 사실

STEP 2

1 A Khách sạn chị đã ở có phong cảnh đẹp, phải không?
B 바다가 바로 보이는 줄 알았는데 알고 보니 호텔이 바다의 비스듬한 방향으로 있을 뿐이더라.
A Đó hoàn toàn là một quảng cáo sai sự thật.

1 A 누나가 묵었던 호텔 경치가 좋았죠?
B Tưởng nhìn được biển trực diện hóa ra khách sạn chỉ còn hướng chếch biển.
A 완전히 과대 광고네요.

Tip

베트남에서 외국인의 운전
베트남에서는 외국인이 자동차를 직접 운전하기에는 교통 환경이 매우 위험합니다. 불가피하게 차를 타야 할 경우 기사를 고용하거나 택시를 타는 것이 안전하며 직접 운전하는 것보다는 차라리 오토바이를 타는 것을 추천합니다.

Mẫu 228

Ngay cả ~ cũng ~

 228.mp3

심지어 ~조차도 ~해요

관련될 것 같지 않거나 기대하지 않은 사실, 사물, 사람이 관련되었음을 나타낼 때 사용하는 표현으로 **Ngay cả** 대신 **Thậm chí**로 사용할 수 있습니다.

STEP 1

1 심지어 내 어머니조차도 모르세요.
   Ngay cả mẹ tôi **cũng** không biết.

2 심지어 신부와 신랑조차도 아직 모를 수 있어요.
   Ngay cả cô dâu và chú rể **cũng** có thể chưa biết.

3 심지어 초대된 사람조차도 돈을 내야 해요.
   Ngay cả người được mời **cũng** phải trả tiền.

4 심지어 집이 있는 사람들조차도 집값이 내려가길 바라요.
   Ngay cả những người có nhà **cũng** mong giá nhà hạ thấp.

5 심지어 태풍조차도 우리의 걸음을 막을 순 없어요.
   Ngay cả một cơn bão **cũng** không thể cản bước chúng tôi.

cô dâu 신부
chú rể 신랑
mong 바라다
hạ thấp 낮추다
cản 저해하다, 방해하다
bước 걸음
gom tiền 돈을 모으다
thắc mắc 궁금한

STEP 2

1 A Bạn đã gom được tất cả bao nhiêu tiền rồi?
  B Sao bạn hỏi vậy? <u>심지어 내 어머니조차도 모르세요.</u>
  A Chỉ thắc mắc vậy thôi.

1 A 당신은 전부 돈을 얼마나 모았어요?
  B 왜 물으시죠? Ngay cả mẹ tôi cũng không biết.
  A 그냥 궁금해서요.

◆ Tip

인기 신랑 신붓감
개인차가 있지만 베트남에서 인기 있는 신붓감은 여성스럽고 착하고 예쁘고 가정을 잘 돌보는 여자이며 신랑감의 경우 성격이 좋고 건강하고 강한 의지와 직장을 가지고 있는 남자입니다.

Mẫu 229

Không ~ cũng không ~

~하지도 ~하지도 않아요

두 상황을 부정할 때 사용하는 패턴으로 부정인 **không**과 **cũng**(~도 역시)을 함께 씁니다.

STEP 1

1 나는 배부르지도 배고프지도 않아요.
Tôi không thấy no cũng không thấy đói.

2 이것은 넘치지도 모자라지도 않아요.
Cái này không thừa cũng không thiếu.

3 나는 받아들이지도 거절하지도 않아요.
Tôi không tiếp nhận cũng không từ chối.

4 지금 상황은 부정적이지도 긍정적이지도 않아요.
Tình hình bây giờ không tiêu cực cũng không tích cực.

5 이 경기에서 우리는 지지도 이기지도 않았어요.
Trong trận đấu này chúng tôi đã không thua cũng không thắng.

thừa 넘치는
thiếu 모자라는
tiếp nhận 승인하다,
받아들이다
từ chối 거절하다
tình hình 상황
tiêu cực 부정적인,
소극적인
tích cực 긍정적인,
적극적인
trận đấu 경기
thua 지다, 패배하다
thắng 이기다

STEP 2

1 A Tình hình bây giờ thế nào rồi?
 B **지금 상황은 부정적이지도 긍정적이지도 않아요.**
 A Nếu có gì thì cứ nói với tôi nhé.

1 A 지금 상황은 어떻게 됐어요?
 B **Tình hình bây giờ không tiêu cực cũng không tích cực.**
 A 만일 뭔가 생기면 나에게 말하세요.

> **Tip**
> 식사 초대 예절
> 베트남에서 음식 대접을 받는 경우 남기지 않고 맛있게 다 먹는 것이 예의입니다.

Mẫu 230

Chẳng lẽ ~ à?

설마 ~이에요?

🎧 230.mp3

그럴 리 없겠지만 그럴 수도 있다고 추측하는 상황에서 사용하는 패턴으로 **chẳng lẽ**와 **à** 사이에 해당 내용을 넣어서 쓰는 패턴입니다.

STEP 1

1 설마 나는 행운을 기다려야만 하는 거예요?
Chẳng lẽ tôi phải chờ may mắn **à**?

2 설마 그는 나를 대체할 사람으로만 보는 거예요?
Chẳng lẽ anh ấy chỉ coi em là người thay thế **à**?

3 설마 나는 이 서비스를 사용할 권리가 없는 거예요?
Chẳng lẽ tôi không có quyền sử dụng dịch vụ này **à**?

4 설마 미안하다고만 하면 끝이에요?
Chẳng lẽ chỉ xin lỗi là xong **à**?

5 설마 당신은 사소한 말다툼 때문에 헤어지고 싶은 거예요?
Chẳng lẽ anh muốn chia tay vì buổi cãi nhau nhỏ nhặt **à**?

coi 보다	
thay thế 대체하다	
quyền 권리	
sử dụng 사용하다	
dịch vụ 서비스	
nhận 받다	
trách nhiệm 책임	
buổi cãi nhau 말싸움	
nhỏ nhặt 사소한	
thời hạn 기한	
bảo hành 보장하다	
hàng 상품	
hết 끝나다	
thông cảm 양해하다	
trả phí 비용을 내다	
sửa chữa 수리하다, 고치다	

STEP 2

1 **A** Thời hạn bảo hành của hàng này hết rồi ạ.
   B 설마 나는 이 서비스를 사용할 권리가 없는 거예요?
   A Xin thông cảm ạ. Chị phải tự trả phí sửa chữa.

1 **A** 이 상품의 보장 기한은 끝났습니다.
   B Chẳng lẽ tôi không có quyền sử dụng dịch vụ này à?
   A 양해 바랍니다. 직접 수리비를 내셔야 합니다.

🔷 Tip

전자기기 수리

베트남에서 전자기기가 고장난 경우 AS센터에 방문하여 수리 서비스를 받을 수 있습니다.

Mẫu
231

Thà ~ còn hơn ~

~하느니 차라리 ~하는 것이 나아요

두 가지 중 뒤의 일을 하느니 차라리 앞의 일을 하는 것이 나을 때 사용하는 표현입니다.

★ STEP 1

1 안 하느니 차라리 늦는 것이 나아요.
   Thà muộn còn hơn không làm.

2 이런 음식을 먹느니 차라리 안 먹고 굶는 것이 나아요.
   Thà nhịn đói còn hơn ăn thức ăn như thế này.

3 친구의 숙제를 베끼느니 차라리 아예 안 하는 것이 나아요.
   Thà không làm ngay từ ban đầu còn hơn sao chép lại bài tập của bạn.

4 인성이 안 좋은 사람과 결혼하느니 차라리 혼자 사는 것이 나아요.
   Thà sống một mình còn hơn kết hôn cùng với một người nhân cách không tốt.

5 누군가를 사랑하는데 여전히 외로우느니 차라리 아무도 사랑하지 않아서 외로운 것이 나아요.
   Thà cô đơn vì không yêu ai cả còn hơn yêu ai đó mà vẫn cô đơn.

nhịn đói 굶다
thức ăn 음식
ngay từ ban đầu 아예
sao chép lại 베끼다
nhân cách 인격, 인성
lẽ sống 삶의 이유

★★ STEP 2

1 **A** Vì sao cô vẫn độc thân?
  B 누군가를 사랑하는데 여전히 외로우느니 차라리 아무도 사랑하지 않아서 외로운 것이 나아요.
  A Em không đồng ý. Tình yêu là lẽ sống.

1 **A** 왜 아직도 독신이세요?
  B Thà cô đơn vì không yêu ai cả còn hơn yêu ai đó mà vẫn cô đơn.
  A 저는 동의하지 않아요. 사랑은 삶의 이유예요.

◆ Tip

'음식' 해당 어휘
thức ăn과 **món ăn** 두 단어 모두 '음식'이라는 뜻입니다. 하지만 차이점은 **thức ăn**은 조리되기 전의 음식 재료(예를 들어 고기, 야채, 과일 등)이며 **món ăn**은 조리한 음식 이름(한국 음식, 쌀국수, 불고기, 김치 등)을 나타냅니다.

Mẫu

232

~ thì còn gì bằng

~하면 더할 나위 없어요

무엇이 아주 좋거나 완전하여 그 이상 더 말할 것이 없을 때 사용하는 표현입니다.

STEP 1

1 인테리어가 이러면 더할 나위 없어요.
Thiết kế như thế này thì còn gì bằng.

2 같이 갈 사랑하는 사람이 있으면 더할 나위 없어요.
Có người yêu đi cùng thì còn gì bằng.

3 분짜를 하노이 맥주와 곁들이면 더할 나위 없어요.
Bún chả mà kèm bia Hà Nội thì còn gì bằng.

4 비 올 때 전골을 먹으면 더할 나위 없어요.
Trời mưa ăn lẩu thì còn gì bằng.

5 내 상사가 이러면 더할 나위 없어요.
Sếp mình mà thế này thì còn gì bằng.

thiết kế 인테리어
kèm 곁들이다
lẩu 전골
sếp 상사
đặt vé 표를 예약하다

STEP 2

1 A 1 điều tôi nhất định phải làm ở Hà Nội là gì?

B Ăn bún chả ở Hà Nội chứ. **분짜를 하노이 맥주와 곁들이면 더할 나위 없어요.**

A Trăm nghe không bằng một thấy …. Tuần sau tôi chắc phải đặt vé máy bay đi Hà Nội.

1 A 하노이에서 꼭 해야 할 한 가지 일이 뭐예요?

B 하노이에서 분짜를 먹는 것이죠.
Bún chả mà kèm bia Hà Nội thì còn gì bằng.

A 백문이 불여일견 …. 다음 주에 하노이에 가는 비행기 티켓을 예약해야겠네요.

Tip

베트남 맥주
베트남의 대표적인 맥주로는 **bia Hà Nội**(하노이 맥주), **bia Sài gòn**(사이공 맥주), **bia 333**(333 맥주)가 있습니다.

~ mà ~ thì không ~ chút nào

~한데 ~하면 하나도 ~하지 않아요

🎧 233.mp3

앞의 내용과 상반되는 내용을 가정하고 그 내용이 '전혀 ~하지 않음'을 표현할 때 사용하는 패턴입니다.

STEP 1

1 쉬는데 일이 없으면 하나도 안 좋아요.
Nghỉ mà không có việc làm thì không tốt chút nào.

2 부유한데 건강이 없으면 하나도 안 행복해요.
Giàu mà không có sức khỏe thì không hạnh phúc chút nào.

3 놀러갔는데 옆에 사랑하는 사람이 없으면 하나도 안 즐거워요.
Đi chơi mà không có người yêu ở cạnh tôi thì không vui chút nào.

4 잘 차려입었는데 화장 안 하면 하나도 안 예뻐요.
Ăn mặc mà không trang điểm thì không đẹp chút nào.

5 돈을 버는데 자신을 위해 돈을 안 쓰면 하나도 안 좋아요.
Kiếm tiền mà không xài tiền cho bản thân thì không tốt chút nào.

---

việc làm 일
ăn mặc (옷을) 잘 차려입다
kiếm tiền 돈 벌다
xài tiền 돈을 쓰다
đóng học phí 학비를 내다

STEP 2

1 **A** Tôi được nghỉ hè 2 tháng.

B Thế à? Tốt quá nhỉ?

A <u>쉬는데 일이 없으면 하나도 안 좋아요.</u>

Tôi phải tìm việc làm thêm để đóng học phí.

1 **A** 나는 여름 방학이 2달이에요.

B 그래요? 좋겠네요?

A Nghỉ mà không có việc làm thì không tốt chút nào.

나는 학비를 내기 위해 아르바이트 일을 찾아야 해요.

> 🔹 **Tip**
>
> 방학
> 베트남에서는 한국과 달리
> 겨울 방학이 없고 여름 방학
> 만 2개월입니다.

부록

베트남어는 알파벳을 기본으로 하는 언어이다. 기본적으로 대소문자 구분이 없으며 문장의 첫 글자나 고유 명사만 대문자로 사용한다.

(1) 모음

a	ă	â	e	ê	i	y	o	ô	ơ	u	ư
(긴) 아	(짧은) 아	(짧은) 어	애	에	(짧은) 이	(긴) 이	어+(오)	오	(긴) 어	우	으

(참고) 단모음이 합쳐져서 복모음이 될 경우, 북부식 발음에서는 예외적으로 ia[이어] , ua[우어], ưa[으어]로 발음한다.

ă   '짧은 아'이므로 a에 비해 짧게 끊어 발음한다.

â   '짧은 어'이므로 짧게 끊어 주듯이 발음한다.

i   '짧은 이'이므로 짧게 끊어 주듯이 발음한다.

y   i에 비해 길게 끌어 주듯이 발음한다.

ơ   목구멍에 약간 힘을 주고 길게 끌어 주듯이 발음한다.

e   입 모양을 약간 작게 하여 양 옆으로 벌린다.

ê   입 모양을 약간 크게 하여 위아래로 벌린다.

o   는 '어'와 '오'의 중간 발음으로 보통은 '어' 발음으로 소리가 나지만 앞뒤에 a나 e가 올 경우 '오' 발음이 강해진다.

(2) 첫 자음

b	v	s	x	h	m	n	l
ㅂ	ㅂ(v)	ㅆ		ㅎ	ㅁ	ㄴ	ㄹ

g	gh	ng	ngh	c	k	qu	đ
ㄱ		응		ㄲ		꾸	ㄷ

r	d	gi	ch	tr	t	th	p	ph	kh	nh
ㅈ(z)	지(zi)	ㅉ		ㄸ	ㅌ	ㅃ	ㅍ(f)	ㅋ	ㄴ

v   영어 v와 같이 입술을 살짝 물어 소리 낸다.

g/gh   목구멍에 약간 힘을 주고 발음한다.

đ   목구멍에 약간 힘을 주고 발음한다.

r/d/gi   혀 끝을 마찰시켜 영어 z와 같은 발음으로 소리 낸다.

ph   영어 f와 같이 입술을 살짝 물고 소리 낸다.

kh   목구멍에 약간 힘을 주어 소리 낸다.

성조 이름	특징	성조 부호	뜻
Thanh không dấu [타잉 콩 저우]	평평한 '솔' 음	**ma**	귀신
Thanh sắc [타잉 싹]	평평한 음에서 서서히 올라가는 음	**má**	볼, 엄마
Thanh huyền [타잉 후이엔]	부드럽고 천천히 내려가는 음	**mà**	그런데
Thanh hỏi [타잉 허이]	포물선을 그리듯이 아래로 내렸다가 끝 음을 살짝 올리는 음	**mả**	무덤
Thanh ngã [타잉 응아]	급격히 내렸다가 다시 급격히 올리는 음	**mã**	말
Thanh nặng [타잉 낭]	강하고 급격히 내리 찍는 음	**mạ**	벼, 모

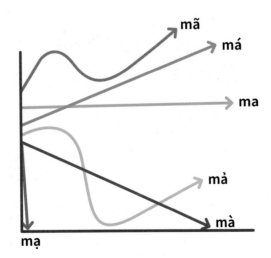

베트남어 6성조

(1) không과 chưa의 차이

không과 chưa 둘 다 동사 앞뒤에 붙어 부정과 의문문을 만들어 주는 역할을 하지만 의미에는 차이가 있다.

평서문	부정문	
Chị đi Việt Nam.	**Chị không đi Việt Nam.**	**Chị chưa đi Việt Nam.**
언니는 베트남에 가요.	언니는 베트남에 안 가요.	언니는 아직 베트남에 안 갔어요.
	동사 đi(가다) 앞에 không이 붙어 '안 가다, 가지 않다'는 뜻	동사 đi(가다) 앞에 chưa 가 붙어 '아직 안 갔다'는 뜻. 즉 [chưa+동사]는 '아직 ~안 했다, 아직 ~하지 않았다'는 뜻

평서문	의문문	
Chị đi Việt Nam.	**Chị đi Việt Nam không?**	**Chị đi Việt Nam chưa?**
언니는 베트남에 가요.	언니는 베트남에 가요?	언니는 베트남에 갔어요?
	동사 đi(가다) 뒤에 không이 붙어 '가요?'라는 뜻	동사 đi(가다) 뒤에 chưa가 붙어 '갔어?'라는 뜻

(참고) Chị đã đi Việt Nam không?은 과거 시제 đã가 있어서 "언니는 베트남에 갔어요?"라는 뜻으로, 한국어로 하면 Chị đi Việt Nam chưa?와 해석은 같지만, 가리키는 시점이 다르다.

	해석	베트남어 의미
Chị đã đi Việt Nam không?	언니는 베트남에 갔어요?	과거에 있었던 일의 시점을 묻는 문장(과거 완료)
Chị đi Việt Nam chưa?		현재 완료되었는지 여부에 대해 묻는 문장(현재 완료)

(2) 형용사와 동사의 강조

형용사의 정도를 강조하는 경우 형용사 앞뒤에 **rất / lắm / quá**를 붙이고, 대부분의 동사는 뒤에 **nhiều**(많이)를 붙여 강조한다.

형용사 강조: 매우 ~한		
rất + 형용사	rất đẹp	매우 예쁜
quá + 형용사	quá đẹp	매우 예쁜
형용사 + lắm	đẹp lắm	매우 예쁜
형용사 + quá	đẹp quá	매우 예쁜

동사 강조: 많이 ~하다		
동사 + nhiều	ăn nhiều	많이 먹어요
	học nhiều	많이 공부해요
	làm nhiều	많이 일해요

(3) 의문사의 종류

의문사	문장 맨 앞	문장 맨 뒤	문장 앞뒤
Tại sao 왜	• Tại sao không có? 왜 없어요?		
gì 무엇, 무슨		• Anh muốn mua gì? 무엇을 사고 싶어요?	
ai 누가, 누구			• Ai nói? 누가 말해요? • Chị biết ai? 언니는 누구를 알아요?

nào 어느		• Anh là người nước nào? 어느 나라 사람이에요?	
bao giờ / khi nào 언제			• Bao giờ anh đi? =Khi nào anh đi? 언제 갈 거예요? • Anh đi bao giờ? =Anh đi khi nào? 언제 갔어요?
đâu 어디		• Em đi đâu? 어디 가니?	
bao lâu 얼마 동안		• Anh sẽ sống ở Việt Nam bao lâu? 베트남에서 얼마 동안 살 거예요?	
thế nào 어때, 어떻게		• Việt Nam thế nào? 베트남 어때요? • Anh đi Việt Nam thế nào? 베트남에 어떻게 가요?	

(4) bằng 의 용법

뜻	예문
~만큼	Hàn Quốc nóng bằng Việt Nam. 한국은 베트남만큼 더워요.
같다	Giá bằng nhau. 가격이 서로 같아요.
~으로	Tôi đi bằng xe buýt. 나는 버스로 가요.

(5) hay의 용법

뜻	예문
좋은	**Việt Nam hay.** 베트남은 좋아요.
잘하는	**Anh ấy nói tiếng Việt hay.** 그는 베트남어를 잘해요.
재밌는	**Học tiếng Việt hay.** 베트남어 공부는 재밌어요.
자주	**Tôi hay đi Việt Nam.** 나는 자주 베트남에 가요.
혹은	**Tôi ăn phở hay bún chả.** 나는 쌀국수 또는 분짜를 먹어요.
~이야 아니면 ~이야?	**Anh đi Hà Nội hay Thành phố Hồ Chí Minh?** 하노이에 가세요? 아니면 호찌민 시에 가세요?

(6) đi의 용법

뜻	예문
가다	**Tôi muốn đi Việt Nam.** 나는 베트남에 가고 싶어요.
~해라	**Anh về nhà đi!** 집에 가라!
~하자	**Chúng tôi uống cà phê đi!** 우리 커피 마시러 가자!

(7) đã의 용법

뜻	예문
~했다(과거 시제)	**Anh ấy đã nghe nhạc.** 그는 음악을 들었어요.

일단 ~하다	Tôi rửa tay đã.
	일단 손 씻고.

(8) nên의 용법

뜻	예문
그래서	Tôi mệt nên muốn đi ngủ.
	나는 피곤해서 자러 가고 싶어요.
~하는 것이 좋다	Anh nên học chăm chỉ.
	오빠는 열심히 공부해야 해요.

(9) phải의 용법

뜻	예문
옳은, 맞는	Bạn là bác sĩ phải không?
	당신은 의사가 맞습니까?
~해야 한다	Anh phải uống thuốc.
	오빠는 약 먹어야 해요.
오른쪽의	Anh hãy rẽ phải đi!
	우회전 하세요!

(10) được의 용법

뜻	예문
가능하다	Anh nói tiếng Việt được không?
	베트남어로 말할 수 있어요?
~ 되다	Tôi được khen.
	나는 칭찬 받아요.
(기간이) 되다	Tôi làm việc được 3 tháng rồi.
	나는 일한 지 3달 됐어요.

(11) mà의 용법

뜻	예문
~한데(접속사)	**Anh ấy là sinh viên** mà **không học ở trường.** 그는 대학생인데 학교에서 공부를 안 해요.
~한	**Đây là quyển sách** mà **tôi đã đọc.** 이것은 내가 읽었던 책이에요.
~잖아, ~한데	**Tôi muốn mua cái này** mà. 나는 이거 사고 싶은데요.

(12) mới의 용법

뜻	예문
새로운	**Công ty** mới **của anh thế nào?** 당신의 새로운 회사는 어때요?
막 ~했다	**Tôi** mới **học xong.** 나는 막 공부가 끝났어요.
~하고 나서야 비로소 ~ 하다	**Tôi tập thể dục** mới **đi tắm.** 나는 운동하고나서야 비로소 샤워하러 가요.

(13) cho의 용법

뜻	예문
~하게 해 주세요	Cho tôi **biết số điện thoại của anh.** 내가 당신의 전화번호를 알게 해 주세요.
~를 주세요	Cho tôi **1 bát phở.** 쌀국수 1그릇 주세요.
~를 위해 / ~에게	**Món này tốt** cho **sức khỏe.** 이 음식은 건강에 좋아요.

네이티브는 쉬운 일본어로 말한다
1000문장 편

최대현 지음 | 592쪽 | 16,000원

일본인이 항상 입에 달고 살고,
일드에 꼭 나오는 1000문장을 모았다!

200여 편의 일드에서 엄선한 꿀표현 1000문장! 네이티브가 밥 먹듯이 쓰는
살아 있는 일본어를 익힌다. 드라마보다 재미있는 mp3 파일 제공.

일본어 마스터 1000

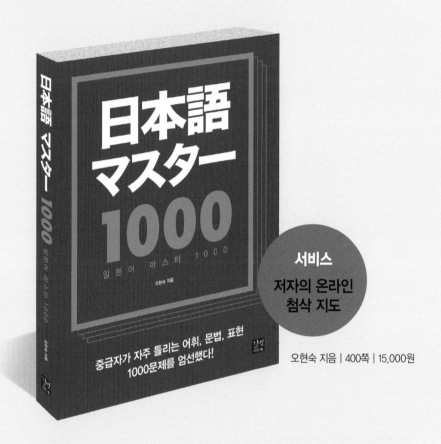

日本語 マスター 1000 일본어 마스터 1000

오현숙 지음

중급자가 자주 틀리는 어휘, 문법, 표현
1000문제를 엄선했다!

서비스
저자의 온라인
첨삭 지도

오현숙 지음 | 400쪽 | 15,000원

일본어 좀 한다면 꼭 풀어야 할 궁극의 1000제!

중고급 레벨 업을 위한 일본어 완전 정복!

중급자들이 자주 틀리는 어휘, 표현, 문법, 뉘앙스 등을 완벽하게 익힐 수 있다!

난이도 첫걸음 | 초 급 | 중 급 | 고 급

목표 한국인의 한계를 뛰어넘어 일본어
네이티브처럼 말하고 쓰기

대상 중고급 일본어를 목표로 하는 모든 학습자
일본어 전공자, 예비 통번역가, 일어 선생님

일본어 현지회화 무작정 따라하기

일본에 가지 않고도 일본에 있는 것처럼!

여행, 어학연수, 워홀, 유학을 앞두고 지금 당장 일본어가 필요하다면,
후지이 선생님의 소리 패턴 학습법으로 시작하세요!

난이도	첫걸음 | 초 급 | **중 급** | 고 급	기간	26일
대상	본격적인 회화 연습을 시작하고 싶은 초중급 일본어 학습자	목표	현지 생활 일본어를 자유자재로 구사하기

단어만 갈아 끼우면 회화가 된다!

베트남어 회화

핵심패턴

233

김효정 지음

길벗
이지:톡

베트남어와 우리말을 나누어 구성했습니다. 한글 해석을 보면서 베트남어로, 베트남어를 보면서 우리말로 말하는 훈련을 해보세요.

 Unit 01 **là 동사**

 Mẫu 001 주어 + là + 명사 ~은 ~이에요

1	나는 사장이에요.	Tôi **là** giám đốc.
2	내 이름은 란이에요.	Tôi tên **là** Lan.
3	당신은 한국 사람입니다.	Bạn **là** người Hàn Quốc.
4	이것은 과자야.	Cái này **là** bánh kẹo.
5	내 생일은 오늘입니다.	Sinh nhật tôi **là** hôm nay.

Mẫu 002 주어 + không phải là + 명사 ~은 ~이 아니에요

1	그는 선생님이 아니에요.	Anh ấy **không phải là** giáo viên.
2	그녀는 란이 아니에요.	Chị ấy **không phải là** Lan.
3	그 할아버지는 베트남 사람이 아니야.	Ông ấy **không phải là** người Việt Nam.
4	그것은 커피가 아닙니다.	Cái đó **không phải là** cà phê.
5	내일은 휴일이 아니에요.	Ngày mai **không phải là** ngày nghỉ.

 Mẫu 003 주어 + là + 명사, phải không? ~은 ~입니까?

1	그 오빠들은 한국 회사원이에요?	Các anh ấy **là** nhân viên công ty Hàn Quốc, **phải không**?
2	병원 이름이 사이공이에요?	Bệnh viện tên **là** Sài Gòn, **phải không**?

3	그들은 아시아 사람이에요?	Họ **là** người châu Á, *phải không*?
4	저것은 빵입니까?	Cái kia **là** bánh mì, *phải không*?
5	오빠 취미는 요리하기야?	Sở thích của anh **là** nấu ăn, *phải không*?

 ## Unit 02 **là 이외의 동사**

🎧 소책자듣기용 004_H.MP3

 ### Mẫu 004 **주어 + 동사** ~은 ~해요

1	이번 주말에 나는 여행 가.	Cuối tuần này tôi đi du lịch.
2	우리는 쇼핑해요.	Chúng tôi mua sắm.
3	내 친동생은 매일 아르바이트해요.	Mỗi ngày em ruột tôi làm thêm.
4	내 친구는 생맥주를 마셔요.	Bạn tôi uống bia tươi.
5	이 가게는 쌀국수를 팔아요.	Quán này bán phở.

🎧 소책자듣기용 005_H.MP3

 ### Mẫu 005 **주어 + không + 동사** ~은 ~하지 않아요

1	나는 안 먹어요.	Tôi **không** ăn.
2	그 회사는 안 쉬어요.	Công ty đó **không** nghỉ.
3	우리 부부는 액션 영화를 안 봐요.	Vợ chồng tôi **không** xem phim hành động.
4	이제 그들은 더 안 만나요.	Bây giờ họ **không** gặp nhau nữa.

3

베트남어와 우리말을 나누어 구성했습니다. 한글 해석을 보면서 베트남어로, 베트남어를 보면서 우리말로 말하는 훈련을 해보세요.

| 5 | 요즘 내 여자친구는 화장하지 않아요. | Dạo này bạn gái tôi **không** trang điểm. |

Mẫu 006 주어 + 동사 + không? ~은 ~해요?

1	언니는 이해해요?	Chị hiểu **không**?
2	형은 바다를 좋아해요?	Anh thích biển **không**?
3	오늘 오빠는 야근해요?	Hôm nay anh làm đêm **không**?
4	동생은 고향이 그립니?	Em nhớ quê hương **không**?
5	당신은 주소를 알아요?	Bạn biết địa chỉ **không**?

Mẫu 007 주어 + 형용사 ~은 ~해요

1	나는 피곤해요.	Tôi mệt.
2	베트남 사람은 친절해요.	Người Việt Nam thân thiện.
3	오토바이는 위험해요.	Xe máy nguy hiểm.
4	분짜는 맛있어요.	Bún chả ngon.
5	이 영화는 재밌어요.	Phim này thú vị.

Mẫu 008 주어 + không + 형용사 ~은 ~하지 않아요

| 1 | 나는 안 슬퍼요. | Tôi **không** buồn. |

2	내 친한 친구는 이기적이지 않아요.	Bạn thân tôi **không** ích kỷ.
3	공원은 안 깨끗해요.	Công viên **không** sạch sẽ.
4	베트남어는 안 어려워요.	Tiếng Việt **không** khó.
5	이 닭고기는 신선하지 않아.	Thịt gà này **không** tươi.

 Mẫu 009 주어 + 형용사 + **không?**   ~은 ~해요?

1	언니 건강해요?	Chị khỏe **không**?
2	요즘 오빠 바쁘세요?	Dạo này anh bận **không**?
3	그녀 집은 예뻐요?	Nhà chị ấy đẹp **không**?
4	날씨가 덥습니까?	Trời nóng **không**?
5	지하철은 편리해요?	Tàu điện ngầm tiện **không**?

 Mẫu 010 주어 + 동사 + **rồi**   ~은 ~했어요

1	형은 취했어요.	Anh say **rồi**.
2	비가 그쳤어요.	Mưa tạnh **rồi**.
3	나는 약을 먹었어요.	Tôi uống thuốc **rồi**.
4	오늘 우리는 다 팔았어요.	Hôm nay chúng ta bán hết **rồi**.
5	나는 쌀국수를 먹었어요.	Tôi ăn phở bò **rồi**.

베트남어와 우리말을 나누어 구성했습니다. 한글 해석을 보면서 베트남어로, 베트남어를 보면서 우리말로 말하는 훈련을 해보세요.

 Mẫu 011 **주어 + chưa + 동사** ~은 아직 ~하지 않았어요

1	우리 가족은 아직 고향에 안 갔어요.	**Gia đình tôi chưa về quê.**
2	나는 아직 그 영화를 안 봤어요.	**Tôi chưa xem phim đó.**
3	내 딸은 아직 숙제를 안 했어요.	**Con gái tôi chưa làm bài tập.**
4	나는 아직 안 자.	**Tôi chưa ngủ.**
5	저희 부장님은 아직 결정하지 않았어요.	**Trưởng phòng em chưa quyết định.**

 Mẫu 012 **주어 + (đã) + 동사 + chưa?** ~은 ~했어요?

1	언니는 아침 먹었어요?	**Chị ăn sáng chưa?**
2	당신 아들은 결혼했어요?	**Con trai bạn kết hôn chưa?**
3	형은 준비가 끝났어요?	**Anh chuẩn bị xong chưa?**
4	우리 부모님이 도착하셨습니까?	**Bố mẹ tôi đến chưa?**
5	아기가 일어났어요?	**Em bé dậy chưa?**

 Unit 03 **시제**

 Mẫu 013 **주어 + đã + 동사** ~은 ~했어요

1	오빠는 담배 폈어요?	**Anh đã hút thuốc phải không?**

2	이 공장은 식품 공장이었어요.	Nhà máy này **đã** là nhà máy thực phẩm.
3	예전에 그는 이 일에 관심이 없었어요.	Trước đây anh ấy (**đã**) không quan tâm đến việc này.
4	그 배우는 운전기사였죠?	Diễn viên đó **đã** là tài xế phải không?
5	그들은 나의 가족을 초대했어요.	Họ **đã** mời gia đình tôi.

Mẫu 014 주어 + **mới** + 동사 ~은 막 ~했어요

1	우리는 막 도착했어요.	Chúng tôi **mới** đến.
2	나는 방금 돈을 지불했어요.	Tôi **mới** trả tiền rồi.
3	이 휴대폰은 방금 배터리가 다 됐어요.	Cái điện thoại này **mới** hết pin rồi.
4	너네들은 방금 쌀국수 먹었지?	Các em **mới** ăn phở rồi à?
5	직원들은 방금 퇴근했어요.	Các nhân viên **mới** tan làm.

Mẫu 015 주어 + **đang** + 동사 ~은 ~하는 중이에요

1	나는 음악을 듣는 중이에요.	Tôi **đang** nghe nhạc.
2	초인종이 울리는 중이에요.	Chuông cửa **đang** reo.
3	물이 끓고 있는 중이야.	Nước **đang** sôi.
4	개가 짖고 있는 중이에요.	Con chó **đang** sủa.
5	당신은 운전 중이죠?	Bạn **đang** lái xe phải không?

베트남어와 우리말을 나누어 구성했습니다. 한글 해석을 보면서 베트남어로, 베트남어를 보면서 우리말로 말하는 훈련을 해보세요.

 Mẫu 016 주어 + sắp + 동사 ~은 곧 ~할 거예요

1	나는 곧 끝날 거예요.	Tôi sắp xong.
2	비행기가 곧 이륙해요.	Máy bay sắp cất cánh.
3	곧 비가 내리겠어요.	Trời sắp mưa rồi.
4	오빠, 다 왔죠? (=오빠, 곧 도착하죠?)	Anh sắp đến rồi phải không?
5	기차가 곧 출발해요.	Tàu hỏa sắp khởi hành.

 Mẫu 017 주어 + sẽ + 동사 ~는 ~할 거예요

1	누나는 미국에 갈 거예요?	Chị sẽ đi Mỹ không?
2	식당이 개업할 거예요.	Nhà hàng sẽ khai trương.
3	비서가 지사에 연락할 거예요.	Thư ký sẽ liên lạc với chi nhánh.
4	오빠는 운동하러 갈 거예요?	Anh sẽ đi tập thể dục không?
5	주말에 나는 공연 보러 갈 거예요.	Cuối tuần tôi sẽ đi xem biểu diễn.

 Mẫu 018 주어 + định + 동사 ~은 ~할 예정이에요

1	다음 주에 나는 출장 갈 예정이에요.	Tuần sau tôi định đi công tác.
2	2년 후 그는 귀국할 예정이죠?	2 năm sau anh ấy định về nước phải không?
3	우리는 이사할 예정이에요.	Chúng tôi định chuyển nhà.

4	우리 팀은 대회에 참가할 예정이에요.	Đội chúng tôi định tham gia đại hội.
5	두 회사는 계약을 체결할 예정이에요.	2 công ty định ký hợp đồng.

Unit 04 의문사 패턴

 Mẫu 019 주어 + là + gì? ~은 뭐예요?

 🎧 소책자듣기용 019_H.MP3

1	호텔 이름이 뭐예요?	Khách sạn tên là gì?
2	이것은 뭐예요?	Cái này là gì?
3	동생 취미는 무엇입니까?	Sở thích em là gì?
4	가게 전화번호가 뭐예요?	Số điện thoại cửa hàng là gì?
5	그의 의견이 뭐예요?	Ý kiến anh ấy là gì?

🎧 소책자듣기용 020_H.MP3

 Mẫu 020 주어 + 동사 + gì? ~은 무엇을 ~해요?

1	당신은 무엇을 보내요?	Bạn gửi gì?
2	오빠는 무엇을 좋아해요?	Anh thích gì?
3	언니는 뭘 먹어요?	Chị ăn gì?
4	그녀가 뭐라고 하나요?	Chị ấy nói gì?
5	당신은 무엇을 배워요?	Bạn học gì?

베트남어와 우리말을 나누어 구성했습니다. 한글 해석을 보면서 베트남어로, 베트남어를 보면서 우리말로 말하는 훈련을 해보세요.

 Mẫu 021 주어 + là + ai? ~은 누구예요?

1	저 사람은 누구예요?	Người kia là ai?
2	한국 사람은 누구예요?	Người Hàn Quốc là ai?
3	언니 애인이 누구예요?	Người yêu chị là ai?
4	관리자가 어느 분이세요?	Người quản lý là ai?
5	다음 분은 어느 분이세요?	Người tiếp theo là ai?

 Mẫu 022 주어 + 동사 + ai? ~은 누구를 ~해요?

1	오빠는 누구를 싫어해요?	Anh ghét ai?
2	동생은 누구를 만나고 싶어요?	Em muốn gặp ai?
3	사장님은 누구를 데려가요?	Giám đốc đưa ai?
4	당신은 누구를 선택했어요?	Bạn đã chọn ai?
5	이번에 오빠는 누구를 채용할 거예요?	Lần này anh sẽ tuyển ai?

 Mẫu 023 Ai là ~? 누가 ~입니까?

1	누가 멋쟁이입니까?	Ai là soái ca?
2	누가 백만장자예요?	Ai là triệu phú?
3	누가 이 신발의 주인입니까?	Ai là chủ của đôi giày này?

4	누가 매국노야?	**Ai** là kẻ bán nước?
5	누가 비상장 회사 법에 따른 대표인가요?	**Ai** là người đại diện theo pháp luật doanh nghiệp tư nhân?

 Mẫu 024 Ai **+ 동사?** 누가 ~해요?

1	누가 안 오죠?	**Ai** không đến?
2	누가 주차해요?	**Ai** đỗ xe?
3	누가 베트남어 해요?	**Ai** nói tiếng Việt?
4	방금 전 누가 전화했어?	Hồi nãy **ai** đã gọi điện?
5	그러면 누가 이 일을 담당합니까?	Thế thì **ai** phụ trách việc này?

소책자듣기용 025_H.MP3

 Mẫu 025 Ai **+ 형용사?** 누가 ~해요?

1	누가 잘해요?	**Ai** giỏi?
2	누가 귀여워요?	**Ai** dễ thương?
3	누가 근면하지 않아요?	**Ai** không siêng năng?
4	누가 날씬해요?	**Ai** thon thả?
5	누가 제일 잘생겼어요?	**Ai** đẹp trai nhất?

11

베트남어와 우리말을 나누어 구성했습니다. 한글 해석을 보면서 베트남어로, 베트남어를 보면서 우리말로 말하는 훈련을 해보세요.

Mẫu 026 주어 + là + 명사 + nào? ~은 어느 ~입니까?

1	당신(형)은 어느 나라 사람이에요?	Anh là người nước nào?
2	더블룸이 어느 방이에요?	Phòng đôi là phòng nào?
3	신상품이 어느 거예요?	Sản phẩm mới là cái nào?
4	동쪽이 어느 쪽이에요?	Phía đông là phía nào?
5	쌀국수가 어느 음식이에요?	Món phở là món nào?

Mẫu 027 주어 + 동사 + 명사 + nào? ~은 어느 ~을 ~합니까?

1	오빠는 어떤 음악 장르를 좋아해요?	Anh thích loại nhạc nào?
2	당신은 어느 것을 입고 싶어요?	Bạn muốn mặc cái nào?
3	언니는 어느 팀을 응원해요?	Chị cổ vũ đội nào?
4	사장님은 어떤 조건을 거절했어요?	Giám đốc đã từ chối điều kiện nào?
5	당신은 어떤 색을 원해요?	Bạn muốn màu nào?

Mẫu 028 명사 + ở + đâu? ~은 어디에 있어요?

1	화장실은 어디 있어요?	Nhà vệ sinh ở đâu?
2	버스 정류장은 어디에 있어요?	Trạm xe buýt ở đâu?
3	발표 자료는 어디에 있어요?	Tài liệu phát biểu ở đâu?

4	전자기기 매장은 어디에 있어요?	Cửa hàng máy điện tử ở đâu?
5	오빠 지금 어디예요?	Bây giờ anh đang ở đâu?

🎧 소책자듣기용 029_H.MP3

Mẫu 029 동사 + ở + đâu? 어디에서 ~해요?

1	오빠는 어디에서 환전해요?	Anh đổi tiền ở đâu?
2	오빠는 오토바이 렌트를 어디에서 하나요?	Anh thuê xe máy ở đâu?
3	형은 어디에서 신청해요?	Anh đăng ký ở đâu?
4	나는 어디에서 버스를 타야 합니까?	Tôi lên xe buýt ở đâu?
5	나는 그것을 어디에서 가져와야 해요?	Tôi lấy cái đó ở đâu?

🎧 소책자듣기용 030_H.MP3

Mẫu 030 명사 + thế nào? ~은 어때요?

1	오늘 날씨 어때요?	Thời tiết hôm nay thế nào?
2	요즘 오빠 건강 어때요?	Dạo này sức khỏe anh thế nào?
3	음식 맛이 어때요?	Hương vị món ăn thế nào?
4	이 스타일 어때요?	Kiểu này thế nào?
5	이번 주 토요일 어때요?	Thứ bảy tuần này thế nào?

베트남어와 우리말을 나누어 구성했습니다. 한글 해석을 보면서 베트남어로, 베트남어를 보면서 우리말로 말하는 훈련을 해보세요.

 Mẫu 031 동사 + thế nào? 어떻게 ~해요?

1	언니는 이 일을 어떻게 생각해?	Chị thấy điều này **thế nào?**
2	지금 어떻게 해야 하지?	Bây giờ phải làm **thế nào?**
3	이거 어떻게 먹어요?	Cái này ăn **thế nào?**
4	오빠는 어떻게 갈 거야?	Anh sẽ đi **thế nào?**
5	우리 어떻게 결제할 거야?	Chúng ta sẽ thanh toán **thế nào?**

 Mẫu 032 mấy + 명사? 몇 ~이에요?

1	올해 언니는 몇 살이에요?	Năm nay chị **bao nhiêu** tuổi?
2	한국에 온 지 몇 년 됐어요?	Anh đến Hàn Quốc **mấy** năm rồi?
3	몇 시에 수업이 시작해요?	**Mấy** giờ lớp học bắt đầu?
4	한 개에 얼마예요?	Một cái **bao nhiêu** tiền?
5	오빠는 몇 명의 자녀가 있나요?	Anh có **mấy** con?

 Mẫu 033 Tại sao ~? 왜 ~해요?

1	왜 울어요?	**Sao** bạn khóc?
2	왜 늦었어요?	**Tại sao** anh đến muộn?
3	왜 안 먹어요?	**Tại sao** không ăn?

| 4 | 왜 여기에 아무도 없어요? | **Vì sao** không có ai ở đây? |
| 5 | 왜 많은 한국 대기업이 베트남에 투자를 해요? | **Tại sao** nhiều công ty lớn Hàn đầu tư vào Việt Nam? |

🎧 소책자듣기용 034_H.MP3

 Mẫu 034 Bao giờ ~? 언제 ~할 거예요?(미래)

1	언제 일이 끝나요?	**Bao giờ** anh làm xong?
2	언제 시험 봐요?	**Bao giờ** anh thi?
3	언제 생일 파티를 열어요?	**Khi nào** chị mở tiệc sinh nhật?
4	언제 졸업해?	**Khi nào** em tốt nghiệp?
5	언제 가게가 문을 닫아요?	**Chừng nào** cửa hàng đóng cửa?

🎧 소책자듣기용 035_H.MP3

 Mẫu 035 ~ bao giờ? 언제 ~했어요?(과거)

1	언제 검사했어요?	Bạn kiểm tra **khi nào**?
2	언제 이메일 확인했어요?	Anh xác nhận email **khi nào**?
3	언제 입학했어요?	Em nhập học **bao giờ**?
4	언제 외국 지사에서 회의했어요?	Anh họp ở chi nhánh nước ngoài **khi nào**?
5	언제 서류를 냈어요?	Chị nộp hồ sơ **hồi nào**?

베트남어와 우리말을 나누어 구성했습니다. 한글 해석을 보면서 베트남어로, 베트남어를 보면서 우리말로 말하는 훈련을 해보세요.

 Mẫu 036 đã + 동사 + bao giờ chưa? ~한 적 있어요?(경험 묻기)

1	수상 인형극 본 적 있어요?	Bạn **đã** xem múa rối nước **bao giờ chưa?**
2	애완동물 길러 본 적 있어요?	Anh **đã** nuôi thú cưng **bao giờ chưa?**
3	베트남 영화 본 적 있어?	Em **đã** xem phim Việt Nam **bao giờ chưa?**
4	혼자 여행 가 본 적 있어요?	Anh **đã** đi du lịch một mình **lần nào chưa?**
5	베트남 사람과 대화해 본 적 있어요?	Chị **đã** nói chuyện với người Việt Nam **lần nào chưa?**

 Mẫu 037 đã + 동사 + bao lâu rồi? 얼마나 ~했어요?

1	중국에 얼마나 머물렀어요?	Anh **đã** ở lại Trung Quốc **bao lâu rồi?**
2	전 남자친구와 얼마나 사귀었어?	Em **đã** làm quen với bạn trai cũ **bao lâu rồi?**
3	예전 회사에서 얼마나 일했어요?	Bạn **đã** làm ở công ty cũ **bao lâu rồi?**
4	미국에서 얼마나 유학 생활 했어요?	Anh **đã** du học ở Mỹ **bao lâu rồi?**
5	정전이 얼마나 됐어요?	Bị mất điện **bao lâu rồi?**

 Mẫu 038 sẽ + 동사 + bao lâu (nữa)? 얼마나 ~할 거예요?

1	당신은 얼마나 참을 수 있어?	Bạn **sẽ** chịu được **bao lâu?**
2	얼마나 더 금식할 거예요?	Bạn **sẽ** ăn kiêng **bao lâu nữa?**

3	얼마나 더 기다릴 거예요?	Anh sẽ chờ bao lâu nữa?
4	올해 봄이 얼마나 남아 있을까요?	Mùa xuân năm nay sẽ còn lại bao lâu?
5	이 집에서 얼마나 살 거예요?	Anh sẽ sống ở nhà này bao lâu?

🎧 소책자듣기용 039_H.MP3

 Mẫu 039 ~ bao xa? ~ 얼마나 멀어요?

1	오빠 집은 서울에서 얼마나 멀어요?	Nhà anh cách Seoul bao xa?
2	그 회사는 여기서부터 얼마나 떨어져 있어요?	Công ty đó cách đây bao xa?
3	호찌민 시에서부터 하노이까지 얼마나 멀어요?	Từ Thành phố Hồ Chí Minh đến Hà Nội bao xa?
4	지하철 역에서 버스 정류장까지 얼마나 멀어요?	Từ ga tàu điện ngầm đến trạm xe buýt bao xa?
5	공항이 여기서부터 얼마나 떨어져 있나요?	Sân bay cách đây bao xa?

🎧 소책자듣기용 040_H.MP3

 Mẫu 040 ~ hay ~? ~이에요 아니면 ~이에요?

1	형은 한국인이에요 아니면 베트남인 이에요?	Anh là người Hàn Quốc hay người Việt Nam?
2	오빠는 베트남 북부에 가고 싶어요 아니면 남부에 가고 싶어요?	Anh muốn đi miền Bắc Việt Nam hay miền Nam Việt Nam?
3	베트남어는 어려워요 아니면 쉬워요?	Tiếng Việt khó hay dễ?
4	당신은 베트남에 여행 가요 아니면 출장 가요?	Bạn đi Việt Nam để du lịch hay đi công tác?

베트남어와 우리말을 나누어 구성했습니다. 한글 해석을 보면서 베트남어로, 베트남어를 보면서 우리말로 말하는 훈련을 해보세요.

5	당신은 소고기 쌀국수를 먹어요 아니면 닭고기 쌀국수를 먹어요?	Bạn ăn phở bò hay phở gà?

🎧 소책자듣기용 041_H.MP3

 Mẫu 041 ~ hay sao? ~한단 말이에요?

1	기억 안 난단 말이야?	Bạn không nhớ hay sao?
2	많이 아프단 말이야?	Con bị bệnh nặng hay sao?
3	걔를 모른단 말이에요?	Anh không biết nó hay sao?
4	사과 한마디가 어렵단 말이에요?	Một lời xin lỗi khó hay sao?
5	이것이 모조품이란 말이에요?	Cái này là cái giả hay sao?

 Unit 05 **명사 수식**

🎧 소책자듣기용 042_H.MP3

 Mẫu 042 명사 + (của) + 명사 ~의 ~

1	오빠 국적은 뭐예요?	Quốc tịch anh là gì?
2	동생(의) 고향은 어디야?	Quê hương (của) em ở đâu?
3	와이파이 비밀번호를 알아요?	Bạn biết mật khẩu wifi không?
4	당신의 가족은 어때요?	Gia đình của bạn thế nào?
5	이것은 나의 방 열쇠가 아니에요.	Đây không phải là chìa khóa phòng của tôi.

18

Mẫu 043 명사 + 형용사 ~한 ~

1	여기에서 맛있는 음식이 뭐예요?	Ở đây món ăn ngon là gì?
2	그는 나를 위해 예쁜 꽃을 준비했어요.	Anh ấy đã chuẩn bị hoa đẹp cho tôi.
3	내 여자친구는 착한 사람이에요.	Bạn gái tôi là người hiền.
4	새로운 계획에 대해 어떻게 생각해요?	Bạn nghĩ thế nào về kế hoạch mới?
5	왜 슬픈 얼굴이에요?	Tại sao nhìn mặt buồn?

Mẫu 044 명사 + (주어) + 동사 ~하는 ~

1	내가 좋아하는 연예인은 BTS예요.	Nghệ sĩ tôi thích là BTS.
2	사직한 이유를 알아요?	Bạn biết lý do thôi việc không?
3	내가 부른 택시가 기다리는 중입니다.	Tắc xi tôi đã gọi đang chờ.
4	이사 온 사람은 누구예요?	Người chuyển đến là ai?
5	그가 방금 읽은 책은 뭐예요?	Quyển sách anh ấy mới đọc là gì?

Unit 06 접속사, 조사

Mẫu 045 ~ và ~ ~과 / 와 ~

| 1 | 나는 한국인이고 변호사예요. | Tôi là người Hàn Quốc và là luật sư. |

베트남어와 우리말을 나누어 구성했습니다. 한글 해석을 보면서 베트남어로, 베트남어를 보면서 우리말로 말하는 훈련을 해보세요.

2	나는 신선한 야채와 과일을 많이 먹어요.	Tôi ăn rau và hoa quả tươi nhiều.
3	당신은 샴푸와 린스가 필요하죠?	Bạn cần dầu gội đầu và dầu xả à?
4	토요일과 일요일에 당신은 뭐 할 거예요?	Thứ bảy và chủ nhật, bạn sẽ làm gì?
5	이 건물은 높고 현대적이에요.	Tòa nhà này cao và hiện đại.

소책자듣기용 046_H.MP3

Mẫu 046 ~ (cho) nên ~   ~해서~

1	나는 외동이라서 외로워요.	Tôi là con một nên cô đơn.
2	고기가 질겨서 이가 아파요.	Thịt dai cho nên đau răng.
3	내용이 지루해서 졸고 있어요.	Nội dung nhàm chán nên tôi đang ngủ gật.
4	그들은 서로 맞지 않아 헤어졌어요.	Họ không hợp nhau nên chia tay rồi.
5	오늘 쉬어서 아이들과 놀아요.	Hôm nay nghỉ nên tôi chơi với các con.

소책자듣기용 047_H.MP3

Mẫu 047 ~ hay ~   ~또는~

1	나는 빵 또는 밥을 먹어요.	Tôi ăn bánh mì hoặc cơm.
2	나는 맵거나 짠 음식을 안 좋아해요.	Tôi không thích món cay hoặc món mặn.
3	오후에 나는 축구나 농구를 하러 갈 거예요.	Buổi chiều tôi sẽ đi chơi bóng đá hay bóng rổ.
4	내일은 흐리거나 비가 오겠습니다.	Ngày mai sẽ âm u hoặc có mưa.

| 5 | 기쁠 때 나는 노래하거나 춤춰요. | Khi vui, tôi hát hay nhảy. |

🎧 소책자듣기용 048_H.MP3

 Mẫu 048 ~ nhưng ~ ~이지만 ~

1	그녀는 예쁘지만 사나워요.	Cô ấy đẹp nhưng dữ.
2	베트남어는 재밌지만 어려워요.	Tiếng Việt thú vị nhưng mà khó.
3	나는 부유하지 않지만 행복해요.	Tôi không giàu nhưng hạnh phúc.
4	여행 가고 싶지만 시간이 없어요.	Tôi muốn đi du lịch nhưng không có thời gian.
5	배부르지만 더 먹을 거예요.	No nhưng mà tôi sẽ ăn nữa.

🎧 소책자듣기용 049_H.MP3

 Mẫu 049 ~ mà ~ ~한데 ~

1	오빠는 바쁜데 여전히 올 수 있으세요?	Anh bận mà vẫn đến được à?
2	나는 한국인인데 한글을 몰라요.	Tôi là người Hàn mà không biết tiếng Hàn.
3	오늘은 휴일인데 안 놀러 가세요?	Hôm nay là ngày nghỉ mà anh không đi chơi à?
4	그녀는 결혼했는데 아직 자식이 없어요.	Chị ấy kết hôn rồi mà chưa có con.
5	비싼데 왜 사요?	Đắt mà tại sao mua?

🎧 소책자듣기용 050_H.MP3

 Mẫu 050 Vì ~ ~하기 때문에

| 1 | 친구가 와서 나는 기뻐요. | Vì bạn tôi đến nên tôi vui. |

2	교통 체증 때문에 늦었어요.	Tại vì bị tắc đường nên đến muộn.
3	베트남에서 일할 것이기 때문에 베트남어를 공부해요.	Tôi học tiếng Việt bởi vì sẽ làm ở Việt Nam.
4	나는 성격이 좋기 때문에 인기가 많아요.	Vì tôi có tính cách tốt nên được nhiều người mến mộ.
5	주말에 친척이 오기 때문에 청소해야 해요.	Vì cuối tuần họ hàng đến nhà tôi nên phải dọn dẹp.

🎧 소책자듣기용 051_H.MP3

 Mẫu 051 từ ~ đến ~ ~부터 ~까지

1	아침부터 저녁까지 일할 거예요.	Tôi sẽ làm việc từ sáng đến tối.
2	여기부터 저기까지 청소했어요?	Bạn đã dọn dẹp từ đây đến kia chưa?
3	무슨 요일부터 무슨 요일까지 공부해요?	Từ thứ mấy đến thứ mấy bạn học?
4	5층부터 사무실이에요.	Từ tầng 5 là văn phòng.
5	우리는 매일 1시까지 점심을 먹어요.	Hàng ngày chúng tôi ăn trưa đến 1 giờ.

🎧 소책자듣기용 052_H.MP3

 Mẫu 052 ~ nhỉ ~하네요

1	오늘 날씨가 덥네요.	Hôm nay trời nóng nhỉ.
2	이 영화 매우 재밌지 않니!	Phim này hay quá nhỉ!
3	그는 베트남어를 매우 잘하지 않니.	Anh ấy nói tiếng Việt giỏi quá nhỉ.
4	이 술은 세네요.	Rượu này mạnh nhỉ.

5 이 방법이 더 쉽네요. Phương pháp này dễ hơn **nhỉ**.

🎧 소책자듣기용 053_H.MP3

Mẫu 053 ~ mà ~하잖아요

1 내가 말했잖아요. Tôi nói rồi **mà**.

2 오늘은 춥잖아요. Hôm nay trời lạnh **mà**.

3 그녀는 예쁜데요. Chị ấy đẹp **mà**.

4 잠깐이면 끝나는데요. Một chốc là xong **mà**.

5 그녀는 신혼여행 갔잖아요. Chị ấy đi tuần trăng mật rồi **mà**.

🎧 소책자듣기용 054_H.MP3

Mẫu 054 ~ chú? (당연히) ~하죠?

1 오빠 아직 안 자죠? Anh chưa ngủ **chứ**?

2 당신도 즐겁죠? Bạn cũng vui **chứ**?

3 나는 당연히 베트남어를 할 수 있죠. Tôi nói được tiếng Việt **chứ**.

4 당신은 여전히 잘 지내죠? Bạn vẫn khỏe **chứ**?

5 아침 식사가 있죠? Có bữa sáng **chứ**?

베트남어와 우리말을 나누어 구성했습니다. 한글 해석을 보면서 베트남어로, 베트남어를 보면서 우리말로 말하는 훈련을 해보세요.

 Unit 07

부사를 활용한 패턴

🎧 소책자듣기용 055_H.MP3

 Mẫu 055 **rất** + **형용사** 매우 ~해요

1	만나서 반가워요.	**Rất** vui được gặp.
2	오랜만이에요!	Lâu **quá** không gặp!
3	이 커피는 너무 써!	Cà phê này đắng **quá**!
4	그녀는 매우 사랑스러워, 맞지?	Chị ấy đáng yêu **lắm**, phải không?
5	두 그릇 먹어서 너무 배불러!	Tôi ăn 2 bát rồi nên no **quá**!

🎧 소책자듣기용 056_H.MP3

 Mẫu 056 **không** + **형용사** + **lắm** 별로 ~하지 않아요

1	별로 안 피곤해요.	Em **không** mệt **lắm**.
2	별로 안 좋아요.	**Không** tốt **lắm**!
3	나의 머리카락은 별로 짧지 않아요.	Tóc của tôi **không** ngắn **lắm**.
4	베트남어 문법은 별로 안 어려워요.	Ngữ pháp tiếng Việt **không** khó **lắm**.
5	여기서부터 거기까지 별로 안 멀죠?	Từ đây đến đó **không** xa **lắm**, phải không?

🎧 소책자듣기용 057_H.MP3

 Mẫu 057 **không** + **동사 / 형용사** + **đâu** 절대 ~하지 않아요

1	절대 아니에요!	**Không** phải **đâu**!

24

2	절대 안 비싸요!	Không **đắt** đâu!
3	완전 이해 안 가요!	Không **hiểu** đâu!
4	절대 몰라요!	Không **biết** đâu!
5	절대 안 돼요!	Không **được** đâu!

🎧 소책자듣기용 058_H.MP3

 Mẫu 058 khá + 형용사 꽤 ~한

1	그 광고는 꽤 눈을 사로잡아요.	Quảng cáo đó **khá** bắt mắt.
2	이 호텔은 꽤 고급스럽네요.	Khách sạn này **khá** sang trọng.
3	내 코는 약간 낮아요.	Mũi tôi **hơi** thấp.
4	이 음식은 약간 식었어요.	Món này **hơi** nguội rồi.
5	바깥이 약간 시끄러워요.	Bên ngoài **hơi** ồn ào.

🎧 소책자듣기용 059_H.MP3

 Mẫu 059 형용사 + bằng ~만큼 ~한

1	여동생이 오빠만큼 키가 커요.	Em gái cao **bằng** anh trai.
2	그녀는 배우처럼 예뻐요.	Chị ấy đẹp **như** diễn viên.
3	일본어는 프랑스어만큼 어렵지 않아요.	Tiếng Nhật không khó **bằng** tiếng Pháp.
4	이 의자는 저것만큼 커요.	Cái ghế này to **bằng** cái kia.
5	나는 소처럼 열심히 일했어요.	Tôi đã làm chăm chỉ **như** con bò.

베트남어와 우리말을 나누어 구성했습니다. 한글 해석을 보면서 베트남어로, 베트남어를 보면서 우리말로 말하는 훈련을 해보세요.

Mẫu 060 형용사 + hơn ~보다 (더) ~한

1	오늘이 어제보다 더 행복해요.	Hôm nay hạnh phúc hơn hôm qua.
2	사탕수수 주스가 차보다 더 맛있어요.	Nước mía ngon hơn trà.
3	나는 생선보다 고기를 더 좋아해요.	Tôi thích thịt hơn cá.
4	건강이 돈보다 더 중요해요.	Sức khỏe quan trọng hơn tiền bạc.
5	어느 것을 더 원해요?	Anh muốn cái nào hơn?

Mẫu 061 형용사 + nhất 가장 ~한

1	4월부터 5월이 제일 더워요.	Từ tháng 4 đến tháng 5 nóng nhất.
2	여기서 그것이 가장 싸요.	Ở đây cái đó rẻ nhất.
3	월요일이 1주일 중에 가장 바빠요.	Ngày thứ hai bận nhất trong tuần.
4	학교에서 누가 제일 예뻐요?	Ai đẹp nhất trong trường?
5	이 식당에서 분짜가 가장 맛있어요.	Bún chả ngon nhất ở nhà hàng này.

Mẫu 062 동사 + lại 다시 ~해요

1	나는 다시 켜는 중이에요.	Tôi đang bật lại.
2	아오자이 치수를 다시 재요.	Tôi đo lại số đo áo dài.
3	다시 설명해 줄 수 있어요?	Anh giải thích lại được không?

4	어디서부터 어디까지 다시 하고 싶어?	Từ đâu đến đâu em muốn làm lại?
5	비밀번호를 잊어버려서 다시 찾아야 해요.	Tôi đã quên mật khẩu nên phải tìm lại.

🎧 소책자듣기용 063_H.MP3

 Mẫu 063 동사 + **thử** 한번 ~해보다

1	한번 맛보고 싶어요.	Tôi muốn nếm thử.
2	아오자이를 입어 봐도 돼요?	Tôi mặc thử áo dài được không?
3	한번 사용해 봤는데 별로 안 좋아.	Tôi đã dùng thử rồi nhưng không tốt lắm.
4	이것을 한번 마셔 봐도 돼요?	Tôi uống thử cái này được không?
5	그의 제안에 대해 한번 생각해 봤어?	Bạn nghĩ thử về đề nghị của anh ấy chưa?

🎧 소책자듣기용 064_H.MP3

 Mẫu 064 동사 + **mãi** 계속 ~ 해요

1	그들은 계속 걸었어요.	Họ đã đi bộ mãi.
2	나는 밤까지 계속 기다릴 거예요.	Tôi sẽ đợi mãi đến đêm.
3	쉬는 날에 나는 계속 누워 있어요.	Ngày nghỉ, tôi nằm mãi.
4	과거에 대해 계속 생각하지 마세요.	Đừng nghĩ mãi về quá khứ.
5	맛있는 것은 오래 기억하고, 아픈 말은 계속 기억한다.	Miếng ngon nhớ lâu, lời đau nhớ mãi.

베트남어와 우리말을 나누어 구성했습니다. 한글 해석을 보면서 베트남어로, 베트남어를 보면서 우리말로 말하는 훈련을 해보세요.

 Mẫu 065 동사 + hết 다 ~해요

1	나는 다 이해했어요.	Tôi hiểu hết rồi.
2	오늘 다 팔았어요.	Hôm nay chúng tôi bán hết rồi.
3	나는 다 말할 거예요.	Tôi sẽ nói hết.
4	당신은 전부 고를 수 있어요.	Bạn có thể chọn hết.
5	저는 10만동 전부 다 썼어요.	Con tiêu hết 100 nghìn đồng rồi.

 Mẫu 066 không + 동사 + rõ 잘 ~하지 않아요

1	나는 이해가 잘 안 가요.	Tôi không hiểu rõ.
2	잘 안 들려요.	Tôi không nghe rõ.
3	나도 잘 몰라요.	Tôi cũng không biết rõ.
4	나는 잘 기억이 안 나요.	Tôi không nhớ rõ.
5	멀리 있는 글자가 잘 안 보여요.	Tôi không thấy rõ chữ ở xa.

 Mẫu 067 để + 동사 ~하기 위해

1	나는 일하기 위해 공부해요.	Tôi học để làm.
2	나는 돈을 벌기 위해 베트남에 가요.	Tôi đi Việt Nam để kiếm tiền.
3	건강을 유지하기 위해 운동을 해요.	Tôi tập thể dục để giữ gìn sức khỏe.

4	가장 높은 점수를 받기 위해 노력하고 있어요.	Tôi đang cố gắng **để** nhận điểm cao nhất.
5	뭐 하려고 차를 대여했어요?	Bạn đã thuê xe **để** làm gì?

Mẫu 068 ~ đã   일단 ~해요

1	일단 먹고요.	Tôi ăn **đã**.
2	일단 생각해 보고요.	Tôi suy nghĩ **đã**.
3	일단 결정하고요.	Tôi quyết định **đã**.
4	일단 숙제 끝내고요.	Tôi làm bài tập xong **đã**.
5	일단 그에게 전화하고요.	Tôi gọi điện cho anh ấy **đã**.

Mẫu 069 luôn (luôn) + 동사   항상 ~해요

1	나는 항상 웃어요.	Tôi **luôn luôn** cười.
2	나는 항상 언니를 지지해요.	Tôi **luôn luôn** ủng hộ chị.
3	그는 항상 경청해요.	Anh ấy **luôn luôn** lắng nghe.
4	항상 의사의 조언에 따르세요.	**Luôn luôn** làm theo lời khuyên từ bác sĩ.
5	항상 제 옆에 있어 줘서 고마워요.	Cám ơn anh đã **luôn** ở cạnh em.

베트남어와 우리말을 나누어 구성했습니다. 한글 해석을 보면서 베트남어로, 베트남어를 보면서 우리말로 말하는 훈련을 해보세요.

Mẫu 070 hay + 동사 자주 ~해요

1	나는 자주 캠핑 가요.	Tôi **hay** đi cắm trại.
2	나는 자주 땀이 나요.	Tôi **thường xuyên** đổ mồ hôi.
3	당신은 자주 파티를 여세요?	Bạn **hay** tổ chức tiệc không?
4	당신은 보통 몇 시에 집에 와요?	Mấy giờ bạn **thường** về đến nhà?
5	당신은 보통 어디서 공부해요?	Bạn **thường** học ở đâu?

Mẫu 071 thỉnh thoảng + 동사 가끔 ~해요

1	나는 가끔 와인을 마셔요.	Tôi **thỉnh thoảng** uống rượu vang.
2	슬플 때, 나는 가끔 울어요.	Khi buồn, tôi **thỉnh thoảng** khóc.
3	나는 때때로 혼자 영화관에 가요.	Tôi **đôi khi** đi rạp chiếu phim một mình.
4	그녀는 때때로 체중 감량을 위해 금식해요.	Cô ấy **đôi khi** nhịn ăn để giảm cân.
5	나는 가끔 숨 쉬기 힘들어요.	Tôi **thỉnh thoảng** khó thở.

Mẫu 072 ít khi + 동사 거의 ~하지 않아요

1	나는 거의 의견을 내지 않아요.	Tôi **ít khi** lên tiếng.
2	왜 그는 거의 웃지 않아요?	Tại sao anh ấy **ít khi** cười?
3	나는 친척을 거의 방문하지 않아요.	Tôi **ít khi** thăm họ hàng.

4	젊은 사람은 노인에게 거의 의자를 양보하지 않아요.	Người trẻ ít khi nhường ghế cho người già.
5	나는 귀찮아서 거의 SNS를 안 해요.	Tôi ít khi sử dụng SNS vì phiền hà.

 Mẫu 073 **không bao giờ** + **동사** 전혀 ~하지 않아요

1	나는 향채를 전혀 안 먹어요.	Tôi không bao giờ ăn rau thơm.
2	나는 담배를 전혀 안 피워요.	Tôi không bao giờ hút thuốc lá.
3	태양이 결코 지지 않는 제국.	Đế quốc mặt trời không bao giờ lặn.
4	나는 그들의 의견에 결코 동의하지 않을 거예요.	Tôi sẽ không bao giờ đồng ý với ý kiến của họ.
5	나는 노처녀가 결코 두렵지 않아요.	Tôi không bao giờ sợ ế chồng.

 Mẫu 074 **sau khi** + **(주어)** + **동사** ~한 후에

1	밥 먹은 후에 항상 커피를 마셔요.	Sau khi ăn cơm, tôi luôn uống cà phê.
2	일어난 후에 보통 뭐 하세요?	Sau khi thức dậy, bạn thường làm gì?
3	집에 도착한 후에 항상 저녁을 먹어요.	Sau khi về đến nhà, tôi luôn luôn ăn tối.
4	일 끝나고 우리는 맥주 마시러 갈 거예요.	Sau khi làm xong, chúng tôi sẽ đi uống bia.
5	출산한 후에 그녀는 휴가를 냈어요.	Sau khi sinh con, chị ấy xin nghỉ phép rồi.

베트남어와 우리말을 나누어 구성했습니다. 한글 해석을 보면서 베트남어로, 베트남어를 보면서 우리말로 말하는 훈련을 해보세요.

Mẫu 075 trước khi + (주어) + 동사 ~하기 전에

1	자기 전에 나는 책을 봐요.	Trước khi ngủ, tôi đọc sách.
2	인쇄하기 전에 확인했어요?	Trước khi in, bạn kiểm tra chưa?
3	들어오기 전에 노크를 해야 돼요.	Trước khi vào, bạn phải gõ cửa.
4	사용하기 전에 나는 가이드를 꼼꼼히 읽어요.	Tôi đọc kỹ hướng dẫn trước khi dùng.
5	베트남에서 일을 찾기 전에 뭘 준비해요?	Ở Việt Nam chuẩn bị gì trước khi tìm việc?

Mẫu 076 trừ ~ ~을 빼고

1	나는 일요일을 빼고 항상 일해요.	Tôi luôn làm việc trừ ngày chủ nhật.
2	나 빼고 모두 밥 먹으러 갔어요.	Tất cả đi ăn cơm rồi trừ tôi.
3	나는 우유 제품을 제외한 모든 것을 먹을 수 있어요.	Tôi ăn được tất cả trừ sản phẩm sữa.
4	모든 사람은 그 파티를 좋아했어요, 충분히 못 먹은 거 빼고.	Mọi người thích bữa tiệc đó, trừ việc không đủ ăn.
5	그는 앉아서 티브이 보는 것 빼고 아무것도 안 해요.	Anh ấy không làm gì cả trừ việc ngồi và xem tivi.

Unit 08 주요 술어를 활용한 패턴

🎧 소책자듣기용 077_H.MP3

Mẫu 077 muốn ~   ~을 원해요

1	나는 이것을 원해요.	**Tôi muốn cái này.**
2	형은 뭘 더 원해요?	**Anh muốn gì nữa?**
3	나는 오빠를 돕고 싶어요.	**Tôi muốn giúp anh.**
4	그는 어디서 데이트하기를 원해요?	**Anh ấy muốn hẹn hò ở đâu?**
5	나는 더 높은 급여를 받기를 원해요.	**Tôi muốn nhận lương cao hơn.**

🎧 소책자듣기용 078_H.MP3

Mẫu 078 không muốn ~   ~을 원하지 않아요

1	이번 주말 나는 일하고 싶지 않아요.	**Cuối tuần này tôi không muốn làm.**
2	나는 한 장소에서 살고 싶지 않아요.	**Tôi không muốn sống ở một nơi.**
3	저는 배부를 때 먹고 싶지 않아요.	**Em không muốn ăn khi no.**
4	미국은 이란과의 전쟁을 원하지 않아요.	**Mỹ không muốn chiến tranh với Iran.**
5	나는 오빠에게 불편을 끼치고 싶지 않아요.	**Tôi không muốn gây bất tiện cho anh.**

🎧 소책자듣기용 079_H.MP3

Mẫu 079 muốn ~ không?   ~을 원해요?

1	베트남 가고 싶어요?	**Bạn muốn đi Việt Nam không?**

2	사업하고 싶으세요?	Anh **muốn** kinh doanh **không**?
3	제 전화를 사용하길 원하세요?	Anh **muốn** sử dụng điện thoại của em **không**?
4	본사에서 일하길 원해요?	Em **muốn** làm ở trụ sở chính **không**?
5	한잔 더 마시고 싶어요?	Bạn **muốn** uống 1 cốc nữa **không**?

🎧 소책자듣기용 080_H.MP3

 Mẫu 080 chỉ muốn 　단지 ~을 원해요

1	저는 단지 친구를 만들고 싶어요.	Em **chỉ muốn** làm bạn.
2	나는 단지 한국에서 살고 싶어요.	Tôi **chỉ muốn** sống ở Hàn Quốc.
3	선생님은 단지 학생이 열심히 공부하기를 원해요.	Giáo viên **chỉ muốn** học sinh học chăm chỉ.
4	단지 너의 웃음을 보고 싶어.	Anh **chỉ muốn** nhìn thấy nụ cười của em.
5	나는 단지 잃어버린 돈을 다시 찾고 싶어요.	Tôi **chỉ muốn** tìm lại tiền đã mất.

🎧 소책자듣기용 081_H.MP3

 Mẫu 081 thích ~ 　~을 좋아해요

1	나는 꽃을 좋아해.	Tôi **thích** hoa.
2	나는 흰색을 매우 좋아해요.	Tôi rất **thích** màu trắng.
3	나는 바다보다 산을 좋아해.	Tôi **thích** núi hơn biển.
4	그 오빠는 배드민턴 치는 것을 좋아해요.	Anh ấy **thích** chơi cầu lông.

| 5 | 나는 티브이 시청을 가장 좋아해요. | Tôi **thích** xem TV nhất. |

소책자듣기용 082_H.MP3

Mẫu 082 không thích ~   ~을 좋아하지 않아요

1	나는 수학을 안 좋아해.	Tôi **không thích** toán.
2	나는 겨울에 걷는 것을 안 좋아해.	Tôi **không thích** đi bộ vào mùa đông.
3	나는 혼자 밥 먹는 것을 안 좋아해요.	Tôi **không thích** ăn cơm một mình.
4	나는 공포 영화를 안 좋아해.	Tôi **không thích** phim kinh dị.
5	그는 'No'라고 말하는 것을 안 좋아해요.	Anh ấy **không thích** nói 'không'.

소책자듣기용 083_H.MP3

Mẫu 083 thích ~ không?   ~을 좋아해요?

1	당신은 동물을 좋아해요?	Bạn **thích** động vật **không**?
2	오빠는 스포츠를 좋아해요?	Anh **thích** thể thao **không**?
3	아이스크림을 좋아하니?	Cháu **thích** kem **không**?
4	당신은 베트남어 공부하는 것을 좋아해요?	Bạn **thích** học tiếng Việt **không**?
5	당신은 시골에 사는 것을 좋아합니까?	Bạn **thích** sống ở miền quê **không**?

소책자듣기용 084_H.MP3

Mẫu 084 có + 명사   ~이 있어요

| 1 | 나는 남자친구가 생겼어요. | Tôi **có** bạn trai rồi. |

35

2	책은 3챕터가 있어요.	Sách có ba chương.
3	당신은 재능이 있어요.	Bạn có tài.
4	방 안에 두 사람이 있어요.	Trong phòng có 2 người.
5	우리는 책임이 있어요.	Chúng ta có trách nhiệm.

🎧 소책자듣기용 085_H.MP3

 Mẫu 085 không có + 명사 ~이 없어요

1	나는 펜이 없어요.	Tôi không có bút.
2	그녀는 돈이 많이 없어요.	Chị ấy không có tiền nhiều.
3	집에 세탁기가 없어요.	Ở nhà không có máy giặt.
4	책상 위에 냅킨이 없어요.	Trên bàn không có khăn giấy.
5	나는 밥 먹을 시간이 없어요.	Tôi không có thời gian ăn cơm.

🎧 소책자듣기용 086_H.MP3

 Mẫu 086 có + 명사 + không? ~이 있어요?

1	여권 있어요?	Bạn có hộ chiếu không?
2	베트남에 지하철이 있어요?	Ở Việt Nam có tàu điện ngầm không?
3	엘리베이터 있어요?	Có thang máy không?
4	여러분 중에 영어 할 줄 아는 사람 있어요?	Trong các bạn, có người biết nói tiếng Anh không?
5	영수증 있으세요?	Bạn có hóa đơn không?

Mẫu 087 giỏi ~   ~을 잘해요

1	나는 스포츠를 잘해요.	Tôi giỏi thể thao.
2	내 아내는 집안일을 잘해요.	Vợ tôi giỏi công việc nhà.
3	나는 수수께끼를 잘 풀어요.	Tôi giải câu đố giỏi.
4	나는 자수를 잘 놓아요.	Tôi thêu giỏi.
5	그 오빠는 성대모사를 잘해요.	Anh ấy bắt chước giọng nói giỏi.

Mẫu 088 không giỏi ~   ~을 잘 못해요

1	나는 달리기를 잘 못해요.	Tôi không chạy giỏi.
2	나는 꽃꽂이를 잘 못해요.	Tôi không giỏi cắm hoa.
3	나는 악기를 잘 다루지 못해요.	Tôi không chơi nhạc cụ giỏi.
4	공부 못하는 것 때문에 슬퍼하지 마.	Đừng buồn vì học không giỏi.
5	나는 다른 사람과 어울리는 것을 잘 못해요.	Tôi không giỏi giao tiếp với người khác.

Mẫu 089 ~ cũng được   ~해도 괜찮아요

1	7시도 괜찮아요.	7 giờ cũng được.
2	여기 앉아도 괜찮아요.	Bạn ngồi đây cũng được.
3	천천히 가도 괜찮아요.	Anh đi từ từ cũng được.

베트남어와 우리말을 나누어 구성했습니다. 한글 해석을 보면서 베트남어로, 베트남어를 보면서 우리말로 말하는 훈련을 해보세요.

| 4 | 그렇게 해도 괜찮아요. | Vậy cũng được. |
| 5 | 이 길로 가도 괜찮아요. | Anh đi đường này cũng được. |

🎧 소책자듣기용 090_H.MP3

 Mẫu 090 dễ + 동사 ~하기 쉬워요

1	이 단어는 발음하기 쉬워요.	Từ này dễ phát âm.
2	사랑은 변하기 쉬워요.	Tình yêu dễ thay đổi.
3	6성조는 구별하기 쉬워요.	6 thanh điệu dễ phân biệt.
4	이 분야가 미국에서 정착하기 쉬워요.	Lĩnh vực này dễ định cư ở Mỹ.
5	이 화장품은 피부를 가꾸기 쉬워요.	Mỹ phẩm này dễ chăm sóc da.

🎧 소책자듣기용 091_H.MP3

 Mẫu 091 khó + 동사 ~하기 어려워요

1	지금은 대답하기가 어려워요.	Bây giờ khó trả lời.
2	이 문제는 풀기 어려워요.	Vấn đề này khó giải quyết.
3	사람이 붐벼서 보기 어려워.	Tại vì đông người nên khó nhìn thấy.
4	이곳이 너무 시끄러워서 듣기 어려워요.	Ở đây ồn ào lắm nên khó nghe.
5	나는 막 운전 면허증을 따서 운전하기 어려워요.	Tôi mới lấy bằng lái xe nên khó lái xe.

Mẫu 092 bắt đầu ~   ~하기 시작해요

1	우리 회사는 공장을 건설하기 시작했다.	Công ty tôi đã **bắt đầu** xây dựng nhà máy.
2	우리는 3시부터 회의를 시작해요.	Chúng tôi **bắt đầu** họp từ 3 giờ.
3	단풍나무가 색을 바꾸기 시작해요.	Cây phong **bắt đầu** chuyển màu.
4	나는 어디서부터 베트남어 공부를 시작해요?	Tôi **bắt đầu** học tiếng Việt từ đâu?
5	연주회를 10분 안에 시작할 거예요.	Buổi hòa nhạc sẽ **bắt đầu** trong 10 phút.

Mẫu 093 동사 + xong   ~하는 것을 끝내요

1	나는 먹는 것을 끝냈어요. (=나는 다 먹었어요.)	Tôi ăn **xong** rồi.
2	오빠 숙제 끝났어요?	Anh làm bài tập **xong** chưa?
3	나는 보통 6시에 일이 끝나요.	Tôi thường làm **xong** lúc 6 giờ.
4	나는 데이트가 끝난 후 집에 가요.	Sau khi hẹn hò **xong**, tôi về nhà.
5	나는 양치질이 끝난 후 세수해요.	Sau khi đánh răng **xong**, tôi rửa mặt.

Mẫu 094 tiếp tục + 동사   계속 ~해요

| 1 | 나는 계속 하품해요. | Tôi **tiếp tục** ngáp. |
| 2 | 눈이 여전히 계속 내려요. | Tuyết vẫn **tiếp tục** rơi. |

3	그는 지금까지 계속 자요.	Anh ấy tiếp tục ngủ đến bây giờ.
4	나는 계속 노력할 거예요.	Tôi sẽ tiếp tục nỗ lực.
5	나는 유창하게 말할 때까지 베트남어를 계속 공부할 거예요.	Tôi sẽ tiếp tục học tiếng Việt đến khi nói thành thạo.

🎧 소책자듣기용 095_H.MP3

 Mẫu 095 Đáng ~ ~할 만해요

1	이 사건은 주목할 만해요.	Sự kiện này đáng chú ý.
2	이 상품은 살 만해요.	Sản phẩm này đáng mua.
3	이 게임은 막 출시해서 게임할 만해요.	Game này mới ra mắt nên rất đáng để chơi.
4	당신 생각에 이 문제가 걱정할 만한가요?	Theo anh, vấn đề này có đáng lo không?
5	올해 가장 관심 가질 만한 소식들이 무엇입니까?	Những thông tin đáng quan tâm nhất năm nay là gì?

🎧 소책자듣기용 096_H.MP3

 Mẫu 096 hết ~ ~을 다 쓰다

1	나는 돈을 다 썼어요.	Tôi hết tiền rồi.
2	내 오토바이 기름이 다 떨어졌어요.	Xe máy tôi hết xăng rồi.
3	배터리가 다 떨어져서 전화할 수 없어요.	Hết pin rồi nên tôi không gọi điện được.
4	그녀는 슬픔이 다 없어졌어요.	Cô ấy hết buồn rồi.
5	나는 지금 아픈 게 다 없어졌어요.	Bây giờ tôi hết đau rồi.

Mẫu 097 được + 동사 ~하게 되다

1	나는 칭찬 받았어요.	Tôi đã **được** khen.
2	내 상사는 승진하게 되었어요.	Sếp tôi đã **được** thăng chức.
3	나는 장학금을 받게 될 거예요.	Tôi sẽ **được** nhận học bổng.
4	그의 편지는 아직 읽어지지 않았어요.	Thư của anh ấy chưa **được** đọc.
5	나는 더 빨리 치료 받을 수 있어요.	Tôi có thể **được** điều trị sớm hơn.

 Mẫu 098 bị + 동사 ~ 당하다

1	나는 벌금 물었어요.	Tôi **bị** phạt tiền.
2	나는 꾸중을 들었어요.	Tôi **bị** mắng.
3	나는 소매치기 당했어요.	Tôi **bị** mất cắp rồi.
4	나는 비웃음 당하는 것이 두려워요.	Tôi sợ **bị** chê cười.
5	그는 교통사고를 당했어요.	Anh ấy **bị** tai nạn giao thông.

 Unit 09 조동사

 Mẫu 099 phải + 동사 ~해야 해요

1	나는 약을 먹어야 해요.	Tôi **phải** uống thuốc.

베트남어와 우리말을 나누어 구성했습니다. 한글 해석을 보면서 베트남어로, 베트남어를 보면서 우리말로 말하는 훈련을 해보세요.

2	당신은 약속을 지켜야 해요.	Bạn **phải** giữ lời hứa.
3	7시 전까지 도착해야 해요.	Tôi **phải** đến trước 7 giờ.
4	다음 정류장에서 내려야 해요.	Tôi **phải** xuống ở trạm sau.
5	오늘 중에 이것을 보내야 해요.	Tôi **phải** gửi cái này trong hôm nay.

🎧 소책자듣기용 100_H.MP3

 Mẫu 100 cần ~ ~이 필요해요

1	나는 알 필요가 있어요.	Tôi **cần** biết.
2	당신은 잠시 쉴 필요가 있어요.	Bạn **cần** giải lao một chút.
3	나는 더 생각할 시간이 필요해요.	Tôi **cần** thời gian nghĩ nữa.
4	나를 사랑해 줄 사람이 필요해요.	Tôi **cần** người yêu tôi.
5	신청하기 위해 사진이 필요해요.	Bạn **cần** hình để đăng ký.

🎧 소책자듣기용 101_H.MP3

 Mẫu 101 nên + 동사 ~해야 해요(약한 의무)

1	너는 자러 가는 게 낫겠어.	Em **nên** đi ngủ.
2	너는 미안해 해야 해.	Em **nên** xin lỗi.
3	나는 더 열심히 공부해야 해.	Tôi **nên** học chăm chỉ hơn.
4	나는 우리가 초대해야 한다고 생각해.	Tôi nghĩ chúng ta **nên** mời.
5	그녀는 부모님의 충고를 들어야 해요.	Cô ấy **nên** nghe lời khuyên của bố mẹ.

Mẫu 102 không nên + 동사 ~하지 않는 게 좋겠어요

1	야식을 안 먹는 게 좋겠어.	Em **không nên** ăn đêm.
2	간섭 안 하는 게 좋겠어요.	**Không nên** can thiệp.
3	멀리 안 가는 게 좋겠어요.	**Không nên** đi xa.
4	이 광고를 건너뛰지 않는 게 좋겠어요.	**Không nên** bỏ qua quảng cáo này.
5	약 먹은 후에 술을 안 마시는 게 좋겠어요.	**Không nên** uống rượu sau khi uống thuốc.

Mẫu 103 có thể + 동사 + được ~할 수 있어요

1	나는 베트남어를 말할 수 있어요.	Tôi **có thể** nói **được** tiếng Việt.
2	나는 돈을 벌 수 있어요.	Tôi **có thể** kiếm tiền **được**.
3	당신은 절약할 수 있어요.	Bạn **có thể** tiết kiệm **được**.
4	당신은 3개 이상 선택할 수 있어요.	Bạn **có thể** chọn 3 cái trở lên.
5	나는 로그인 이름을 바꿀 수 있어요.	Tôi thay đổi tên đăng nhập **được**.

Mẫu 104 không thể + 동사 + được ~할 수 없어요

1	나는 외국어를 말할 수 없어요.	Tôi **không thể** nói **được** ngoại ngữ.
2	최근에 나는 푹 잘 수 없어요.	Gần đây tôi **không thể** ngủ ngon.
3	토요일에 파티에 참석할 수 없을까 걱정이에요.	Tôi e rằng tôi **không thể** đến dự tiệc vào thứ 7.

43

베트남어와 우리말을 나누어 구성했습니다. 한글 해석을 보면서 베트남어로, 베트남어를 보면서 우리말로 말하는 훈련을 해보세요.

4	나는 고수를 먹을 수 없어요.	Tôi không thể ăn ngò.
5	타는 냄새를 맡을 수 없어요.	Tôi không thể ngửi được mùi cháy.

🎧 소책자듣기용 105_H.MP3

 Mẫu 105 có thể + 동사 + được không? ~할 수 있어요?

1	당신은 이해돼요?	Bạn có thể hiểu được không?
2	당신은 상대방을 패배시킬 수 있어요?	Bạn có thể đánh bại đối phương được không?
3	표 1장 더 예약할 수 있어요?	Tôi có thể đặt 1 vé nữa được không?
4	여기서 담배 피워도 되나요?	Tôi có thể hút thuốc ở đây được không?
5	휴대폰 돈 충전하는 거 도와주실 수 있어요?	Bạn có thể giúp nạp tiền không?

 Unit 10 추측할 때 쓰는 패턴

🎧 소책자듣기용 106_H.MP3

 Mẫu 106 Tất nhiên (là) ~ 당연히 ~

1	당연히 아니지.	Tất nhiên là không.
2	당연히 더 좋은 방법이 있지요.	Tất nhiên có cách tốt hơn.
3	당연히 그것은 내 잘못입니다.	Tất nhiên đó là lỗi của tôi.
4	당연히 할머니는 모두를 사랑해요.	Dĩ nhiên là bà yêu tất cả.

| 5 | 당연히 오빠는 네가 보고 싶지. | **Dĩ nhiên** anh nhớ em. |

🎧 소책자듣기용 107_H.MP3

Mẫu 107 chắc chắn (là) ~ 확실히 ~해요

1	확실히 정시에 도착할게요.	**Chắc chắn** tôi sẽ đến đúng giờ.
2	내일은 확실히 날씨가 좋을 거예요.	Ngày mai **chắc chắn** thời tiết đẹp.
3	확실히 당신은 성공할 거예요.	**Chắc chắn** bạn sẽ thành công.
4	확실히 이번 주말에 끝날 거예요.	**Chắc chắn** cuối tuần này xong.
5	확실히 그 오빠는 집에 없어요.	**Chắc chắn** anh ấy không có ở nhà.

🎧 소책자듣기용 108_H.MP3

Mẫu 108 chắc là ~ 아마 ~인 것 같아요

1	아마 그런 것 같아요.	**Có lẽ** vậy.
2	아마 그들은 잊어버린 것 같아요.	**Có lẽ** họ quên rồi.
3	아마도 걔가 말한 게 맞는 것 같아요.	**Có lẽ** nó nói đúng.
4	아마도 저 소리는 피아노 소리인 것 같아요.	Tiếng kia **chắc là** tiếng đàn piano.
5	아마도 나는 이 일과 안 맞는 것 같아요.	**Chắc là** tôi không hợp với công việc này.

베트남어와 우리말을 나누어 구성했습니다. 한글 해석을 보면서 베트남어로, 베트남어를 보면서 우리말로 말하는 훈련을 해보세요.

 Unit 11 # 부탁, 명령, 제안할 때 쓰는 패턴

 Mẫu 109 cho tôi **+ 동사**   내가 ~하게 해 주세요

| 1 | 제가 좀 물어볼게요. | **Cho em** hỏi một chút. |

| 2 | 오빠의 이름을 알게 해 주세요. | **Cho tôi** biết tên của anh. |

| 3 | 당신의 여권을 보여 주세요. | **Cho tôi** xem hộ chiếu của bạn. |

| 4 | 좀 지나가게 해 주세요. | **Cho tôi** đi qua. |

| 5 | 좀 추가하게 해 주세요. | **Cho tôi** thêm một chút. |

 Mẫu 110 cho tôi **+ 명사**   (나에게) ~을 주세요

| 1 | 이것 주세요. | **Cho tôi** cái này. |

| 2 | 사이공 맥주 2병 주세요. | **Cho tôi** 2 chai bia Sài Gòn. |

| 3 | 쌀국수 1그릇 주세요. | **Cho tôi** 1 bát phở. |

| 4 | 아이스 커피 1잔 주세요. | **Cho tôi** 1 cốc cà phê đá. |

| 5 | 물티슈 1개 더 주세요. | **Cho tôi** 1 cái khăn ướt nữa. |

 Mẫu 111 **동사 +** cho **+ 명사**   ~을 위해 ~해요

| 1 | 그는 나를 위해 요리해요. | Anh ấy nấu ăn **cho** tôi. |

46

2	나는 오빠에게 편지를 보내요.	Tôi gửi **cho** anh một bức thư.
3	나는 손님에게 팔 거예요.	Tôi sẽ bán **cho** khách hàng.
4	이것은 어린이를 위한 책이에요.	Đây là quyển sách **cho** thiếu nhi.
5	야채를 먹는 것은 건강에 좋아요.	Ăn rau tốt **cho** sức khỏe.

🎧 소책자듣기용 112_H.MP3

 Mẫu 112 (Xin) hãy + **동사** + cho + **명사** ~을 위해 ~하세요

1	미래를 위해 노력하세요.	**Hãy** cố gắng **cho** tương lai.
2	건강을 위해 운동하세요.	**Hãy** tập thể dục **cho** sức khỏe.
3	주말에 가족을 위한 시간을 보내세요.	**Hãy** dành thời gian **cho** gia đình vào cuối tuần.
4	내일을 위해 일찍 주무세요.	**Hãy** ngủ sớm **cho** ngày mai.
5	안전을 위해 자동차를 다시 확인하세요.	**Hãy** kiểm tra lại xe ô tô **cho** an toàn.

🎧 소책자듣기용 113_H.MP3

 Mẫu 113 (Xin) hãy + **동사** ~하세요

1	조심히 가세요.	**Hãy** đi cẩn thận.
2	뒷문으로 내리세요.	**Hãy** xuống xe bằng cửa sau.
3	수업 후에 복습하세요.	**Hãy** ôn tập sau khi học.
4	베트남어로 말하세요.	**Hãy** nói bằng tiếng Việt.
5	기한 안에 서류를 내세요.	**Hãy** nộp hồ sơ trong thời hạn.

베트남어와 우리말을 나누어 구성했습니다. 한글 해석을 보면서 베트남어로, 베트남어를 보면서 우리말로 말하는 훈련을 해보세요.

🎧 소책자듣기용 114_H.MP3

 Mẫu 114 Chúng ta + 동사 + đi 우리 ~하자

1	우리 밥 먹으러 가자!	**Chúng ta** đi ăn cơm **đi**!
2	우리 술 마시러 가자!	**Chúng ta** đi nhậu **đi**!
3	우리 커피 마시러 가자!	**Chúng ta** đi uống cà phê **đi**!
4	우리 호텔에서 아침 먹자!	**Chúng ta** ăn sáng ở khách sạn **đi**!
5	우리 봉사활동 하러 가자!	**Chúng ta** đi hoạt động từ thiện **đi**!

🎧 소책자듣기용 115_H.MP3

 Mẫu 115 Bạn + 동사 + đi ~해라

1	열심히 공부해라!	**Bạn** học chăm chỉ **đi**!
2	영어로 말하세요!	**Anh** nói bằng tiếng Anh **đi**!
3	이렇게 해!	**Bạn** làm như thế này **đi**!
4	빨리 해라!	**Bạn** làm nhanh lên **đi**!
5	계속 말해라!	**Bạn** cứ nói **đi**!

🎧 소책자듣기용 116_H.MP3

 Mẫu 116 주어 + 동사 + nhé ~하세요

1	나 집에 갈게요!	**Tôi** về nhà **nhé**!
2	나한테 전화하세요!	**Chị** gọi điện thoại cho tôi **nhé**!
3	먹어 보세요!	**Bạn** ăn thử **nhé**!

| 4 | 다 보고 나서 돌려주세요! | Sau khi xem xong, bạn trả nhé! |
| 5 | 원샷 하세요! | Bạn uống một trăm phần trăm nhé! |

 Mẫu 117 (Xin) đừng **+ 동사/형용사** ~하지 마세요

1	서두르지 마.	**Đừng** vội.
2	더 미안해 하지 마세요.	**Xin đừng** xin lỗi nữa.
3	포기하지 마세요.	**Xin đừng** bỏ cuộc.
4	전화 끊지 마.	**Đừng** cúp máy.
5	고수는 넣지 마세요.	**Xin đừng** cho ngò vào.

 # 감정, 의사 표현을 할 때 쓰는 패턴

Unit 12

 Mẫu 118 Xin lỗi vì ~ ~해서 죄송해요

1	폐를 끼쳐서 죄송해요.	**Xin lỗi vì** đã làm phiền.
2	말실수해서 죄송해요.	**Xin lỗi vì** lỡ miệng.
3	틀린 정보를 드려서 죄송해요.	**Xin lỗi vì** đưa thông tin sai.
4	오빠를 실망시켜서 죄송해요.	**Xin lỗi vì** làm anh thất vọng.
5	여러 가지로 죄송합니다.	**Xin lỗi vì** nhiều điều.

베트남어와 우리말을 나누어 구성했습니다. 한글 해석을 보면서 베트남어로, 베트남어를 보면서 우리말로 말하는 훈련을 해보세요.

 Mẫu 119 hối tiếc vì ~ ~해서 후회스러워요

1	유학을 안 간 것이 후회스러워요.	**Hối tiếc vì đã không du học.**
2	오빠를 떠난 것이 후회스러워요.	**Hối tiếc vì đã rời xa anh.**
3	하는 법을 몰라서 후회할 거예요.	**Sẽ hối tiếc vì không biết cách làm.**
4	나는 결혼해서 후회해 본 적이 없어요.	**Tôi chưa bao giờ hối tiếc vì kết hôn.**
5	나는 '너무 일찍' 팔아서 후회스러워요.	**Tôi hối tiếc vì bán 'quá sớm'.**

 Mẫu 120 Cảm ơn vì ~ ~해서 고마워요

1	모든 것에 고마워요.	**Cảm ơn vì tất cả.**
2	관심에 고마워요.	**Cảm ơn vì sự quan tâm.**
3	일찍 대답해 주셔서 고마워요.	**Cảm ơn vì đã trả lời sớm.**
4	열렬히 도와주셔서 고마워요.	**Cảm ơn vì giúp đỡ nhiệt tình.**
5	구매하러 와 주셔서 고마워요.	**Cảm ơn vì đã đến mua hàng.**

 Mẫu 121 Chúc mừng ~ ~을 축하해요

1	결혼 축하해요.	**Chúc mừng kết hôn.**
2	생일 축하해요.	**Chúc mừng sinh nhật.**
3	졸업 축하해요.	**Chúc mừng tốt nghiệp.**

| 4 | 승진 축하해요. | **Chúc mừng** lên chức. |
| 5 | 개업 축하해요. | **Chúc mừng** khai trương. |

 Mẫu 122 nói rằng ~ ~이 말하길 ~

1	그가 말하길 내가 귀엽대요.	Anh ấy **nói rằng** tôi dễ thương.
2	그가 말하길 오늘 비 온대요.	Anh ấy **nói rằng** hôm nay trời sẽ mưa.
3	모든 사람이 건강이 가장 중요하다고 말해요.	Mọi người **nói rằng** sức khỏe quan trọng nhất.
4	걔가 가고 싶지 않다고 했어요.	Nó đã **nói rằng** không muốn đi.
5	그가 믿는다고 할까요 안 믿는다고 할까요?	Anh ấy sẽ **nói rằng** tin hay không tin?

 Mẫu 123 nghe nói ~ 듣기로는 ~

1	듣기로는 그녀가 오빠를 좋아한대요.	**Nghe nói** chị ấy thích anh.
2	듣기로는 그녀가 성형수술했대요.	**Nghe nói** cô ấy đã phẫu thuật thẩm mỹ.
3	듣기로는 그들은 서로 때렸대요.	**Nghe nói** họ đã đánh nhau.
4	듣기로는 영화에서 여주인공이 죽임을 당했대.	**Nghe nói** nữ chính bị giết trong phim.
5	듣기로는 사파에 겨울에 눈이 온대요.	**Nghe nói** mùa đông tuyết rơi ở Sapa.

베트남어와 우리말을 나누어 구성했습니다. 한글 해석을 보면서 베트남어로, 베트남어를 보면서 우리말로 말하는 훈련을 해보세요.

 Mẫu 124 Theo + 명사 ~에 의하면

1	당신 생각에는 베트남어 어때요?	**Theo** bạn, tiếng Việt thế nào?
2	그에 따르면 그녀는 안 온대요.	**Theo** anh ấy, chị ấy không đến.
3	내 생각에 이 방법은 별로 안 좋은 것 같아요.	**Theo** tôi, phương pháp này không tốt lắm.
4	통계에 따르면 날이 가면 갈수록 실업률이 높아져요.	**Theo** thống kê, càng ngày tỉ lệ thất nghiệp càng tăng lên.
5	일기예보에 따르면 내일 태풍 온대요.	**Theo** dự báo thời tiết, ngày mai sẽ có bão.

 Mẫu 125 주어 + khuyên + 사람 + 동사 ~가 ~에게 ~하라고 권해요

1	변호사는 나에게 그녀를 고소하라고 권해요.	Luật sư **khuyên** tôi kiện chị ấy.
2	교육부는 학생에게 책을 읽으라고 권해요.	Bộ giáo dục **khuyên** học sinh đọc sách.
3	내 친구는 흰색을 고르라고 나에게 권해요.	Bạn tôi **khuyên** tôi chọn màu trắng.
4	의사는 나에게 담배 끊으라고 권해요.	Bác sĩ **khuyên** tôi bỏ thuốc lá.
5	선생님은 나에게 단어를 외우라고 권해요.	Giáo viên **khuyên** tôi thuộc lòng từ.

 Mẫu 126 trông có vẻ + 형용사 ~해 보여요

1	그녀는 사나워 보여요.	Chị ấy **trông có vẻ** dữ.

2	계단이 별로 안전해 보이지 않아요.	Cầu thang **trông có vẻ** không an toàn lắm.
3	이 시스템은 낙후되어 보여요.	Hệ thống này **trông có vẻ** lạc hậu.
4	길거리 음식이 맛있어 보여요.	Món vỉa hè **trông có vẻ** ngon.
5	그는 자신감 있어 보여요.	Anh ấy **trông có vẻ** tự tin.

🎧 소책자듣기용 127_H.MP3

 Mẫu 127 Đúng là ~   역시 ~이에요

1	역시 천재예요.	**Đúng là** thiên tài.
2	그야말로 가장 좋은 방법이에요.	**Đúng là** cách tốt nhất.
3	그야말로 유익한 정보예요.	**Đúng là** thông tin hữu ích.
4	역시 효과가 있어요.	**Đúng là** có hiệu quả.
5	역시 그녀는 솜씨가 좋아요.	**Đúng là** bà ấy khéo tay.

🎧 소책자듣기용 128_H.MP3

 Mẫu 128 may mắn vì ~   ~해서 다행이에요

1	형을 만나게 되어서 다행이에요.	**May mắn vì** được gặp anh.
2	일하기 위한 체력이 충분히 남아 있어서 다행이에요.	**May mắn vì** còn đủ sức khỏe để làm việc.
3	휴양하기 위한 장소로 잘 선택해서 다행이에요.	**May mắn vì** chọn đúng nơi để nghỉ dưỡng.
4	든든한 백이 있어서 다행이에요.	**May mắn vì** có hậu phương vững chắc.

베트남어와 우리말을 나누어 구성했습니다. 한글 해석을 보면서 베트남어로, 베트남어를 보면서 우리말로 말하는 훈련을 해보세요.

5	내 남편이 주색잡기를 하지 않아서 다행이에요.	May mắn vì **chồng tôi không cờ bạc, rượu chè, gái gú.**

 Mẫu 129 Ước gì ~ ~하면 좋겠어요

1	비가 그쳤으면 좋겠어요.	Ước gì **trời tạnh mưa.**
2	휴가가 더 연장되면 좋겠어요.	Ước gì **kỳ nghỉ kéo dài hơn.**
3	아버지 병이 빨리 나았으면 좋겠어요.	Ước gì **bố tôi mau hết bệnh.**
4	우리가 여기서 더 오래 머물 수 있으면 좋겠어요.	Ước gì **chúng tôi có thể ở lại lâu hơn.**
5	이 일들로 인한 영향을 안 받았으면 좋겠어요.	Ước gì **không bị ảnh hưởng bởi những điều này.**

 Mẫu 130 Bất đắc dĩ ~ 부득이하게도 ~해요

1	부득이하게도 약속을 취소해요.	Bất đắc dĩ **hủy cuộc hẹn.**
2	부득이하게도 더 이상 안 돼요.	Bất đắc dĩ **không thể hơn nữa.**
3	부득이하게도 세미나에 참가 못해요.	Bất đắc dĩ **không thể tham gia hội thảo.**
4	부득이하게도 파업을 시작할 거예요.	Bất đắc dĩ **sẽ bắt đầu đình công.**
5	부득이하게도 변동이 있어요.	Bất đắc dĩ **có sự thay đổi.**

말뜻을 풍부하게 살리는 주요 패턴

🎧 소책자듣기용 131_H.MP3

Mẫu 131 như ~ ~처럼

1	나는 축구나 야구 같은 스포츠를 좋아 해요.	Tôi thích thể thao **như** bóng đá hay bóng chày.
2	내가 하는 것처럼 해 보세요!	Chị làm thử **như** tôi làm nhé!
3	베트남이나 태국 같은 동남아에 살고 싶어요.	Tôi muốn sống ở Đông Nam Á **như** Việt Nam hay Thái Lan.
4	내가 말했듯이 이것은 틀렸어요.	**Như** tôi đã nói, cái này sai rồi.
5	그녀가 입었던 것처럼 입고 싶어요.	Tôi muốn mặc **như** chị ấy đã mặc.

🎧 소책자듣기용 132_H.MP3

Mẫu 132 vừa ~ vừa ~하면서 ~해요

1	그녀는 예쁘면서 똑똑해요.	Cô ấy **vừa** đẹp **vừa** thông minh.
2	그 동생은 요리하면서 노래해요.	Em ấy **vừa** nấu ăn **vừa** hát.
3	그녀는 주부이면서 직장인이에요.	Chị ấy **vừa** là nội trợ **vừa** là nhân viên công ty.
4	베트남 음식은 맛있으면서 건강에 좋아요.	Món ăn Việt Nam **vừa** ngon **vừa** tốt cho sức khỏe.
5	나는 학교 다니면서 알바해야 해요.	Tôi **vừa** đi học **vừa** phải làm thêm.

베트남어와 우리말을 나누어 구성했습니다. 한글 해석을 보면서 베트남어로, 베트남어를 보면서 우리말로 말하는 훈련을 해보세요.

 Mẫu 133 phương pháp ~ ~하는 법

1	공부하는 방법이 뭐예요?	Phương pháp học là gì?
2	쌀국수 만드는 법을 알려 주세요.	Cho tôi biết phương pháp nấu phở.
3	교육 방법을 개혁해야 해요.	Chúng ta phải đổi mới phương pháp giáo dục.
4	치료법을 찾고 있는 중이에요.	Chúng ta đang tìm phương pháp điều trị.
5	약도 그리는 법을 알아요?	Bạn biết phương pháp vẽ sơ đồ không?

 Mẫu 134 ~ thì ~ còn ~ thì ~ ~는 ~하고 ~는 ~해요

1	나는 한국인이고 내 친구는 베트남인이에요.	Tôi thì người Hàn còn bạn tôi thì người Việt.
2	겨울은 춥고 여름은 더워요.	Mùa đông thì lạnh còn mùa hè thì nóng.
3	주말에 나는 일하고 내 남편은 자요.	Cuối tuần tôi thì làm việc còn chồng tôi thì ngủ.
4	나는 흰색을 좋아하고 내 동생은 검은색을 좋아해요.	Tôi thì thích màu trắng còn em tôi thì thích màu đen.
5	나는 시장에서 쇼핑하고 내 친구는 마트에서 쇼핑해요.	Tôi thì mua sắm ở chợ còn bạn tôi thì mua sắm ở siêu thị.

 Mẫu 135 Càng ~ càng ~ ~하면 할수록 ~해요

1	공부하면 할수록 재밌어요.	Càng học càng thú vị.

56

2	먹으면 먹을수록 배고파요.	**Càng** ăn **càng** đói.
3	많으면 많을수록 좋아요.	**Càng** nhiều **càng** tốt.
4	이르면 이를수록 좋아요.	**Càng** sớm **càng** tốt.
5	싸면 쌀수록 좋아요.	**Càng** rẻ **càng** tốt.

🎧 소책자듣기용 136_H.MP3

Mẫu 136 **càng ngày càng ~** 날이 가면 갈수록 점점 ~해요

1	날이 가면 갈수록 점점 잘생겨져요.	**Càng ngày càng** đẹp trai.
2	날이 가면 갈수록 점점 궁금해져요.	**Càng ngày càng** tò mò.
3	날이 가면 갈수록 점점 부유해져요.	**Càng ngày càng** giàu.
4	보러 오는 사람으로 날이 가면 갈수록 점점 붐벼요.	Người đến xem **càng ngày càng** đông.
5	오빠의 목소리가 날이 가면 갈수록 점점 약해져요.	Giọng nói của anh **càng ngày càng** yếu.

🎧 소책자듣기용 137_H.MP3

Mẫu 137 **đi + 장소 + về** ~에 갔다 와요

1	나는 먹을 것 사러 갔다 왔어.	Tôi đã **đi** mua đồ ăn **về**.
2	그녀는 주차하러 갔다 와요.	Chị ấy **đi** đậu xe **về**.
3	나는 앞마당에 갔다 올 거예요.	Tôi sẽ **đi** sân trước **về**.
4	아침마다 나는 꽃에 물 주러 갔다 와요.	Mỗi sáng tôi **đi** tưới nước cho hoa **về**.
5	지금 당신은 공부하고 온 거죠?	Bây giờ anh **đi** học **về** à?

베트남어와 우리말을 나누어 구성했습니다. 한글 해석을 보면서 베트남어로, 베트남어를 보면서 우리말로 말하는 훈련을 해보세요.

🎧 소책자듣기용 138_H.MP3

Mẫu 138 bất cứ ~ 어느 ~이라도

1	나는 어느 때라도 갈 수 있어.	Tôi có thể đi **bất cứ** khi nào.
2	당신은 어느 가격으로라도 살 수 있어요.	Bạn có thể mua bằng **bất cứ** giá nào.
3	어느 누구라도 그 상황을 만날 수 있어요.	**Bất cứ** ai cũng có thể gặp tình huống đó.
4	그 일은 어느 때라도 일어날 수 있어요.	Chuyện đó thì **bất cứ** lúc nào cũng có thể xảy ra.
5	나는 어느 일이라도 할 수 있어요.	Tôi có thể làm **bất cứ** điều gì.

🎧 소책자듣기용 139_H.MP3

Mẫu 139 toàn·là ~ 전부 ~ 다

1	전부 거짓말이에요.	**Toàn là** nói dối.
2	전부 오토바이예요.	**Toàn là** xe máy.
3	내 팀은 전부 남자예요.	Nhóm tôi **toàn là** nam.
4	전부 고수예요.	**Toàn là** cao thủ.
5	전부 독신이에요.	**Toàn là** độc thân.

🎧 소책자듣기용 140_H.MP3

Mẫu 140 cả ~ và ~ ~, ~둘 다

| 1 | 나는 고추와 양배추 둘 다 사요. | Tôi mua **cả** ớt **và** bắp cải. |
| 2 | 나는 이거랑 저거 둘 다 원해요. | Tôi muốn **cả** cái này **lẫn** cái kia. |

3	나는 베트남어랑 중국어 둘 다 말할 수 있어요.	Tôi có thể nói cả tiếng Việt và tiếng Trung.
4	토요일, 일요일 둘 다 바빠요.	Tôi bận cả thứ bảy cả chủ nhật.
5	나는 염색과 파마 둘 다 해요.	Tôi cả nhuộm tóc lẫn uốn tóc.

 Mẫu 141 trở nên + 형용사   ~해져요

1	나는 건강해지고 싶어요.	Tôi muốn trở nên khỏe mạnh.
2	삶이 더 힘들어져요.	Cuộc sống trở nên khó khăn hơn.
3	나는 자신감을 갖고 싶어요.	Tôi muốn trở nên tự tin.
4	매력적으로 되는 방법을 알려 주세요.	Cho tôi biết cách trở nên thu hút.
5	아버지가 돌아가셨을 때부터 그녀는 우울해졌어요.	Từ khi bố qua đời, cô ấy trở nên buồn.

소책자듣기용 142_H.MP3

 Mẫu 142 trở thành + 명사   ~이 돼요

1	나는 의사가 되고 싶어요.	Tôi muốn trở thành bác sĩ.
2	어떻게 억만장자가 돼요?	Làm sao để trở thành tỷ phú?
3	베트남은 강국이 될 거예요.	Việt Nam sẽ trở thành cường quốc.
4	두 사람은 친한 친구가 됐어요.	Hai người trở thành đôi bạn thân.
5	지도자가 되기 위해 무엇을 해야 해요?	Phải làm gì để trở thành nhà lãnh đạo?

🎧 소책자듣기용 143_H.MP3

 Mẫu 143 동사 + đi + 동사 + lại 계속 ~하고 또 ~해요

1	그는 계속 말하고 또 말해요.	Anh ấy nói đi nói lại.
2	나는 한 음식만 계속 먹고 또 먹어요.	Tôi ăn đi ăn lại 1 món.
3	계속 읽고 또 읽어도 여전히 이해가 안돼요.	Tôi đọc đi đọc lại mà vẫn không hiểu.
4	계속 듣고 또 듣고 싶어요.	Tôi muốn nghe đi nghe lại.
5	계속 하고 또 해도 안돼요.	Tôi làm đi làm lại mà không được.

🎧 소책자듣기용 144_H.MP3

 Mẫu 144 không những ~ mà còn ~ (nữa)
~할 뿐만 아니라 ~하기까지 해요

1	그는 공부를 잘할 뿐만 아니라 노래까지 잘해요.	Anh ấy không những học giỏi mà còn hát hay.
2	나는 기타를 칠 수 있을 뿐만 아니라 바이올린까지 켤 수 있어요.	Tôi không những có thể chơi ghi-ta mà còn chơi được vi-ô-lông.
3	그는 건방질 뿐만 아니라 이기적이기까지 해요.	Nó không những kiêu ngạo mà còn ích kỷ nữa.
4	그는 가난할 뿐만 아니라 몸까지 허약해요.	Anh ấy không những nghèo mà còn thân thể cũng yếu.
5	칭찬을 못 들었을 뿐만 아니라 혼까지 났어요.	Tôi không những không được khen mà còn bị mắng.

🎧 소책자듣기용 145_H.MP3

 Mẫu 145 chỉ ~ thôi 단지 ~일 뿐이다

1	단지 2달러밖에 안 해요.	Chỉ 2 đô la thôi.

60

2	나는 자식이 1명뿐이에요.	Tôi **chỉ** có 1 con **thôi**.
3	단지 농담일 뿐이잖아.	**Chỉ** nói đùa **thôi** mà.
4	나는 단지 학생일 뿐이에요.	Tôi **chỉ** là học sinh **thôi**.
5	나는 그녀만 사랑해요.	Tôi yêu **chỉ** chị ấy **thôi**.

소책자듣기용 146_H.MP3

Mẫu 146 ~ **chứ không phải (là)** ~이지 ~이 아니에요

1	나는 사장이지 직원이 아니에요.	Tôi là giám đốc **chứ không phải là** nhân viên.
2	나는 쉬고 싶지 놀고 싶은 게 아니에요.	Tôi muốn nghỉ **chứ không phải** muốn chơi.
3	체중 감량은 예뻐지기 위해서지 미워지기 위해서가 아니에요.	Giảm cân để đẹp **chứ không phải** để xấu.
4	나는 성격을 중요시 여기지 재산을 중요시 여기지 않아요.	Tôi coi trọng tính cách **chứ không phải là** tài sản.
5	살기 위해 일하는 거지 일하기 위해 사는 게 아니에요.	Làm để sống **chứ không phải** sống để làm.

소책자듣기용 147_H.MP3

Mẫu 147 **không phải (là)** ~ **mà là** ~ ~이 아니라 ~이에요

1	나는 한국인이 아니라 베트남인이에요.	Tôi **không phải là** người Hàn **mà là** người Việt.
2	1개가 아니라 2개예요.	**Không phải là** 1 cái **mà là** 2 cái.
3	사거리가 아니라 삼거리예요.	**Không phải là** ngã tư **mà là** ngã ba.

4	원하지 않는 게 아니라 시간이 없어요.	**Không phải** không muốn **mà là** không có thời gian.
5	성공은 일을 많이 하고 적게 하는 것에 있는 게 아니라 무엇을 하느냐에 있다.	Thành công **không phải** ở việc làm nhiều hay ít **mà là** làm gì.

🎧 소책자듣기용 148_H.MP3

 Mẫu 148 giống như + 명사　~과 같아요

1	이것은 내 것과 같아요.	Cái này **giống như** của tôi.
2	그들은 내 부모님과 같아요.	Họ **giống như** bố mẹ tôi.
3	그녀는 정신이 나간 사람 같아요.	Chị ấy **giống như** là người mất hồn.
4	오빠의 경우는 내 경우와 같아요.	Trường hợp anh **giống như** trường hợp tôi.
5	이 가격은 처음과 같아요.	Giá này **giống như** đầu tiên.

🎧 소책자듣기용 149_H.MP3

 Mẫu 149 khác với + 명사　~과 달라요

1	나는 형과 달라요.	Tôi **khác với** anh.
2	번역본이 원본과 달라요.	Bản dịch **khác với** bản gốc.
3	이 의미는 단어의 의미와 달라요.	Ý nghĩa này **khác với** ý nghĩa từ.
4	내 의견은 오빠 의견과 다른데요.	Ý kiến tôi **khác với** ý kiến anh mà.
5	평일과 다르게 오늘은 안 피곤해요.	**Khác với** ngày thường, hôm nay tôi không mệt.

Mẫu 150 ~ và ~ giống nhau   ~과 ~은 서로 같아요

1	한국인과 베트남인은 서로 비슷해요.	**Người Hàn Quốc và** người Việt Nam **giống nhau.**
2	이 발음과 이 발음은 서로 같아요.	**Phát âm này và** phát âm này **giống nhau.**
3	아내와 남편은 서로 비슷해요.	**Vợ và** chồng **giống nhau.**
4	이 옷 스타일과 저 옷 스타일은 서로 같아요.	**Kiểu áo này và** kiểu áo kia **giống nhau.**
5	내 베트남어 실력과 그의 베트남어 실력은 서로 비슷해요.	**Năng lực tiếng Việt của tôi và** năng lực tiếng Việt của anh ấy **giống nhau.**

Mẫu 151 ~ và ~ khác nhau   ~과 ~은 서로 달라요

1	한국인과 베트남인은 서로 달라요.	**Người Hàn Quốc và** người Việt Nam **khác nhau.**
2	이 음식과 이 음식은 서로 달라요.	**Món này và** món này **khác nhau.**
3	내 입맛과 남편 입맛은 서로 달라요.	**Khẩu vị tôi và** chồng **khác nhau.**
4	말과 행동이 서로 달라요.	**Lời nói và** hành động **khác nhau.**
5	나와 그의 종교는 서로 달라요.	**Tôn giáo của tôi và** anh ấy **khác nhau.**

Mẫu 152 đã từng + 동사   ~한 적이 있어요

1	나는 스페인에 살아 본 적 있어요.	**Tôi đã từng** sống ở Tây Ban Nha.
2	나는 곤오리알을 먹어 본 적 있어요.	**Tôi đã từng** ăn trứng vịt lộn.

3	나는 학교에서 반장을 해 본 적 있어요.	Tôi **đã từng** là lớp trưởng ở trường.
4	나는 외국인과 사귀어 본 적이 있어요.	Tôi **đã từng** làm quen với người nước ngoài.
5	우리는 함께 공부한 적이 있어요.	Chúng ta **đã từng** cùng học.

🎧 소책자듣기용 153_H.MP3

 Mẫu 153 **chưa từng** + **동사** ~한 적이 없어요

1	사랑한다고 말한 적이 없어요.	Tôi **chưa từng** nói yêu.
2	이 일은 일어난 적이 없어요.	Việc này **chưa từng** xảy ra.
3	나는 외국어를 배워 본 적이 없어요.	Tôi **chưa từng** học ngoại ngữ.
4	나는 이 문제에 대해 생각해 본 적 없어요.	Tôi **chưa từng** nghĩ về vấn đề này.
5	누가 아직 울어 본 적 없어요? (=아직 울어 본 적이 없는 사람은 누구인가요?)	Ai **chưa từng** khóc?

🎧 소책자듣기용 154_H.MP3

 Mẫu 154 **Tuy ~ nhưng ~** 비록 ~하지만 ~해요

1	비록 가난하지만 나는 행복해요.	**Dù** nghèo **nhưng** tôi hạnh phúc.
2	비록 비가 오지만 나는 여전히 가고 싶어요.	**Tuy** trời mưa **nhưng** tôi vẫn muốn đi.
3	비록 시험이 쉬웠지만 나는 떨어졌어요.	**Mặc dù** bài thi dễ **nhưng** tôi rớt rồi.
4	비록 시험이 어렵지만 나는 할 수 있어요.	**Mặc dù** bài thi khó **nhưng** tôi có thể làm được.
5	비록 그는 나이가 많지만 공부를 열심히 해요.	**Dù** đã lớn tuổi **nhưng** ông ấy học chăm chỉ.

64

Mẫu 155 명사 + mà + (주어) + 동사 ~하는 ~

1	오빠가 가장 좋아하는 음식은 뭐예요?	**Món ăn mà** anh thích nhất là gì?
2	이것은 내가 봤던 영화예요.	Đây là phim **mà** tôi đã xem.
3	그 사람은 내가 만날 사람이에요.	Người đó là người **mà** tôi sẽ gặp.
4	당신이 가고 싶은 곳이 어디입니까?	Nơi **mà** bạn muốn đi là đâu?
5	그녀가 요리한 음식은 너무 매워요.	Món ăn **mà** chị ấy nấu rất cay.

Mẫu 156 Nếu ~ thì ~ 만일 ~하면 ~해요

1	만일 당신이 원한다면, 제가 도울게요.	**Nếu** bạn muốn **thì** tôi sẽ giúp bạn.
2	만일 내일 비가 오면 나는 집에 있을 거예요.	**Nếu** trời mưa ngày mai **thì** tôi sẽ ở nhà.
3	만일 지금 안 가면 늦을 거예요.	**Nếu** bạn không đi bây giờ **thì** sẽ đến muộn.
4	만일 시간이 있으면 여행 가고 싶어요.	**Nếu** có thời gian **thì** tôi muốn đi du lịch.
5	만일 란 선생님과 베트남어를 공부하면 잘할 거예요.	**Nếu** bạn học tiếng Việt với cô Lan **thì** sẽ nói giỏi.

Mẫu 157 Mỗi khi ~ thì (là) ~ ~할 때마다 ~해요

1	하노이에 갈 때마다 나는 그 호텔을 선택해요.	**Mỗi khi** đến Hà Nội, tôi chọn khách sạn đó.

베트남어와 우리말을 나누어 구성했습니다. 한글 해석을 보면서 베트남어로, 베트남어를 보면서 우리말로 말하는 훈련을 해보세요.

2	새로운 오류가 있을 때마다 나에게 이메일 보내세요.	Mỗi khi có lỗi mới thì anh gửi email cho tôi nhé.
3	내가 놀러 갈 때마다 그 할머니는 항상 선물을 요구해요.	Hễ tôi đến chơi là bà ấy luôn đòi quà.
4	부모님에 대한 노래를 부를 때마다 목이 메어 와요.	Mỗi khi hát về bố mẹ là tôi nghẹn ngào.
5	그녀가 비디오 하나를 올릴 때마다 파장을 일으켜요.	Mỗi khi cô ấy đăng 1 video là làm chấn động.

Unit 14 꼭 한번쯤은 쓰는 필수 주요 패턴

🎧 소책자듣기용 158_H.MP3

Mẫu 158 Đã làm thì ~   이왕 할 바엔 ~

1	이왕 할 바엔 완성해야 해요.	Đã làm thì phải hoàn thành.
2	이왕 할 바엔 끝까지 해요.	Đã làm thì làm đến cùng.
3	이왕 할 바엔 후회하지 마.	Đã làm thì đừng hối hận.
4	이왕 할 바엔 어중간하게 해선 안 돼요.	Đã làm thì không nên nửa vời.
5	이왕 할 바엔 최선을 다해야 해요.	Đã làm thì phải hết mình.

🎧 소책자듣기용 159_H.MP3

Mẫu 159 ~ chết đi được   ~해 죽겠다

1	배고파 죽겠어요.	Đói chết đi được.
2	날씨가 더워 죽겠네.	Trời nóng chết đi được.

3	웃겨 죽겠어요.	Buồn cười chết đi được.
4	졸려 죽겠어요.	Buồn ngủ chết đi được.
5	열받아 죽겠어요.	Tức chết đi được.

 Mẫu 160 ~ làm gì ~하면 뭐 해요

1	슬퍼하면 뭐 해요.	Buồn làm gì.
2	울면 뭐 해요.	Khóc làm gì.
3	미워하면 뭐 해요.	Ghét làm gì.
4	억울해 하면 뭐 해요.	Oan ức làm gì.
5	화내면 뭐 해요.	Tức giận làm gì.

 Mẫu 161 ~ thì tốt quá ~하면 매우 좋겠어요

1	재능이 있으면 매우 좋겠어요!	Có tài thì tốt quá!
2	이러면 매우 좋겠어요!	Như vậy thì tốt quá!
3	이 기계가 있으면 매우 좋겠어요!	Có cái máy này thì tốt quá!
4	시간이 더 조금 걸리면 매우 좋겠어요!	Tốn ít thời gian hơn thì tốt quá!
5	졸업 후에 국가 기관에서 일하면 매우 좋겠어!	Sau khi ra trường, tôi làm ở cơ quan nhà nước thì tốt qúa!

베트남어와 우리말을 나누어 구성했습니다. 한글 해석을 보면서 베트남어로, 베트남어를 보면서 우리말로 말하는 훈련을 해보세요.

 Mẫu 162 ngay sau khi ~ ~하자마자

1	출산하자마자 엄마들은 뭘 먹는 게 좋아요?	**Ngay sau khi** sinh, các mẹ nên ăn gì?
2	일어나자마자 나는 물을 마셔요.	Tôi uống nước **ngay sau khi** thức dậy.
3	듣기로는 비행기가 이륙하자마자 사고를 당했대요.	Nghe nói máy bay gặp sự cố **ngay sau khi** cất cánh.
4	밥 먹자마자 수영하러 가는 것은 안 좋은 습관 중 하나예요.	Đi bơi **ngay sau khi** ăn xong là một thói quen không tốt.
5	나는 기업을 설립하자마자 그를 만나고 싶어요.	Tôi muốn gặp anh ấy **ngay sau khi** thành lập doanh nghiệp.

 Mẫu 163 thay vì ~ ~ 대신에

1	이 학교는 학비 면제 대신에 최대로 할인해 줄 거예요.	Trường này sẽ giảm tối đa **thay vì** miễn học phí.
2	비밀번호 대신에 휴대폰으로 로그인 할 수 있어요.	Bạn có thể đăng nhập bằng điện thoại **thay vì** mật khẩu.
3	건강을 지키기 위해, 음료수 마시는 대신에 차가운 물을 마시세요.	Để giữ gìn sức khỏe, hãy uống nước lạnh **thay vì** uống nước ngọt.
4	세계의 나라들은 화석 대신에 신재생 에너지를 사용하려고 노력해요.	Các nước trên thế giới cố gắng sử dụng năng lượng tái tạo **thay vì** điện than.
5	왜 다른 투자 유형들 대신에 부동산에 투자해요?	Tại sao đầu tư bất động sản **thay vì** các loại hình đầu tư khác?

Mẫu 164 **đang định ~** ~하려고 하는 중이에요

1	어딜 가려고 하는 중이세요?	Anh **đang định** đi đâu?
2	나는 술을 따려고 하는 중이에요.	Tôi **đang định** khui rượu.
3	그들은 오빠와 뭘 하려고 하는 중이에요?	Họ **đang định** làm gì với anh?
4	그는 채널을 돌리려고 하는 중이에요.	Anh ấy **đang định** chuyển kênh.
5	정부는 국가에 공을 세운 사람들을 지원하려고 하는 중이에요.	Chính phủ **đang định** hỗ trợ người có công với nhà nước.

Mẫu 165 **cho đến khi ~** ~할 때까지

1	자리가 날 때까지 기다리세요.	Xin hãy đợi **cho đến khi** có chỗ.
2	번호가 불릴 때까지 여기서 기다리세요.	Hãy chờ ở đây **cho đến khi** được gọi số.
3	양측은 목표를 달성할 때까지 토론할 거예요.	2 bên sẽ thảo luận **cho đến khi** đạt mục tiêu.
4	이 회사는 전자 화폐가 합법이 될 때까지 지원하지 않을 거예요.	Công ty này sẽ không hỗ trợ **cho đến khi** tiền điện tử được hợp pháp.
5	할 힘이 생길 때까지 여기에 누워서 쉬고 싶어요.	Tôi muốn nằm nghỉ ở đây **cho đến khi** đủ sức để làm.

Mẫu 166 **để có thể**+**동사** ~할 수 있도록

1	나는 내 비밀번호를 잊어버렸어요, 되찾으려면 어떻게 해야 해요?	Tôi quên mất mật khẩu của mình, phải làm thế nào **để có thể** lấy lại?

69

베트남어와 우리말을 나누어 구성했습니다. 한글 해석을 보면서 베트남어로, 베트남어를 보면서 우리말로 말하는 훈련을 해보세요.

2	인터넷에서 물건을 팔 수 있도록 당신은 똑똑해져야 해요.	Bạn phải khéo léo để có thể bán được hàng trên mạng.
3	30대에 억만장자가 될 수 있도록 20대 때부터 바로 해야 해요.	Bạn nên làm ngay từ tuổi 20 để có thể trở thành tỉ phú ở tuổi 30.
4	잘하는 거래자가 될 수 있기 위해 얼마나 걸리나요?	Mất bao lâu để có thể trở thành một nhà giao dịch giỏi?
5	전자 암호 화폐는 빨리 이체될 수 있도록 설계됩니다.	Tiền mã hóa điện tử được thiết kế để có thể chuyển giao nhanh chóng.

소책자듣기용 167_H.MP3

Mẫu 167 để không ~ ~하지 않도록

1	불안하지 않도록 나는 뭘 먹어야 하나요?	Tôi phải ăn gì để không hồi hộp?
2	나는 건강을 망치지 않기 위해 전화기를 어떻게 사용해야 해요?	Tôi phải dùng điện thoại như thế nào để không tàn phá sức khỏe?
3	은행 카드 정보가 유출되지 않도록 무엇이 필요해요?	Cần làm gì để không bị lộ thông tin thẻ ngân hàng?
4	꽉 잡혀서 지내지 않으려면 조심하세요.	Hãy cẩn thận để không bị dắt mũi.
5	균형을 잃는 상황에 처하지 않도록 노력하고 있어요.	Tôi đang cố gắng để không rơi vào tình trạng mất cân bằng.

소책자듣기용 168_H.MP3

Mẫu 168 Nếu muốn ~ ~하려면

1	집주인을 하려면 준비할 필요가 있어요.	Cần chuẩn bị nếu muốn làm chủ một căn nhà.
2	무엇인가를 하려면 즉시 하세요.	Nếu muốn làm điều gì đó, hãy làm ngay lập tức.

3	자식이 최대한 키가 크게 하려면 이 시간 전에는 자게 해야 해요.	Nếu muốn con cao tối đa, phải cho đi ngủ trước giờ này.
4	식당에 가려면 현지인의 식사 시간을 피하는 게 좋습니다.	Nếu muốn đến quán ăn thì nên tránh giờ ăn của người bản địa.
5	청춘을 유지하려면 이것들을 당장 피하세요.	Hãy tránh xa ngay những điều này nếu muốn kéo dài tuổi xuân.

 Mẫu 169 làm ra vẻ ~   ~하는 척해요

1	그는 그녀 마음을 완전히 이해하는 척해요.	Anh ấy làm ra vẻ hiểu thấu lòng cô ấy.
2	모든 것에 대해 이해하는 척 노력하지 마세요.	Đừng cố gắng làm ra vẻ hiểu biết về mọi thứ.
3	나는 거기에 있는 친구들과 전부 익숙한 척했어요.	Tôi làm ra vẻ tôi đã quen hết những người bạn ở đó.
4	걔는 주위를 신경 안 쓰는 척해요.	Nó làm ra vẻ không quan tâm gì đến xung quanh.
5	그는 자주 심각한 척하지만 사실 심각할 것은 없어요.	Anh ấy hay làm ra vẻ nghiêm trọng nhưng thật ra chẳng có gì nghiêm trọng.

 Mẫu 170 ~ đến nỗi ~   ~할 만큼 ~해요

1	커피 마실 시간이 없을 만큼 바빠요.	Bận đến nỗi không còn thì giờ uống cà phê.
2	피 날 만큼 긁어요.	Gãi đến nỗi chảy máu.
3	목이 쉴 만큼 소리쳐요.	Gào thét đến nỗi khan tiếng.

베트남어와 우리말을 나누어 구성했습니다. 한글 해석을 보면서 베트남어로, 베트남어를 보면서 우리말로 말하는 훈련을 해보세요.

4	이가 덜덜 부딪칠 만큼 추워요.	Rét đến nỗi răng đánh lập cập.
5	아무도 그를 따라잡지 못할 만큼 그는 빨리 운전해요.	Anh ấy lái xe nhanh đến nỗi không ai đuổi kịp anh ấy.

🎧 소책자듣기용 171_H.MP3

 Mẫu 171 Thảo nào ~   어쩐지 ~하더라니

1	어쩐지 그가 나를 계속 이상하게 보더라니.	Thảo nào anh ấy cứ thấy tôi lạ.
2	어쩐지 춥더라니.	Thảo nào thấy lạnh.
3	어쩐지 아무 진전도 없더라니.	Thảo nào không có chút tiến triển nào.
4	어쩐지 날이 가면 갈수록 길이 끔찍하게 막히더라니.	Thảo nào càng ngày càng tắc đường khủng khiếp quá.
5	어쩐지 운전이 미숙하더라니.	Thảo nào anh ấy lái xe còn chưa thành thạo.

🎧 소책자듣기용 172_H.MP3

 Mẫu 172 ~ thôi mà   ~일 뿐이잖아요

1	단지 예시일 뿐이잖아요.	Chỉ là ví dụ thôi mà.
2	단지 꿈일 뿐이잖아요.	Chỉ là mơ thôi mà.
3	농담일 뿐이잖아요.	Đùa thôi mà.
4	이제 막 월초일 뿐이잖아요.	Mới đầu tháng thôi mà.
5	뭐든지 원래대로 자리잡을 뿐이잖아요.	Cái gì cũng sẽ lành lại thôi mà.

Mẫu 173 tưởng là ~   ~인 줄 알았어요

1	나는 무슨 일이 있는 줄 알았어요.	Tôi **tưởng là** có chuyện gì.
2	나는 그게 내 것인 줄 알았어요.	Tôi **tưởng là** nó là của tôi.
3	나는 그가 집에 있는 줄 알았어요.	Tôi **tưởng là** anh ấy ở nhà.
4	나는 내 차례인 줄 알았어요.	Tôi **tưởng là** lần này là lượt của tôi.
5	나는 기술이 인간을 못 뛰어넘을 줄 알았어요.	Tôi **tưởng là** công nghệ không vượt qua con người.

Mẫu 174 miễn (là) ~   ~하기만 한다면

1	네가 시험에 합격하기만 한다면 아빠가 너에게 휴대폰을 사 줄게.	Bố sẽ mua điện thoại cho con, **miễn là** con thi đậu.
2	오빠가 담배를 끊기만 한다면 오빠랑 결혼할게요.	Em sẽ cưới anh, **miễn là** anh bỏ thuốc lá.
3	접근하기 쉬운 지역에만 있다면 집이 매우 작아도 돼요.	Căn hộ siêu nhỏ cũng được, **miễn là** nằm trong khu vực dễ tiếp cận.
4	당신이 행복하기만 하다면 뭘 해도 돼요.	Làm gì cũng được **miễn là** bạn cảm thấy hạnh phúc.
5	내가 자신을 사랑하기만 한다면 나를 보는 것들에 대해 신경 쓸 필요가 없어요.	Không cần quan tâm đến những gì nhìn về mình, **miễn là** tôi yêu bản thân mình.

Mẫu 175 ~ mới ~   ~해야 비로소 ~해요

1	먹어야 비로소 살 수 있어요.	Phải ăn thì **mới** sống được.

베트남어와 우리말을 나누어 구성했습니다. 한글 해석을 보면서 베트남어로, 베트남어를 보면서 우리말로 말하는 훈련을 해보세요.

2	그때가 되어야 비로소 걱정할 필요가 없어져요.	Khi đó mới không cần phải lo.
3	일이 있어야 비로소 걔가 소개해 줄 수 있어요.	Phải có việc thì nó mới giới thiệu được.
4	당신은 이렇게 발음해야 비로소 (발음이) 좋아요.	Chị phải phát âm như vậy mới tốt.
5	어려움이 닥쳐야 비로소 누가 친한 친구인지 알 수 있어요.	Gặp khó khăn mới biết được ai là bạn thân.

Unit 15 의문문 응용 패턴

🎧 소책자듣기용 176_H.MP3

Mẫu 176 ~ bằng gì? 무엇으로 ~해요?

1	당신은 무엇으로 먹어요?	Bạn ăn bằng gì?
2	오빠는 뭘로 집에 가요?	Anh về nhà bằng gì?
3	당신은 뭘로 청소해요?	Bạn dọn dẹp bằng gì?
4	당신은 무엇으로 만들었어요?	Bạn đã làm bằng gì?
5	나를 뭐라고 부르고 싶어요?	Bạn muốn gọi tôi bằng gì?

🎧 소책자듣기용 177_H.MP3

Mẫu 177 có biết ~ gì không? 무엇을 ~한지 알아요?

| 1 | 내 이름이 뭔지 알아요? | Bạn có biết tôi tên là gì không? |
| 2 | 그녀가 뭘 마시는지 알아요? | Anh có biết cô ấy đang uống gì không? |

3	그가 무엇을 공부하는지 알아요?	Bạn **có biết** anh ấy học *gì* **không**?
4	내가 뭘 준비했는지 알아요?	Bạn **có biết** tôi đã chuẩn bị *gì* **không**?
5	오늘의 주제가 뭔지 알아요?	Bạn **có biết** chủ đề của hôm nay là *gì* **không**?

🎧 소책자듣기용 178_H.MP3

 Mẫu 178 **có biết** + **명사** + **nào ~ không?**   어느 ~이 ~한지 알아요?

1	당신은 어느 것이 좋은지 알아요?	Bạn **có biết** cái *nào* tốt **không**?
2	어느 사람이 한국인인지 알아요?	Anh **có biết** người *nào* là người Hàn Quốc **không**?
3	어느 회사가 구인 중인지 알아요?	Bạn **có biết** công ty *nào* đang tuyển dụng **không**?
4	어느 부서가 보너스 받게 될지 알아요?	Bạn **có biết** đội *nào* sẽ nhận tiền thưởng **không**?
5	어느 술이 더 독한지 알아요?	Bạn **có biết** rượu *nào* mạnh hơn **không**?

🎧 소책자듣기용 179_H.MP3

 Mẫu 179 **có biết ~ ở đâu không?**   ~이 어디에 있는지 알아요?

1	화장실이 어디 있는지 알아요?	Bạn **có biết** nhà vệ sinh *ở đâu* **không**?
2	한국 대사관이 어디 있는지 알아요?	Anh **có biết** đại sứ quán Hàn Quốc *ở đâu* **không**?
3	그녀가 어디 사는지 알아요?	Bạn **có biết** cô ấy đang sống *ở đâu* **không**?
4	걔가 어제 어디서 진찰 받았는지 알아요?	Bạn **có biết** hôm qua nó khám bệnh *ở đâu* **không**?

| 5 | 어디에 저장했는지 알아요? | **Bạn có biết lưu trữ ở đâu không?** |

🎧 소책자듣기용 180_H.MP3

Mẫu 180　có biết tại sao ~ không?　왜 ~한지 알아요?

1	왜 그녀가 당황해 하는지 알아요?	**Bạn có biết tại sao chị ấy lúng túng không?**
2	왜 가게가 일찍 문을 닫는지 알아요?	**Bạn có biết tại sao cửa hàng đóng cửa sớm không?**
3	왜 걔가 소리 지르는지 알아요?	**Bạn có biết tại sao em ấy hét lên không?**
4	왜 오늘 사장님이 예민한지 알아요?	**Bạn có biết tại sao hôm nay sếp nhạy cảm không?**
5	왜 그들이 실패했는지 알아요?	**Bạn có biết tại sao họ đã thất bại không?**

🎧 소책자듣기용 181_H.MP3

Mẫu 181　có biết khi nào ~ không?　언제 ~할지 알아요?

1	그녀가 언제 결혼할지 알아요?	**Bạn có biết khi nào chị ấy kết hôn không?**
2	우리 언제 저녁 먹을지 알아요?	**Bạn có biết khi nào chúng ta ăn tối không?**
3	언제 곡물을 수확할지 알아요?	**Bạn có biết khi nào chúng ta thu hoạch ngũ cốc không?**
4	그가 언제 이혼했는지 알아요?	**Bạn có biết anh ấy ly hôn khi nào không?**
5	그녀가 언제 버렸는지 알아요?	**Bạn có biết chị ấy bỏ khi nào không?**

Mẫu 182 có biết + 명사 + thế nào không?
~이 어떤지 알아요?

1	오늘 날씨가 어떤지 알아요?	Bạn **có biết** thời tiết hôm nay **thế nào không**?
2	그의 스케줄이 어떤지 알아요?	Bạn **có biết** lịch trình của anh ấy **thế nào không**?
3	장기를 어떻게 두는지 알아요?	Bạn **có biết** chơi cờ tướng **thế nào không**?
4	어떻게 가야 하는지 알아요?	Bạn **có biết** tôi phải đi **thế nào không**?
5	비자를 어떻게 받을 수 있는지 알아요?	Bạn **có biết** nhận visa **thế nào không**?

Mẫu 183 có biết ai ~ không? 누가 ~한지 알아요?

1	당신은 누가 관리하는지 알아요?	Bạn **có biết ai** quản lý **không**?
2	당신은 누가 머물렀는지 알아요?	Bạn **có biết ai** đã ở lại **không**?
3	당신은 누가 불평했는지 알아요?	Bạn **có biết ai** đã phàn nàn **không**?
4	당신은 그가 누구를 인터뷰할지 알아요?	Bạn **có biết** anh ấy sẽ phỏng vấn **ai không**?
5	당신은 그가 누구를 부를지 알아요?	Bạn **có biết** anh ấy sẽ gọi **ai không**?

Mẫu 184 cái gì + 형용사 + thế? 뭐가 그렇게 ~해요?

1	뭐가 그렇게 복잡해요?	**Cái gì** rắc rối **thế**?
2	뭐가 그렇게 웃겨요?	**Cái gì** buồn cười **thế**?

3	뭐가 그렇게 신나요?	Cái gì hứng thú thế?
4	뭐가 그렇게 외로워요?	Cái gì cô đơn thế?
5	뭐가 그렇게 궁금해요?	Cái gì tò mò thế?

🎧 소책자듣기용 185_H.MP3

 Mẫu 185 **Tại sao ~ phải ~ ?** 왜 ~해야 해요?

1	왜 내가 참아야 해요?	Tại sao tôi phải nhịn?
2	왜 선크림을 발라야 해요?	Tại sao phải bôi kem chống nắng?
3	왜 채식을 해야만 해요?	Tại sao chúng ta phải ăn chay?
4	왜 이 서비스를 사용해야 해요?	Tại sao phải sử dụng dịch vụ này?
5	왜 우리는 개인 소득세를 내야 해요?	Tại sao chúng ta phải nộp thuế thu nhập cá nhân?

🎧 소책자듣기용 186_H.MP3

 Mẫu 186 **Tại sao ~ như thế?** 왜 그렇게 ~해요?

1	왜 그렇게 말해요?	Tại sao anh nói như thế?
2	왜 그렇게 재촉해요?	Tại sao giục như thế?
3	왜 그렇게 반대해요?	Tại sao bạn phản đối như thế?
4	왜 그렇게 머리를 짧게 잘랐어요?	Tại sao bạn cắt tóc ngắn như thế?
5	왜 그렇게 살이 탔어요?	Tại sao anh bị rám nắng như thế?

Mẫu 187 Không hiểu sao ~   왜 ~인지 모르겠어요

1	왜 나는 싫증을 빨리 내는지 모르겠어요.	**Không hiểu sao** tôi nhanh chán.
2	나는 왜 사람들이 그를 낮게 평가하는지 모르겠어요.	Tôi **không hiểu sao** người ta đánh giá thấp anh ấy.
3	왜 내 남편은 돈을 낭비하는 취미가 있는지 모르겠어요.	**Không hiểu sao** chồng mình có sở thích phí tiền.
4	왜 사람들은 크면 클수록 설명하기를 귀찮아 하는지 모르겠어요.	**Không hiểu sao** càng lớn lên con người càng lười giải thích.
5	왜 길 한가운데에 통나무가 있는지 모르겠어요.	**Không hiểu sao** lại có khúc gỗ nằm giữa đường.

Mẫu 188 ~ từ khi nào?   언제부터 ~해요?

1	언제부터 사업했어요?	**Anh đã làm ăn từ khi nào?**
2	언제부터 골프 쳤어요?	**Bạn đã chơi gôn từ khi nào?**
3	언제부터 아프기 시작했어요?	**Bạn bắt đầu đau từ khi nào?**
4	언제부터 이 문제가 있었나요?	**Có vấn đề này từ khi nào?**
5	언제부터 이 습관이 있었어요?	**Anh có thói quen này từ khi nào?**

Mẫu 189 ~ đến khi nào?   언제까지 ~해요?

1	언제까지 끝내야 하나요?	**Tôi phải làm xong đến khi nào?**
2	언제까지 답해야 하나요?	**Tôi phải trả lời đến khi nào?**

베트남어와 우리말을 나누어 구성했습니다. 한글 해석을 보면서 베트남어로, 베트남어를 보면서 우리말로 말하는 훈련을 해보세요.

3	언제까지 환불할 수 있나요?	Tôi có thể trả lại **đến khi nào**?
4	언제까지 여기에 머무르나요?	Anh sẽ ở đây **đến khi nào**?
5	사용 기한은 언제까지예요?	Thời hạn sử dụng là **đến khi nào**?

소책자듣기용 190_H.MP3

 Mẫu 190 **Không biết khi nào ~** 언제 ~일지 몰라요

1	언제 그가 돌아올지 몰라요.	**Không biết khi nào** anh ấy trở lại.
2	언제 끝날지 모르겠어요.	**Không biết khi nào** xong.
3	언제 우리가 다시 만날지 몰라요.	**Không biết khi nào** chúng ta gặp nhau.
4	언제 다 먹을 수 있을지 몰라요.	**Không biết khi nào** ăn hết được.
5	언제 투자해야 할지 모르겠어요.	**Không biết khi nào** nên đầu tư.

소책자듣기용 191_H.MP3

 Mẫu 191 **Ai mà ~?** 누가 ~하겠어요?

1	누가 알겠어요?	**Ai mà** biết?
2	누가 하고 싶겠어요?	**Ai mà** muốn làm?
3	누가 의심하겠어요?	**Ai mà** ngờ?
4	누가 참겠어요?	**Ai mà** chịu nổi?
5	누가 안 행복해지고 싶겠어요?	**Ai mà** không muốn hạnh phúc?

Mẫu 192 동사 + với ai? 누구랑 ~해요?

1	당신은 누구랑 가고 싶어요?	Bạn muốn đi với ai?
2	요즘 누구랑 연락해요?	Hiện nay bạn liên lạc với ai?
3	우리는 누구랑 협력하나요?	Chúng ta hợp tác với ai?
4	지금 누구랑 있어요?	Bây giờ anh đang ở với ai?
5	한국 선수가 누구랑 시합해요?	Cầu thủ Hàn Quốc thi đấu với ai?

Mẫu 193 có thể + 동사 + ở đâu? 어디에서 ~할 수 있나요?

1	나는 어디에서 아침을 먹을 수 있나요?	Tôi có thể ăn bữa sáng ở đâu?
2	나는 어디에서 심카드를 살 수 있나요?	Tôi có thể mua thẻ Sim ở đâu?
3	나는 어디에서 돈을 인출할 수 있나요?	Tôi có thể rút tiền ở đâu?
4	나는 어디에서 참가 신청을 할 수 있나요?	Tôi có thể đăng ký tham gia ở đâu?
5	나는 어디에서 통을 가져올 수 있나요?	Tôi có thể lấy thùng ở đâu?

Mẫu 194 không biết ~ gì 뭘 ~하는지 모르겠어요

1	내가 뭘 좋아하는지 모르겠어요.	Không biết tôi thích gì.
2	당신이 뭘 생각하고 있는 건지 모르겠어요.	Không biết bạn đang nghĩ gì.
3	내가 진짜 뭘 원하는지 모르겠어요.	Không biết mình thực sự muốn gì.

베트남어와 우리말을 나누어 구성했습니다. 한글 해석을 보면서 베트남어로, 베트남어를 보면서 우리말로 말하는 훈련을 해보세요.

| 4 | 울고 있는 사람에게 뭘 말할지 모르겠어요. | **Không biết** nói gì với người đang khóc. |
| 5 | 뭘 입어야 할지 모르겠어요. | **Không biết** phải mặc gì. |

 Mẫu 195 không biết phải + 동사 + thế nào
어떻게 ~하는지 모르겠어요

1	어떻게 사용하는지 모르겠어요.	**Tôi không biết phải** dùng **thế nào**.
2	어떻게 도와야 할지 모르겠어요.	**Tôi không biết phải** giúp **thế nào**.
3	어떻게 설명해야 할지 모르겠어요.	**Tôi không biết phải** giải thích **thế nào**.
4	어떻게 설득해야 할지 모르겠어요.	**Tôi không biết phải** thuyết phục **thế nào**.
5	어떻게 구별해야 할지 모르겠어요.	**Tôi không biết phải** phân biệt **thế nào**.

 Mẫu 196 Gần đây có + 명사 + không? 근처에 ~이 있어요?

1	근처에 놀이터 있어요?	**Gần đây có** khu vui chơi **không**?
2	근처에 운동장 있어요?	**Gần đây có** sân vận động **không**?
3	근처에 수영장 있어요?	**Gần đây có** bể bơi **không**?
4	근처에 잡화점 있어요?	**Gần đây có** tiệm tạp hóa **không**?
5	근처에 클럽 있어요?	**Gần đây có** vũ trường **không**?

Mẫu 197 có cái nào + 형용사 + hơn không? 더 ~한 것 있어요?

1	더 좋은 것 있어요?	**Có cái nào tốt hơn không?**
2	더 예쁜 것 있어요?	**Có cái nào đẹp hơn không?**
3	더 큰 것 있어요?	**Có cái nào lớn hơn không?**
4	더 싼 것 있어요?	**Có cái nào rẻ hơn không?**
5	더 새로운 것 있어요?	**Có cái nào mới hơn không?**

Mẫu 198 Nếu ~ thì làm sao? 만약 ~하면 어쩌죠?

1	만약 차를 놓치면 어쩌죠?	**Nếu lỡ xe thì làm sao?**
2	만약 취소되면 어쩌죠?	**Nếu bị hủy thì làm sao?**
3	만약 약속을 못 지키면 어쩌죠?	**Nếu thất hứa thì làm sao?**
4	만약 못 알아보면 어쩌죠?	**Nếu không nhận ra thì làm sao?**
5	만약 구설수에 휘말리면 어쩌죠?	**Nếu tôi bị tung tin đồn thì làm sao?**

Mẫu 199 Nếu tôi là bạn thì sẽ ~ 만약 내가 당신이라면 ~할 거예요

1	만약 내가 당신이라면 동의할 거예요.	**Nếu tôi là bạn thì sẽ đồng ý.**
2	만약 내가 당신이라면 한턱낼 거예요.	**Nếu tôi là bạn thì sẽ khao.**
3	만약 내가 당신이라면 체크아웃 할 거예요.	**Nếu tôi là bạn thì sẽ trả phòng.**

83

4	만약 내가 당신이라면 전부 말할 거예요.	Nếu tôi là bạn thì sẽ **nói ra hết.**
5	만약 내가 당신이라면 택시를 잡을 거예요.	Nếu tôi là bạn thì sẽ **bắt taxi.**

🎧 소책자듣기용 200_H.MP3

 Mẫu 200 Nếu cần thì tôi sẽ **+ 동사** 만약 필요하다면 ~할 거예요

1	만약 필요하다면 먼저 주문할 거예요.	Nếu cần thì tôi sẽ **gọi trước.**
2	만약 필요하다면 이사할 거예요.	Nếu cần thì tôi sẽ **chuyển nhà.**
3	만약 필요하다면 바로 진행할 거예요.	Nếu cần thì tôi sẽ **tiến hành ngay.**
4	만약 필요하다면 집을 세놓을 거예요.	Nếu cần thì tôi sẽ **cho thuê nhà.**
5	만약 필요하다면 공항에 마중 나갈 거예요.	Nếu cần thì tôi sẽ **ra sân bay đón.**

🎧 소책자듣기용 201_H.MP3

 Mẫu 201 Chúng ta sẽ không ~ chú**?** 우리 ~하지 말까요?

1	우리 싸우지 말까요?	Chúng ta sẽ không **cãi nhau** chú**?**
2	우리 서로 더 간섭하지 말까요?	Chúng ta sẽ không **can thiệp nhau** chú**?**
3	우리 아침 거르지 말까요?	Chúng ta sẽ không **bỏ bữa sáng** chú**?**
4	우리 낭비하지 말까요?	Chúng ta sẽ không **lãng phí** chú**?**
5	우리 할부로 내지 말까요?	Chúng ta sẽ không **trả góp** chú**?**

Mẫu 202 Không ai ~ 아무도 ~ 하지 않아요

1	아무도 몰라요.	**Không ai** biết.
2	아무도 강요하지 않아요.	**Không ai** ép.
3	아무도 추측할 수 없어요.	**Không ai** đoán được.
4	아무도 자원하지 않아요.	**Không ai** xung phong.
5	아무도 책임지지 않아요.	**Không ai** chịu trách nhiệm.

Mẫu 203 Không đâu bằng + 명사 ~만 한 곳은 없어요

1	고향만 한 곳은 없어요.	**Không đâu bằng** quê.
2	집만 한 곳은 없어요.	**Không đâu bằng** nhà.
3	여기만 한 곳은 없어요.	**Không đâu bằng** đây.
4	집 마당만 한 곳은 없어요.	**Không đâu bằng** sân nhà.
5	고국만 한 곳은 없어요.	**Không đâu bằng** cố quốc.

Mẫu 204 Không gì + 형용사 + hơn ~ ~보다 더 ~한 것은 없어요

1	이 방법보다 더 쉬운 것은 없어요.	**Không gì** dễ **hơn** cách này.
2	건강보다 더 중요한 것은 없어요.	**Không gì** quan trọng **hơn** sức khỏe.
3	독립, 자유, 행복보다 더 소중한 것은 없어요.	**Không gì** quý **hơn** độc lập, tự do, hạnh phúc.

4	이 강의보다 더 유익한 것은 없어요.	**Không gì** hữu ích **hơn** bài giảng này.
5	그의 목소리보다 더 감미로운 것은 없어요.	**Không gì** ngọt ngào **hơn** giọng nói của anh ấy.

원어민처럼 쓰는 필수 주요 패턴

Unit 16

<head>소책자듣기용 205_H.MP3</head>

Mẫu 205 một trong những + 명사 ~들 중 하나

1	그녀는 회사 동료들 중 하나예요.	Chị ấy là **một trong những** đồng nghiệp công ty.
2	이것은 대표 작품들 중 하나예요.	Đây là **một trong những** tác phẩm tiêu biểu.
3	이 장소는 천국들 중 하나예요.	Nơi này là **một trong những** thiên đường.
4	당신은 가장 위대한 감독들 중 하나예요.	Ông là **một trong những** huấn luyện viên vĩ đại nhất.
5	이 지역은 새로운 실리콘밸리들 중 하나예요.	Khu vực này là **một trong những** thung lũng Silicon mới.

소책자듣기용 206_H.MP3

Mẫu 206 Hình như ~ thì phải ~인 듯해요

1	겨울이 온 듯해요.	**Hình như** mùa đông đã đến **thì phải**.
2	그는 매일 아침 커피를 마시는 듯해요.	**Hình như** mỗi sáng anh ấy uống cà phê **thì phải**.
3	다음 주에 한국에서 손님이 한 분 오실 듯해요.	**Hình như** tuần sau có một vị khách từ Hàn Quốc đến **thì phải**.

4	오늘 아침에 바람이 매우 강하게 분 듯해요.	**Hình như** sáng nay gió thổi mạnh lắm **thì phải**.
5	저분을 전에 어디서 본 듯해요.	**Hình như** trước đây đã gặp anh ấy ở đâu **thì phải**.

 Mẫu 207 **so với A thì B** + 형용사 + **hơn**
A와 비교하면 B가 더 ~해요

1	고양이와 비교하면 호랑이가 더 커요.	**So với** mèo **thì** hổ to **hơn**.
2	자전거와 비교하면 오토바이가 더 빨라요.	**So với** xe đạp **thì** xe máy nhanh **hơn**.
3	저 컴퓨터와 비교하면 이 컴퓨터가 더 편리해요.	**So với** máy tính kia **thì** máy tính này tiện lợi **hơn**.
4	양력 설과 비교하면 음력 설이 더 늦게 와요.	**So với** Tết dương **thì** Tết âm đến chậm **hơn**.
5	남성과 비교하면 10개의 여성 직업이 돈을 더 적게 벌어요.	**So với** nam giới **thì** 10 nghề phụ nữ kiếm ít tiền **hơn**.

 Mẫu 208 ~ **gì mà** + 형용사 + **thế** 무엇 ~하길래 그렇게 ~해요

1	뭘 하길래 그렇게 오래 걸려요!	**Làm gì mà** lâu **thế**!
2	무슨 이유가 있길래 그렇게 깐깐하게 굴어요!	Có lý do **gì mà** khó tính **thế**!
3	앉아서 뭘 보길래 그렇게 빠져들었어!	Em ngồi nhìn **gì mà** say mê **thế**!
4	무슨 약이길래 그렇게 써요!	Thuốc **gì mà** đắng **thế**!
5	무슨 일이 있길래 그렇게 소란스러워요!	Có chuyện **gì mà** om sòm **thế**!

베트남어와 우리말을 나누어 구성했습니다. 한글 해석을 보면서 베트남어로, 베트남어를 보면서 우리말로 말하는 훈련을 해보세요.

Mẫu 209 Dù sao (thì) ~ 어차피 ~, 아무튼 ~, 어쨌든 ~

1	아무튼 나는 여전히 오빠를 사랑해.	**Dù sao thì** em vẫn yêu anh.
2	어쨌든 인생은 여전히 아름다워요.	**Dù sao** đời vẫn đẹp.
3	어차피 나는 아웃사이더예요.	**Dù sao** tôi là người ngoài.
4	어쨌든 지구는 여전히 돌아요.	**Dù sao thì** trái đất vẫn quay.
5	어차피 산다면 행복하게 살아야 한다.	**Dù sao thì** nếu sống thì phải sống hạnh phúc.

Mẫu 210 ~ hay ~ không liên quan gì ~하든 ~하든 상관없어요

1	그가 가든 내가 가든 상관없어요.	Anh ấy đi **hay** tôi đi **không liên quan gì.**
2	서로 같든 틀리든 상관없어요.	Giống nhau **hay** khác nhau **không liên quan gì.**
3	옵션 1이든 옵션 2든 상관없어요.	Lựa chọn 1 **hay** lựa chọn 2 **không liên quan gì.**
4	품질이 좋든 양이 많든 상관없어요.	Chất lượng tốt **hay** số lượng nhiều **không liên quan gì.**
5	안 좋은 결과가 있든 좋은 결과가 있든 상관없어요.	Có hậu quả **hay** có kết quả tốt **không liên quan gì.**

Mẫu 211 Đang nghĩ xem có nên + 동사 + hay không
~할까 말까 생각 중이에요

1	자원봉사자를 고용할까 말까 생각 중이에요.	Đang nghĩ xem có nên **tuyển tình nguyện viên hay không.**

2	사랑니를 뺄까 말까 생각 중이에요.	Đang nghĩ xem có nên **nhổ răng khôn của mình hay không**.
3	사직할까 말까 생각 중이에요.	Đang nghĩ xem có nên **từ chức hay không**.
4	이 일에 계속 노동력을 더 헛되이 쓸까 말까 생각 중이에요.	Đang nghĩ xem có nên **tiếp tục phí sức cho công việc này nữa hay không**.
5	어린이 보호에 목숨을 걸어야 할까 말까 생각 중이에요.	Đang nghĩ xem có nên **liều mạng bảo vệ đứa trẻ hay không**.

🎧 소책자듣기용 212_H.MP3

Mẫu 212 không thể không ~   ~하지 않을 수 없다

1	개혁하지 않을 수 없어요.	**Không thể không** cải cách.
2	연구하지 않을 수 없어요.	**Không thể không** nghiên cứu.
3	사랑하지 않을 수 없어요.	**Không thể không** yêu.
4	최저 임금을 늘리지 않을 수 없어요.	**Không thể không** tăng lương tối thiểu.
5	그의 용기에 감명하지 않을 수 없어요.	Chúng tôi **không thể không** cảm phục lòng dũng cảm của anh ấy.

🎧 소책자듣기용 213_H.MP3

Mẫu 213 Nếu ~ thì tốt biết mấy   ~하면 얼마나 좋겠어요

1	내년에 여기 또 온다면 얼마나 좋겠어요.	Sang năm **nếu** được đến đây nữa **thì tốt biết mấy**.
2	오빠가 내 옆에 평생 있으면 얼마나 좋겠어요.	**Nếu** anh ở bên cạnh tôi cả đời **thì tốt biết mấy**.
3	이것을 더 일찍 알았다면 얼마나 좋겠어요.	**Nếu** được biết những điều này sớm hơn **thì tốt biết mấy**.

89

| 4 | 대학 시절로 돌아갈 수 있으면 얼마나 좋겠어요. | Nếu chúng ta có thể quay lại thời đại học thì tốt biết mấy. |
| 5 | 가끔 나는 내 자식이 안 자라면 얼마나 좋을까라고 생각해요. | Đôi khi tôi nghĩ nếu con không lớn lên thì tốt biết mấy. |

🎧 소책자듣기용 214_H.MP3

 Mẫu 214 không ~ thì không được   ~하지 않으면 안 돼요

1	기름을 넣지 않으면 안 돼요.	Không đổ xăng thì không được.
2	기한에 맞게 납품하지 않으면 안 돼요.	Không giao hàng đúng hạn thì không được.
3	지금 전화를 끊지 않으면 안 돼요.	Bây giờ không ngắt máy thì không được.
4	충치를 때우지 않으면 안 돼요.	Không hàn răng sâu thì không được.
5	오해를 풀지 않으면 안 돼요.	Không giải tỏa hiểu lầm thì không được.

🎧 소책자듣기용 215_H.MP3

 Mẫu 215 chỉ ~ thì làm sao   그냥 ~하면 어떡해요

1	이렇게 그냥 놔두면 어떡해요.	Chỉ để như vậy thì làm sao.
2	그냥 빈손으로 오면 어떡해요.	Chỉ đến tay không thì làm sao.
3	그냥 취미로만 하면 어떡해요.	Chỉ làm như sở thích thôi thì làm sao.
4	이 일을 그냥 넘어가면 어떡해요.	Chỉ bỏ qua việc này thì làm sao.
5	반 이상을 그냥 찍으면 어떡해요.	Chỉ chọn đại hơn một nửa thì làm sao.

Mẫu 216 Nếu ~ thì không được ~ 만일 ~하면 ~안 돼요

1	만일 이러한 문신 그림이 있으면 병역에 참가가 안 돼요.	Nếu có xăm hình như thế này thì không được tham gia nghĩa vụ quân sự.
2	만일 임신 10개월이면 비행기 탑승이 안 돼요.	Nếu phụ nữ mang thai 10 tháng rồi thì không được lên máy bay.
3	만일 인후염에 걸리면 얼음물을 마시면 안 돼요.	Nếu bị viêm họng thì không được uống nước đá.
4	만일 국제 운전 면허증만 있으면 승낙이 안 돼요.	Nếu chỉ có bằng lái xe quốc tế thì không được chấp nhận.
5	만일 남녀가 혼인 신고를 안 했는데 같이 살면 법적으로 부부로 인정 안 돼요.	Nếu nam, nữ không đăng ký kết hôn mà chung sống với nhau thì không được pháp luật công nhận là vợ chồng.

Mẫu 217 có thể + 동사 + cho tôi chứ? ~ 정도는 해 줄 수 있죠?

1	서류 정리 정도는 해 줄 수 있죠?	Anh có thể sắp xếp hồ sơ cho tôi chứ?
2	짐 옮기는 것 정도는 해 줄 수 있죠?	Anh có thể mang hành lý cho tôi chứ?
3	하루 유예하는 것 정도는 해 줄 수 있죠?	Anh có thể kéo dài thêm một ngày cho tôi chứ?
4	메시지 남겨 주는 것 정도는 해 줄 수 있죠?	Anh có thể để lại tin nhắn cho tôi chứ?
5	내일 아침에 모닝콜 정도는 해 줄 수 있죠?	Anh có thể gọi báo thức vào sáng ngày mai cho tôi chứ?

베트남어와 우리말을 나누어 구성했습니다. 한글 해석을 보면서 베트남어로, 베트남어를 보면서 우리말로 말하는 훈련을 해보세요.

🎧 소책자듣기용 218_H.MP3

 Mẫu 218 làm sao mà ~ được   어떻게 ~할 수 있겠어요

1	어떻게 알 수 있겠어요!	**Làm sao mà biết được!**
2	어떻게 들을 수 있겠어요!	**Làm sao mà nghe được!**
3	어떻게 참을 수 있겠어요!	**Làm sao mà chịu nổi được!**
4	어떻게 믿을 수 있겠어요!	**Làm sao mà tin được!**
5	어떻게 잊을 수 있겠어요!	**Làm sao mà quên được!**

🎧 소책자듣기용 219_H.MP3

 Mẫu 219 Lẽ ra không nên ~   ~하지 말았어야 했어요

1	모른 체하지 말았어야 했어요.	**Lẽ ra không nên ỡm ờ.**
2	그렇게 말하지 말았어야 했어요.	**Lẽ ra không nên nói như vậy.**
3	돈을 아끼지 말았어야 했어요.	**Lẽ ra không nên tiếc tiền.**
4	기회를 놓치지 말았어야 했어요.	**Lẽ ra không nên bỏ lỡ cơ hội.**
5	너무 자만하지 말았어야 했어요.	**Lẽ ra không nên có quá tự mãn.**

🎧 소책자듣기용 220_H.MP3

 Mẫu 220 명사+nào cũng được   어느 ~든지 돼요

1	어느 것이든지 돼요.	**Cái nào cũng được.**
2	어느 사람이든지 돼요.	**Người nào cũng được.**
3	어느 방법이든지 돼요.	**Cách nào cũng được.**

4	어느 때든지 돼요.	Lúc nào cũng được.
5	어느 장소든지 돼요.	Nơi nào cũng được.

🎧 소책자듣기용 221_H.MP3

 Mẫu 221 **Không ~ từ bây giờ thì không được**
지금부터 ~하지 않으면 안 돼요

1	물건을 지금부터 준비하지 않으면 안 돼요.	Không chuẩn bị hàng từ bây giờ thì không được.
2	품질을 지금부터 개선하지 않으면 안 돼요.	Không cải tiến chất lượng từ bây giờ thì không được.
3	지금부터 작성하지 않으면 안 돼요.	Không soạn thảo từ bây giờ thì không được.
4	지금부터 유통하지 않으면 안 돼요.	Không phân phối từ bây giờ thì không được.
5	지금부터 상품을 시장에 출시하지 않으면 안 돼요.	Không tung sản phẩm ra thị trường từ bây giờ thì không được.

🎧 소책자듣기용 222_H.MP3

 Mẫu 222 chỉ cần ~ là được ~하기만 하면 돼요

1	나한테 돌려주기만 하면 돼요.	Chỉ cần trả tôi là được.
2	비행기 표만 사면 돼요.	Chỉ cần mua vé máy bay là được.
3	거기에 가만히 앉아 있기만 하면 돼요.	Chỉ cần ngồi yên ở đó là được.
4	신기에 편안하기만 하면 돼요.	Chỉ cần mang thấy thoải mái là được.
5	빨랫감을 세탁기 안에 넣기만 하면 돼요.	Chỉ cần mang đồ giặt đến cho vào máy giặt là được.

베트남어와 우리말을 나누어 구성했습니다. 한글 해석을 보면서 베트남어로, 베트남어를 보면서 우리말로 말하는 훈련을 해보세요.

 Mẫu 223 Nếu có thể thì ~ 가능하다면 ~해요

1	가능하다면 기회를 잡으세요.	**Nếu có thể thì** hãy nắm bắt cơ hội.
2	가능하다면 돈을 낭비해서는 안 돼요.	**Nếu có thể thì** không nên phí tiền.
3	가능하다면 사업 협력을 함께 하길 원해요.	**Nếu có thể thì** muốn cùng hợp tác làm ăn với nhau.
4	가능하다면 경험이 있는 사람으로부터 참고를 더 해야 해요.	**Nếu có thể thì** phải tham khảo thêm từ người có kinh nghiệm.
5	가능하다면 반드시 서로 정중해야 해요.	**Nếu có thể thì** nhất định phải trân trọng nhau.

 Mẫu 224 suýt nữa thì ~ 하마터면 ~할 뻔했어요

1	하마터면 충격 받을 뻔했어요.	**Suýt nữa thì** tôi bị sốc.
2	하마터면 오해할 뻔했어요.	**Suýt nữa thì** tôi hiểu lầm.
3	하마터면 큰일 날 뻔했어요.	**Suýt nữa thì** xảy ra việc nghiêm trọng.
4	하마터면 그 약속을 잊을 뻔했어요.	**Suýt nữa thì** tôi quên cuộc hẹn đó.
5	하마터면 사무실 안 꽃병을 깰 뻔했어요.	**Suýt nữa thì** tôi làm vỡ bình hoa trong văn phòng.

 Mẫu 225 ~ đáng lẽ ra đã phải + 동사 ~했어야 했어요

1	우리는 현지에 공장을 지었어야 했어요.	Chúng tôi **đáng lẽ ra đã phải** xây dựng nhà máy ở bản địa.
2	상품 가격은 올랐어야 했어요.	Giá sản phẩm **đáng lẽ ra đã phải** tăng.

3	걔는 이 자리에 나타났어야 했어요.	Nó **đáng lẽ ra đã phải** xuất hiện ở chỗ này.
4	나는 능동적으로 배우자를 찾았어야 했어요.	Tôi **đáng lẽ ra đã phải** chủ động tìm kiếm người bạn đời.
5	프로젝트는 연기됐어야 했어요.	Dự án **đáng lẽ ra đã phải** bị hoãn.

🎧 소책자듣기용 226_H.MP3

 Mẫu 226 ~ là trên hết   ~이 우선이에요

1	안전이 우선이에요.	An toàn **là trên hết**.
2	가족이 우선이에요.	Gia đình **là trên hết**.
3	손님이 우선이에요.	Khách hàng **là trên hết**.
4	건강이 우선이에요.	Sức khỏe **là trên hết**.
5	사람 목숨이 우선이에요.	Tính mạng con người **là trên hết**.

🎧 소책자듣기용 227_H.MP3

 Mẫu 227 ~ tưởng ~ hóa ra ~   ~인 줄 알았는데 알고 보니 ~이더라

1	그가 친한 친구인 줄 알았는데 알고 보니 (그가) 나에게 사기를 쳤더라.	Tôi **tưởng** anh ấy là bạn thân tôi **hóa ra** anh ấy đã lừa đảo tôi.
2	그가 나를 좋아하는 줄 알았는데 알고 보니 여자친구가 있더라.	Tôi **tưởng** anh ấy thích tôi **hóa ra** anh ấy có bạn gái rồi.
3	나는 그가 길을 모르는 줄 알았는데 알고 보니 운전할 줄 모르더라.	Tôi **tưởng** anh ấy không biết đường **hóa ra** không biết lái xe.
4	그녀가 위중한 병에 걸린 줄 알았는데 알고 보니 임신했더라.	**Tưởng** chị ấy bị bệnh nặng **hóa ra** mang thai.

5	바다가 바로 보이는 줄 알았는데 알고 보니 호텔이 바다의 비스듬한 방향으로 있을 뿐이더라.	Tưởng nhìn được biển trực diện hóa ra khách sạn chỉ còn hướng chếch biển.

🎧 소책자듣기용 228_H.MP3

Mẫu 228 Ngay cả ~ cũng ~   심지어 ~조차도 ~해요

1	심지어 내 어머니조차도 모르세요.	Ngay cả mẹ tôi cũng không biết.
2	심지어 신부와 신랑조차도 아직 모를 수 있어요.	Ngay cả cô dâu và chú rể cũng có thể chưa biết.
3	심지어 초대된 사람조차도 돈을 내야 해요.	Ngay cả người được mời cũng phải trả tiền.
4	심지어 집이 있는 사람들조차도 집값이 내려가길 바라요.	Ngay cả những người có nhà cũng mong giá nhà hạ thấp.
5	심지어 태풍조차도 우리의 걸음을 막을 순 없어요.	Ngay cả một cơn bão cũng không thể cản bước chúng tôi.

🎧 소책자듣기용 229_H.MP3

Mẫu 229 Không ~ cũng không ~   ~하지도 ~하지도 않아요

1	나는 배부르지도 배고프지도 않아요.	Tôi không thấy no cũng không thấy đói.
2	이것은 넘치지도 모자라지도 않아요.	Cái này không thừa cũng không thiếu.
3	나는 받아들이지도 거절하지도 않아요.	Tôi không tiếp nhận cũng không từ chối.
4	지금 상황은 부정적이지도 긍정적이지도 않아요.	Tình hình bây giờ không tiêu cực cũng không tích cực.
5	이 경기에서 우리는 지지도 이기지도 않았어요.	Trong trận đấu này chúng tôi đã không thua cũng không thắng.

Mẫu 230 Chẳng lẽ ~ à? 설마 ~이에요?

1	설마 나는 행운을 기다려야만 하는 거예요?	**Chẳng lẽ** tôi phải chờ may mắn **à?**
2	설마 그는 나를 대체할 사람으로만 보는 거예요?	**Chẳng lẽ** anh ấy chỉ coi em là người thay thế **à?**
3	설마 나는 이 서비스를 사용할 권리가 없는 거예요?	**Chẳng lẽ** tôi không có quyền sử dụng dịch vụ này **à?**
4	설마 미안하다고만 하면 끝이에요?	**Chẳng lẽ** chỉ xin lỗi là xong **à?**
5	설마 당신은 사소한 말다툼 때문에 헤어지고 싶은 거예요?	**Chẳng lẽ** anh muốn chia tay vì buổi cãi nhau nhỏ nhặt **à?**

Mẫu 231 Thà ~ còn hơn ~ ~하느니 차라리 ~하는 것이 나아요

1	안 하느니 차라리 늦는 것이 나아요.	**Thà** muộn **còn hơn** không làm.
2	이런 음식을 먹느니 차라리 안 먹고 굶는 것이 나아요.	**Thà** nhịn đói **còn hơn** ăn thức ăn như thế này.
3	친구의 숙제를 베끼느니 차라리 아예 안 하는 것이 나아요.	**Thà** không làm ngay từ ban đầu **còn hơn** sao chép lại bài tập của bạn.
4	인성이 안 좋은 사람과 결혼하느니 차라리 혼자 사는 것이 나아요.	**Thà** sống một mình **còn hơn** kết hôn cùng với một người nhân cách không tốt.
5	누군가를 사랑하는데 여전히 외로우느니 차라리 아무도 사랑하지 않아서 외로운 것이 나아요.	**Thà** cô đơn vì không yêu ai cả **còn hơn** yêu ai đó mà vẫn cô đơn.

베트남어와 우리말을 나누어 구성했습니다. 한글 해석을 보면서 베트남어로, 베트남어를 보면서 우리말로 말하는 훈련을 해보세요.

Mẫu 232 ~ thì còn gì bằng   ~하면 더할 나위 없어요

1	인테리어가 이러면 더할 나위 없어요.	Thiết kế như thế này thì còn gì bằng.
2	같이 갈 사랑하는 사람이 있으면 더할 나위 없어요.	Có người yêu đi cùng thì còn gì bằng.
3	분짜를 하노이 맥주와 곁들이면 더할 나위 없어요.	Bún chả mà kèm bia Hà Nội thì còn gì bằng.
4	비 올 때 전골을 먹으면 더할 나위 없어요.	Trời mưa ăn lẩu thì còn gì bằng.
5	내 상사가 이러면 더할 나위 없어요.	Sếp mình mà thế này thì còn gì bằng.

Mẫu 233 ~ mà ~ thì không ~ chút nào
~한데 ~하면 하나도 ~하지 않아요

1	쉬는데 일이 없으면 하나도 안 좋아요.	Nghỉ mà không có việc làm thì không tốt chút nào.
2	부유한데 건강이 없으면 하나도 안 행복해요.	Giàu mà không có sức khỏe thì không hạnh phúc chút nào.
3	놀러갔는데 옆에 사랑하는 사람이 없으면 하나도 안 즐거워요.	Đi chơi mà không có người yêu ở cạnh tôi thì không vui chút nào.
4	잘 차려입었는데 화장 안 하면 하나도 안 예뻐요.	Ăn mặc mà không trang điểm thì không đẹp chút nào.
5	돈을 버는데 자신을 위해 돈을 안 쓰면 하나도 안 좋아요.	Kiếm tiền mà không xài tiền cho bản thân thì không tốt chút nào.